Mioyo Miongoni Mwetu

Riwaya

A. Happy Umwagarwa

Kimetafsiriwa katika Kiswahili na Fadhy Mtanga

Mioyo Miongoni Mwetu

Kimechapishwa na

 Rainbow Pigeons Press

Barua-pepe: contact@rainbowpigeonspress.com

ISBN: 978-1-8382063-0-7 (nakala ngumu)
ISBN: 978-1-8382063-4-5 (kitabu-pepe)

Kitabu hiki kimechapwa kwenye karatasi zinahifadhi mazingira.

Ikitiwa hamasa na matukio ya kihistoria, hii ni hadithi ya kubuni. Majina, wahusika, biashara, mahali na matukio; zaidi ya yale yaliyo kwenye nyanja za umma, ni matokeo ya fikra za mwandishi ama yametumika kiubunifu. Kufanana kokote kwa watu halisi walio hai ama wafu, ichukuliwe kama sadfa tu. Mawazo yaliyomo kwenye riwaya hii ni ya wahusika na yasichanganywe na maoni ya mwandishi.

Kwa Vivens K.,
Daima utakuwepo, katika siku zangu bora,
katika siku zangu mbaya.

Shukrani

Kwa mtafsiri wangu na mhariri wa toleo la Kiswahili, Fadhy Mtanga, na kwa Sam Henrie, Lori Lonser, na timu nzima ya Wheatmark Publishing, kwa jitihada zao katika mchakato wa uhariri na uchapishaji.

Kwa binti zangu Bliss na Crissy, kwa bashasha zao ambazo huupa raha moyo wangu, pamoja na magumu ya maisha.

Kwa mume wangu, Vivens, kwa kuyasisimua maisha yangu kwa upendo wake na kunipa mkono.

Kwa kumbukumbu ya mama yangu, Thérèse na baba yangu Canisius, kwa upendo wao usiokuwa na ukomo.

Kwa kaka na dada zangu, John, Peace, Queen, na Strong, kwa udugu unaotuunganisha.

Kwa kumbukumbu ya kaka zangu Touring JP na Lucky JC, kwa roho zenye kuhitaji utu wa majina yao.

Kwa rafiki zangu mahsusi ambao majina yao hayajaondolewa lakini yametunzwa, kwa kulifanya jina langu kuwa halisi.

Kwa ambao wangali wakivutwa na yaliyopita huku wakihofia kesho ya Rwanda, kwa ujasiri wao wa kusonga mbele.

Kwa msomaji ambaye atanipenda, atanichukia, atanitafuta, atazungumza nami, na hatimaye kunipa kumbatio la *Impore*.

Kwako, ninamaanisha wewe, sasa na hapa, ukiusoma ukurasa huu.

1

Jiji lilinuka uvundo mithili ya msitu uliooza. Mbwa, kunguru na paka weusi kwa pamoja walinyonya damu ya watu wetu wasio na hatia. Kulikuwepo wanajeshi kila mahali. Lugha ya Kinyarwanda ilipoteza nguvu yake ya ushawishi. Endapo ungezungumza Kinyarwanda kwa ufasaha, ungetambulika kirahisi kama mzaliwa wa Rwanda, kama si kundi la wahalifu wa Kihutu; basi mhanga wa Kitusi wa mauaji. *"Wewe ni mtu wa aina gani?"*—lilikuwa swali lililoulizwa na wanajeshi kwenye mitaa ya Kigali wakiwa na bunduki mabegani mwao. Ningechezesha tu mdomo kujifanya sielewi Kiswahili. Nilizungumza Kiswahili cha Biryogo, au mchanganyiko wa lahaja tofauti za Kiswahili, pamoja na ukweli kwamba wazazi wangu ambao si Waswahili kamwe hawakuturuhusu kuzungumza lugha hiyo tukiwa mezani kwa chakula. Sikuweza kujibu swali la wanajeshi, kwa kuwa sikufahamu mimi ni mtu wa namna gani. Sikuwa na familia. Sikuwa na mtu mwingine isipokuwa Devota, mwanamke aliyepata tu kuwa jirani yetu, ambaye ameondokea kuwa dada yangu wa pekee.

Kuishi na Devota ilikuwa sawa na kuishi kifungoni. Hakuacha kuomboleza; tumboni mwake alimbeba mtoto kutoka kwa mbakaji wa Kihutu, Abdullah. Nilipaswa kumsikiliza Devota akinisimulia namna Abdullah alivyoiingiza tupu yake chafu, ndani ya mwili wake laini na bikra, katika kipindi chote cha miezi mitatu alichoishi nyumbani kwake, kipindi ambacho Abdullah na wanamgambo wenzake wa Kihutu waliwasaka Watusi kwa udi na uvumba. Pengine, ingeweza kuwa mkosi zaidi kwangu, kwamba, baada ya kupona kifo kufuatia mauaji ya familia yangu, Devota asingenichukua mbali na mto uliotiririsha damu ya baba na dada zangu. Ili kumshawishi Devota, Abdullah alinikimbiza hadi Hospitali Kuu ya Kigali, ambako nilitumia kipindi chote cha Aprili, Mei na Juni 1994.

Ilipofika Januari 1995, niliondoka Biryogo. Baba yangu mkubwa Kamanzi alikuwa kanali kwenye jeshi jipya. Alinichukua nikaishi naye Kiyovu, iliyojulikana kama Kiyovu ya matajiri. Ilipata kuwa eneo la maafisa wa serikali iliyopita pamoja na mabwanyenye wa Kigali, lakini baada ya vita, ilifanywa kuwa kambi ya jeshi. Maafisa wa juu wa jeshi walioamua kutoishi huko, walikwenda kuishi kwenye nyumba za kisasa. Wanyarwanda hao walikuwa wamerejea nchini kutoka Uganda, Burundi, Zaire, na nchi nyinginezo ambako waliishi kwa miaka mingi kama wakimbizi. Walizungumza lugha tofauti, huku Kinyarwanda chao kikiwa cha kuokoteza.

Mazingira ya nyumba ya ba'mkubwa Kamanzi yalijaa askari weusi waliofahamika kama Kadogo, ambao walionesha heshima kwake kwa salamu ya *"ndiyo, Afande."* Kuwa msichana pekee kwenye mazingira hayo, iliifanya mizimu ya baba na dada zangu kuwa wenzi wangu, walionitembelea katika njozi za mchana na majinamizi. Nilipaswa kuishi. Nilipaswa kujizoesha maisha yangu mapya, kama nayo yalikuwa maisha.

Jumapili moja, ili kujiondoa kwenye uchoshi ulioyatawala mazingira, nilimwomba ba'mkubwa Kamanzi ruhusu nihudhurie misa kanisani.

"Lazima Shema akusindikize," alisema, akielekea mlangoni.

Shema alikuwa miongoni mwa wanajeshi Kadogo, kipenzi cha ba'mkubwa Kamanzi. Tangu siku niliyowasili kuishi mle, alipewa jukumu na kanali wake kuniangalia, ama kuwa mlinzi wangu. Lakini kuna kitu kutoka kwenye macho ya Shema kilichonizuia mimi kujenga mazowea naye. Wakati huu, Kanali Kamanzi ameniachia jukumu la kuyafikisha maagizo yake kwa askari yule mrefu, mweusi, mwenye meno marefu na fizi zenye rangi ya chokoleti.

"Shema, ba'mkubwa Kamanzi amesema unisindikize kwenda kwenye Kanisa Kuu la Mtakatifu Maiko," nilisema kwa nishai.

Shema aliunyanyua mkono wake hadi kwenye paji la uso utadhani alikuwa mbioni kunipigia saluti kama afanyavyo kwa Kanali Kamanzi. Sikuelewa alichomaanisha; alipaswa tu kuyatii maelekezo ya Kanali Kamanzi.

Baada ya kutinga gauni langu jekundu, nilitoka na kumwambia, "Twende."

Alinifuata, haraka akadaka hatua zangu. Ukimya ulitawala baina yetu. Sauti pekee zilitozumbuiza muziki masikioni mwetu zilikuwa za ndege walioipamba miti mirefu ya Kiyovu. Baada ya takribani hatua mia hivi, Shema alijifanya kukohoa.

"Unaweza nisaidia kitu tafadhali?" aliniuliza.

Kuongozana na Shema mitaani kulinifanya kutafuna kucha zangu, huku kuzungumza naye kukinifanya kutepeta. Kitu fulani kilipita moyoni mwangu, lakini nililazimika kuonesha kila kitu kipo sawa.

"Mmmh?" niliuliza.

3

"Tangia siku ya kwanza umekuja kuishi nasi, sijawahi kuyaona meno yako," Shema alisema akiyapepesa macho yake kulia na kushoto. "Unaweza kutabasamu? Nakuomba."

"Sawa, meno yangu haya hapa."

"Ahsante," alitabasamu. "Unaweza pia kunikubalia kwamba wakati wowote nikiwa nawe, tuwe tukizungumza na kufurahia maisha?"

"Kuzungumza? Ndiyo. Lakini kufurahia maisha? Hapana. Hakuna kitu cha kuyafurahia maisha."

"Kabisa. Lakini ninatabasamu ili angalau maisha yaniogope."

"Maisha hayajawahi kuniogopa," nilimbishia. "Yalinishambulia na kuniumiza."

"Yamefanya vivyo hivyo kwangu, lakini nimechangua kutabasamu ili kuyathibitishia ningali sawia."

"Maisha yamekuumiza nawe pia?" niliuliza."

"Yamenipora mama yangu. Nililiita jina lake, lakini hakuitika. Wahutu walimwua sambamba na ndugu zangu watano."

"Baba yangu aliuawa mwaka 1990. Alitumikia kifungo jela kwa miezi sita akipitia mateso makali. Wakati akiachiwa alikuwa na majeraha kupindukia kiasi cha kumfanya akumbane na kifo siku chache baadaye."

Nyuma ya mwonekano wa Shema, kulikuwepo majonzi. Lakini ilinitia nguvu kufahamu tunalo jambo la kufanana. Sote tulikuwa wahanga wa mauaji ya kinyama yaliyofanywa dhidi wa Watusi.

"Ninashiriki maumivu yako," nilisema.

"Sasa waelewa kwa nini ninatabasamu, si ndiyo? Ninataka tu kuonesha meno yangu. Tabasamu langu la ndani litakuwa halisi pindi duniani kutakapokuwa hakuna tena Wahutu ama wengine wenye kufanana nao."

4

"Lini hakutokuwepo Wahutu duniani humu? Watakuwa wamekwenda wapi?" niliuliza.

"Natamani dunia yangu isikutane na dunia yao."

"Mmmh, kwa bahati mbaya," nilimjibu, "Wahutu wangalipo daima."

"Karabo, wametufanyia mambo yasiyoelezeka. Jitazame wewe—kama wasingeliwaua mama na baba yako, ungekuwa ukiishi kwa Kanali Kamanzi?

Maneno yake yalinichoma. Ilikuwa kama mfupa ukichoma kutoka tumboni hadi kifuani. Sikutaka aisome hasira niliyokuwa nayo kutoka machoni kwangu.

"Tuachane na kuzungumzia hilo. Badala yake niambie ni vipi tunapaswa kuyafurahia maisha."

"Ndiyo. Tunapaswa kutabasamu na kuwaonesha Wahutu meno yetu."

Alinidokeza zaidi kuhusu familia yake, akinifanya kufurahia namna alivyochombeza kwa utani kiasi cha mie kucheka. Ilikuwa mara ya kwanza kuzungumza naye vizuri, lakini si ya mwisho. Tangu siku ile, alikoma kuwa mlinzi Kadogo wa baba yangu mkubwa, bali rafiki niliyeshiriki naye mambo mengi. Fumbo moja tu lilibakia: *Itakuwaje nikimweleza kila kitu kuhusiana na familia yangu?* Nilitafakari.

Jumanne ya juma lililofuatia, niliketi sebuleni nikisikiliza redio. Shema aliniuliza kama alete kaseti ya nyimbo za mapenzi za Kifaransa. Nilimkubalia. Siku hiyo, niliumwa sana kichwa. Shema aliiweka kaseti ile kwenye redio na kunialika nikilaze kichwa changu mapajani kwake. Aliuweka mkono wake kwenye nywele zangu ilhali akiutumia mwingine kuzichezea nyusi zangu. Kitendo hicho hakikuwa

5

tu dawa kwa maumivu yangu ya kichwa, bali tiba kwa mwili wangu wote. Sauti iliyopwelea iliisindikiza redio.

"O Shema, Mungu anakupendaje,
Mara baada ya mapambano msituni,
Na ukiwa bado unawalilia wapendwa wako,
Mungu akakuletea uwa waridi jekundu.
Wacha nikudekeze Karabo wangu.
Nitakulinda dhidi ya nyuki wanaokimbilia kuuonja uzuri wako.
Nitakulinda dhidi ya jua kali la mchana.
Nitahakikisha giza la usiku halikuogopeshi,
Na kwamba jua la asubuhi haliichomi ngozi yako ya kahawia ya kakao..."

"Shema, unaimba nini?" niliuliza.

"Nilikuwa nauimba wimbo huu. Sikuwa naongea nawe."

Tabasamu lake kubwa lilikitekenya kifua changu.

"Lakini ulikuwa ukiimba kwa Kingereza. Kwani huo ni wimbo wa Kingereza?"

"Hapana, ni wa Kifaransa. Nimeutafsiri. Oh, usiniambie kuwa hufahamu Kifaransa!"

"Sawa. Sikifahamu. Tafadhali endelea kunitafsiria. Bila shaka maneno yako ni mazuri zaidi ya yale ya Frederic Francois."

Shoti ya umeme ilikita moyoni mwangu. Ikalitoboa tumbo langu na sehemu ya juu ya miguu yangu. Nilijiuliza kama ilikuwa kile wanachokiita mapenzi. Sikuwa na nguvu ya kuinuka kutoka mapajani kwake na kukimbilia mbali. Niliyafumba macho yangu na kuyasikiliza maneno yale ya nyimbo za mapenzi za Kifaransa, huku Shema akiendelea kuzichezea nywele zangu na nyusi. Nilihisi tulikuwa kwenye chobingo fulani ya mapenzi huko Paris. Nilijisamehe kwa kuwa mwepesi. Bila uwepo wa Shema kwenye nyumba inayochosha ya ba'mkubwa Kamanzi, ikiwa na wanaume

6

lukuki wenye sare za jeshi, ningewehuka. Shema aliipitisha mikono yake kila sehemu ya uso wangu kana kwamba alinikagua endapo ninafikia vigezo vya ulimbwende vya Bwiza bwa Mashira. Akaelekea shingoni kwangu taratibu. Sikuwa na nguvu za kumzuia kuvinjari kifuani kwangu. Ghafla, na hata sijui kama niseme kwa bahati mbaya, tulikatishwa na muungurumo wa gari la baba mkubwa. Shema alisimama hima, akaondoa kaseti redioni, na kisha kwenda nje kumpigia saluti kanali wake. Nilijiinua kutoka kochini nikakimbilia chumbani kwangu. Nilikuwa nimefanya kitu chenye ladha ya asali ya usiri. Shema akatawala ndotoni mwangu usiku kucha. Niliota juu ya wasaa uliokatishwa, ambao ungetupelekea kwenye busu letu la kwanza. Niliusubiri kwa hamu wasaa wa kukilaza kichwa changu kifuani pake na kusahau endapo dunia ilijigeuza yenyewe ama ilizunguka jua.

Kulipopambazuka, uchoshi wa nyumba ya ba'mkubwa Kamanzi ulirejea. Shema hakuzungumza nami, na hata macho yetu yalipogongana, alikigeuza kichwa chake. Niliamua kujikaza kutoanzisha mazungumzo yake. Yeye ni mwanaume. Alipaswa kunianzisha, lakini hakufanya hivyo. Nisingeweza kukaa siku nzima pasipo kuzungumza na Shema. Kama hakutaka kuzipapasa nywele zangu, basi sawa. Lakini alipaswa kufahamu nilimhitaji yeye kama rafiki ama kaka ambaye sikupata kuwa naye. Shema alikuwa mtu pekee mwenye kumudu kuongeza ladha fulani kwenye maisha yangu. Nikapanga mpango uliozaa matunda. Nilimwomba ruhusa ba'mkubwa Kamanzi nikamtembelee Devota, na kama kawaida alimwita Shema akimwagiza kunisindikiza.

"Kwa nini hujaniongelesha leo?" niliuliza mara tu tulipotoka maeneo ya nyumbani.

"Nilikuwa na kazi nyingi," Shema alijibu.

"Ama... ni kwa sababu ya jana?"

"Jana? Nini kilitokea jana?" Shema aliuliza, macho yake yakitazama mbingu.

"Hakuna kitu."

Shema hakuweza kuufunga mdomo wake kwa muda mrefu. Tukiwa njia kuelekea Gikondo kwa Devota, alinisimulia simulizi nyingi za kufurahisha, nyingine za ukweli na nyingine za kubuni. Devota alijifungua mtoto wa kike. Alimpa jina la Mbabazi. Kutokana na wageni waliokuwepo, sikupata wasaa wa kuzungumza faragha na Devota. Devota angeweza kujifanyisha kwa wengine, lakini si kwangu. Hakuwa na furaha kama apaswavyo kuwa mama mpya. Mtoto angelia kwa muda mrefu, Devota angemnyonyesha kwa muda mfupi tu na kumrejesha kitandani kabla hajaridhika. Nisingeweza kusema neno mbele ya wageni hao, akiwemo Shema, lakini sikujizuia kuvuta kumbukumbu ya simulizi yake, aliyopata kunisimulia pindi aliponichukua kutoka Hospitali Kuu ya Kigali mwezi Julai 1994. Devota aliutazama uso wa malaika mkubwa akizikumbuka siku alizoishi na mwuaji na mbakaji wa Kihutu Abdullah. Hakukumbuka tu maumivu ya mwili wake wakati Abdullah akiingiza tupu yake chafu mwilini mwake, bali pia makofi na matusi. Pengine ingemwia vema endapo Devota angechagua kuitoa mimba, lakini ilikuwa kinyume na imani yake ya dini.

Ilipotimu saa 12 jioni, tuliagana na Devota na kuondoka. Takribani mita mia moja kabla ya kufika nyumbani, Shema alisimama.

"Karabo, nakuomba uniruhusu nikuage kikamilifu na kukutakia usiku mwema. Tukiingia ndani, sitoweza kufanya hivyo."

"Mmmh? Ndiyo."

Shema aliizungusha mikono yake mwilini mwangu,

huku akizipapasa nywele zangu, akakilaza kichwa chake mabegani kwangu nami nikikilaza changu kifuani kwake. Tulitumia takribani dakika tano tumekumbatiana. Niliweza kuusikiliza muziki wa mapigo ya moyo wake, na manukato ya mwili wake. Akaiweka mikono yake mashavuni kwangu, akinikodolea kwa dakika kadhaa, na kama wafanyavyo ndege, akauweka mdomo wake mdomoni mwangu.

"*Je t'aime.*" Wakati nikiendelea kutafakari cha kusema, aliushika mkono wangu na kusema, "Twende zetu nyumbani."

Wala haikuwa swali bali kauli ambayo haikuhitaji kujibiwa. Hakutuzungumza neno jingine hadi tulipowasii nyumbani. Nikaingia kwenye nyumba kubwa. Yeye akaenda zake kwenye kota aliyoishi na wanajeshi wengine.

Ba'mkubwa Kamanzi alikuwa na mama yake sebuleni. Niliwasalima hima hima na kwenda zangu chumbani. Nilikuwa na mengi ya kuyafikiria. Nini kiliendelea baina yangu na Shema? Nilikuwa nikijirahisisha kwake? Pengine nilizama penzini, lakini chini kabisa nisipojielewa, nilifahamu hakuna mahusiano yanayojengwa na uongo. Labda Shema alivutiwa na ukweli sote tu wahanga wa Kitusi. Nilikuwa kizani. Itakuwaje nikimweleza kuwa ni baba yangu pekee aliyeuawa? Ningemwambia nini juu ya mahali alipo mama yangu? Nililia. Nikauvuta mto wangu mwekundu na kulala.

Kwenye majinamizi yangu, ilinijia ile siku wauaji walipokuja wakimwita baba yangu. Kalisa, Kalisa, yupo wapi huyo mende mwenye pua ndefu kama mkonga wa tembo? Miongoni mwao, wengi wao walikuwa majirani zetu Biryogo. Walikuwa na mapanga, marungu ya mbao, na wachache wao wakiwa na bunduki. Wengi wao walivalia sare za mgambo za *Interahamwe*, zilizoshonwa Kiafrika zikiwa na rangi za kijani, nyekundu, njano na nyeusi. Mwonekano wao haukuwa wa kibinadamu. Macho yao yalikuwa mithili ya simba aungurumaye akiitisha nyika yote kiasi cha kuwafanya digidigi na swala kukimbilia mbali. Kumbukumbu zilijirudia kichwani jinsi walivyotuua. Nilikuwa nimelalia dimbwi la damu nikipambana na maumivu makali kifuani kwangu, hadi makwapani. Nilipiga yowe. Baada ya saa kadhaa, nilizinduka. Ba'mkubwa Kamanzi na bibi yangu wa kambo walikuwa chumbani kwangu. Walinielezea kila kitu nilichokisema pamoja na majina niliyoyaita usiku. Nilimwita mama patupu. Nilimwita baba. Niliwaita dada zangu. Nilimwita Devota.

Bibi aliondoka Jumamosi. Katika siku tatu zote alizokuwepo, sikupata nafasi ya kuzungumza na Shema, kutokana na macho yake ya udadisi. Siku hiyo, nilipatwa hedhi, ikiambatana na maumivu makali tumboni na mgongoni kwangu. Ba'mkubwa Kamanzi, pasipo kufahamu nilichokuwa nikiumwa hasa, alimwagiza Shema kunitunza. Nilijilaza kitandani chumbani kwangu. Majira ya mchana, mtu alibisha hodi mlangoni. Akajitambulisha kuwa ni Shema. Aliniletea supu ya samaki iliyotiwa mboga ya spinachi.

"Pole Shema," nilisema. "Sijisikii hamu ya kula."

"Unapaswa kula. Sikia, kama walau utaionja supu hii, nitakuwekea nyimbo za mahaba za Kifaransa, na kukuimbia. Tunakubaliana?" Alikonyeza macho yake. "Na ukigoma, nitatoka zangu."

Nisingeweza kumkatalia Shema. Akaitia redioni kaseti ya nyimbo za Kifaransa, akachukua kijiko, na kunilisha kama mtoto. Sote tulitabasamu kila macho yetu yalipogongana. Hata sikuimaliza supu. Alinipokea bakuli akalirudisha jikoni.

"Hakikisha unarudi kama ulivyoniahidi," nilisema.

"Hapana, Malkia. Unaonaje tukiahirisha mambo ya kuimba hadi kesho?"

"Hapana. Usiporudi, nitakununia. Kuna jambo nataka kukwambia."

"Sawa, Malkia."

Alirejea, akaufunga mlango, na kuketi kitandani kwangu. Nilikilaza kichwa changu mapajani kwake huku tukisikiliza nyimbo tamu za Kifaransa. Alizipapasa nywele na nyusi zangu akiniimbia wimbo wa "Laisse-moi t'aimer" ulioimbwa na Mike Brant. Aliitembeza mikono yake kutoka kichwani kwangu hadi shingoni. Baada ya dakika chache, aliinua miguu yake akajilaza pembeni yangu. Kumbatio lake liliyatokomeza maumivu mwilini mwangu. Nisingeweza kupata dawa yenye nguvu kuishinda hii. Mikono yake ikafika kifuani kwangu na kuziminya chuchu. Shoti ya umeme ilipita mwilini mwote, lakini akili yangu ilitulia. Sikumzuia. Midomo yetu ikakutana. Mate yake yalikuwa matamu utadhani asali yenye vanila. Alikwenda hadi kukifikia kifungo tumboni kwangu. Niliiondoa mikono yake taratibu ili aianze safari upya. Sikuwa tayari katikati ya miguu yangu. Huku ulimi wangu ukikwamia mdomoni mwake, macho yangu malegevu, harufu ya kusisimua ya mwili wake, akaiweka mikono yake yenye joto usoni pangu.

"Nakupenda Karabo. Ninakupenda sana," alisema.

Akaniuliza kama nitakuwa mpenzi wake. Sikumjibu. Macho na mwili wangu vilipeleka ujumbe mzuri zaidi wa moyo wangu. Tayari Shema aliishi kwenye kona yangu ya siri ya mapenzi.

Usiku, majira ya saa tatu, ba'mkubwa Kamanzi alirejea nyumbani. Aliita jina langu. Akagonga mlango wa chumbani kwangu. Sikuitika. Alijaribu kuufungua, ulifungwa. Aliondoka na kurejea baada ya dakika kadhaa. Sikuitikia tena. Hakuja tena. Shema alibaki kitandani kwangu wakati tukimsubiri ba'mkubwa Kamanzi aende zake kulala. Hatukuzungumza tukihofia angetusikia. Ule wasaa wa ukimya wetu uliipa mioyo yetu nafasi nzuri ya kuwasiliana. Ilipotimu saa 5.30 usiku, tulimwomba askari mmoja, kupitia dirishani kututazamia kama ba'mkubwa amekwenda kulala. Akatuambia kuwa yupo chumbani kwake. Nikatoka nje nikijifanya nakwenda kunywa maji jikoni. Nilipojiridhisha hapakuwepo mtu, nikajitia kukohoa, ujumbe ukamfikia Shema. Akatoka na kunibusu mashavuni, akaenda zake kotani kuungana na wanajeshi wengine.

Mwale wa mapenzi yangu kwa Shema uliendelea kuuchoma moyo wangu, lakini kichwa changu kikinighasi juu ya siri niliyomficha. Sauti changa iliyanong'oneza masikio ya roho yangu kwamba wakati mwigine ni vema kuendana na mwendo, na ndivyo hasa nilivyofanya. Sikuwa na namna ya kuukata waya wa umeme wa mapenzi ambao umeutekenya moyo wangu.

Shule zilifunguliwa baada ya wiki chache na ba'mkubwa Kamanzi alinitafutia nafasi kwenye shule ya Mama Teresa. Maisha yangu yalianza kurejea kidogo kidogo. Nilikuwa nimemwahidi baba yangu ningekazana na masomo hadi nifikie chuo kikuu. Lakini wakati fulani, ningeweza kufika shule na mawazo yangu yakiwa mbali. Mwanafunzi mwenzangu wa zamani Sugira alijiunga na shule hiyo hiyo. Sikupenda kuongea naye kwa kuwa sikumwamini. Tukiwa shule ya msingi, kila mwalimu alipotuagiza tusimame kutokana na makabila yetu, Sugira alisimama na Wahutu. Vipi kama familia yake ilishiriki kufanya mauaji? Hakuna namna ningeunga urafiki na mtoto wa wauaji. Alinisalimia kila siku asubuhi, lakini kwangu mimi, nilimpa salamu pale tu nilipomhitaji kunisaidia masomo yaliyonifua. Tulimwita Bwana Maakili. Alibobea kwenye Hisabati na Sayansi.

Haikuchukua muda mrefu kabla ya laana ya mizimu haijaanza kuniwinda. Siku moja, nikiwa darasani, nililitafuta daftari langu ya hisabati hata nisilipate. Rafiki yangu Kazuba alinidokeza kuwa Kayitesi ndiye aliyelichukua. Nikamwambia Kayitesi anirudishie daftari langu.

"Mimi?" aliwaka. "Inakuwajekuwaje daftari lako lije mikononi mwangu?"

"Nimeambiwa umelichukua," nilimjibu.

"Sawa. Kwa hiyo, unamaanisha mimi ni mwizi? Nyie watu hamna aibu."

"Hebu nipekue begi lako, tafadhali."

Kayitesi aliligeukia darasa na kuongea kwa sauti kubwa, "Mtazameni huyu *Interahamwe* anayejiita Karabo. Eti ananiita mimi mwizi. Lini nyie watu mtachoka kututesa?"

Kabla sijaweza kumjibu, Sugira alisimama kunitetea.

"Unaongea upuuzi gani wewe? Unathubutu vipi kumwita Karabo *Interahamwe*?"

Kazuba na Mutoni wakaungana na Sugira kupambana na Kayitesi.

"Kama ulikuwa hujui," Kazuba alisema, "Huyu Karabo, unayemwita, ni Mtusi ambaye familia yake yote iliteketezwa wakati wa mauaji ya Watusi."

Kayitesi, kama mtu aliyekuwa mahakamani, alibisha, "Ninakijua ninachokisema. Mnapaswa kumwuliza Karabo kama hana ubinamu na Mugabo na Ngabire. Baba yao alikuwa kiongozi wa wauaji kanda ya Nyamirambo na Nyakabanda. Karabo anatokea familia ya wauaji wa Kihutu. Amemdanganya kila mtu kwa kujiita yeye Mtusi na ni mhanga. Wakati mwingine tunakaa tu kimya, lakini haimaanishi kuwa hatuufahamu ukweli kuhusu watu kama Karabo."

A. Happy Umwagarwa

Wote waliokuwa wakinitetea walibaki kimya. Kulisikika tu mayowe darasani.

"Tuambie, Kayitesi, tafadhali tuambie. Nani anajifanya kuwa vile asivyo?" Kayitesi hanifahamu mimi vizuri, lakini nilishindwa mabishano. *Ningekuwa nimedanganya kusema siwafahamu binamu aliowazungumzia? Labda ningembishia na kupaza sauti kwamba mimi ni Mtusi hasa. Halafu iweje? Je, ningeongeza kwamba pia nina unasaba kiasi na Wahutu kitu kilichonipeleka kuwa yatima?* Binafsi, sikuwa na hakika tena nipo kambi ipi. *Watusi au Wahutu?* Pengine siyo kokote baina yao, lakini siyo kwenye mojawapo. Nilikilaza kichwa changu mezani na kushindwa kujibizana na kelele. Nilijiona nimesimama peke yangu kwenye kila baya juu ya ardhi. Sugira alinijia na kuushika mkono wangu.

"Njoo, twen'zetu."

"Wapi?" niliuliza.

"Tafadhali nisindikize mahali fulani... Nitakuonesha."

Pengine alitaka kunificha mbali na macho ya watesi wangu. Tulikwenda kuketi sehemu tulivu iliyojaa ukijani bustanini, si mbali kutoka darasani kwetu. Alitoa leso kutoka mfukoni mwake na kunifuta machozi taratibu. Niliyatazama maua ya kila namna yaliyoipendezesha bustani. Nilistaajabishwa na namna yalivyoshirikishana maji kutoka angani na ardhini, na yaliporidhika, yalisukumana kuivuta hewa pasipo kuumizana. Labda, binadamu nao wanapaswa kujifunza maana ya neno muafaka. Sauti ya Sugira ndiyo iliyonigutua kutoka kitendawili changu.

"Usimpe Kayitesi furaha ya kuupa umuhimu alichokisema. Ni dhamira yake tu mbaya kukuchanganya wewe na wale walioiua familia yako."

Sugira hakuufahamu ukweli wote. Alinifahamu mimi kama Mtusi. Tukiwa shule ya msingi, pale mwalimu alipowahesabu wanafunzi kadri ya makabila yao, daima

14

nilisimama upande wa Watusi. Nchini Rwanda, watoto huchukua utambulisho wa baba zao. Niliumizwa na ukweli kwamba miongoni mwa rafiki zangu wote, kijana wa Kihutu ambaye sikuwahi kuwa na huruma juu yake ndiye aliyekuwa akinifuta machozi.

Wasaa wa kwenda nyumbani ulipowadia, Sugira alinisindikiza hadi kwenye gari la ba'mkubwa. Nilimpungia kumuaga kwa shukrani.

"Umepatwa na nini, Karabo?" ba'mkubwa Kamanzi aliniuliza.

"Hakuna kitu."

"Hakuna kitu? Na vipi kuhusu hayo macho yako mekundu?"

"Nipo sawa. Sina tatizo."

Alinisisitiza nimwambie lakini sikuwa na maneno ya kumweleza kwamba moyo wangu ulikuwa mwekundu kushinda macho yangu.

Tulipowasili nyumbani, nilikimbilia kujificha chumbani kwangu, nikakilaza kichwa changu kitandani, na kujifanya kufumba macho. Nilihitaji kiza na utupu wa maisha. Sikusema neno lolote kwa siku tatu. Mtu pekee aliyenijia kunisalimia nikiwa shuleni alikuwa Sugira. Kuna wakati Kazuba na Mutoni waliiichezesha midomo yako kunipa tabasamu la kilaghai. Hawakuwa na muda nami kama kawaida. Pengine walikiamini kile alichokisema Kayitesi kuhusu mimi. Majungu ya wanafunzi wenzangu yaliyafikia masikio yangu kila nilipopita.

2

Siku ya Jumapili, sikuwa na mpango wa kwenda kanisani. Shema alinikuta nimeketi kwenye sofa sebuleni.

"Yesu amenituma kwako. Anakutaka leo."

"Shema, tafadhali usianze masihara yako. Umekutana na Yesu wapi?

"Amenitokea ndotoni. Amesema wale wote wenye kuelemewa na mizigo waende kwake awapumzishe. Na nikikutazama, natambua Yesu alikukusudia. Hudhani hivyo?"

"Kuna kaukweli ndani yake," nilimjibu. "Tena sina mzigo mmoja tu bali mlima."

Tuliekea Kanisa Kuu ya Mtakatifu Maiko. Padri aliyevalia joho jeupe alisimama mithili ya shetani-malaika mbele ya kundi la wanafiki wa Kinyarwanda waliojifanya kuwa watakatifu wakiwa njiani kwenda mbinguni. Labda kusilimu kuirejea dini ya Kinyarwanda kungezifufua kumbukumbu chungu za mizimu yao. Wanyarwanda walionelea nafuu zaidi kuzungumza na Mtakatifu Petro ama Mtakatifu Paulo ambao hawakufahamu lolote juu ya mito iliyojawa damu na mioyo iliyopondwa. Baada ya kushiriki mkate, padri alisema, "Amani iwe nanyi."

Tukiwa njiani kurudi, wakati tunakaribia kuingia maeneo ya nyumbani, kabla sijampa Shema busu la kwa heri shavuni kwake, nilisema, "Ahsante."

"Kwa ajili gani?" aliniuliza.

"Kwa kunitia moyo niende kanisani."

"Vipi kuhusu mizigo? Oh, umesahau kumpa Yesu? Tazama, bado unayo."

"Tafadhali Shema. Hukumsikia padri akisema amani iwe nami? Ngoja niende, kwa heri."

"Mmmh? Sawa. Kwa heri."

Niliingia ndani haraka. Nilitaka kuzungumza na ba'mkubwa Kamanzi. Nilifanya maamuzi ambayo yasingemwumiza Shema. Sikuwa na hakika kama ba'mkubwa angeyakubali lakini nilipaswa kumwambia.

"Ba'mkubwa, kuna jambo ningependa kujadiliana nawe."

"Jambo gani, mpendwa wangu? Nimeiona sonona machoni mwako kwa hizi siku chache."

Sikutaka kumweleza nilivyodhalilishwa shuleni. Nilihofia ingetonesha vidonda vyangu kwamba ninapaswa kukubaliana na ukweli mama yangu na ndugu zake wa Kihutu wanaonwa na wengi kama waovu. Sikuwa na chaguo bali kumweleza ukweli wote wa kile nilichokabiliana nacho shuleni. Alikuwa mtu pekee wa kunipa nilichokihitaji.

"Mtoto shuleni kwako amekudhalilisha?" aliuliza. "Hilo halikubaliki. Viongozi wako wa shule wamesemaje? Ondoa shaka, kesho, tutakwenda shuleni pamoja."

Ba'mkubwa Kamanzi alijawa hasira. Hakutaka watu wengine waniambie kile alichoniambia daima. Nilikuwa binti wa kaka yake, lakini kwa bahati mbaya niliyezaliwa na mama wa Kihutu. Sikuwa na hakika namna gani angelishughulikia jambo hilo. Siku kadhaa zilikwishayoyoma, na sikutaka kutibua mambo zaidi.

"Ninaonelea usiende shuleni," nilisema. "Mimi nipo sawa, lakini sitaki kurudi kwenye ile shule."

"Mpenzi, ninakuelewa. Wahutu wamefanya jambo lisiloezeka. Mioyo ya watu wengi imeumizwa. Hawawezi kuona jambo lolote linalowakumbusha Wahutu. Hivyo ndiyo tabia hasa ya ba'mkubwa. Hizo zilikuwa hisia zake dhidi ya Wahutu.

"Jinsi gani ninavyotamani ningeweza kuwachukia Wahutu kwa maumivu waliyonisababishia maishani," nilisema. "Hawakuwaua tu baba yangu na ndugu zangu, pia walinitenganisha na kifua cha mama yangu. Wanaoniita Mhutu wananiongezea ugumu. Siwezi kuwachukia ninapokumbushwa kila mara kwamba damu yao inatembea kwenye mishipa yangu. Ninataka kuondoka humu nchini."

Nilimwambia ninataka kwenda kuishi Kenya na baba yangu mkubwa mwingine, Rutayisire. Nikiwa Kenya, ama nitakutana na sura za Wahutu wenye msimamo mkali walionifanya kuwa yatima, ama za Watusi wenye msimamo mkali wanilaumuo mimi kwa vitendo vya ndugu zangu wa Kihutu.

Ba'mkubwa Kamanzi hakukubaliana nami, lakini nilisisitiza.

"Sawa," hatimaye akasema. "Nitajadiliana na Rutayisire."

Ombi langu la pili lilikuwa kwenda kumtembelea Devota kesho yake. Alinikubalia akiongeza ni lazima Shema anisindikize. Nilimkatalia na kumwomba aniruhusu kwenda peke yangu.

"Peke yako? Unataka kwenda Gikondo peke yako?"

"Ndiyo, ba'mkubwa, nitapanda basi kupitia Rugunga." Aliniomba nisubiri hadi wikendi itakayofuatia ambapo angepata fursa ya kunipeleka. Sikumkumbalia. Nilihitaji kuzungumza faragha na Devota. Alikuwa mtu pekee ambaye angenielewa.

Asubuhi, nikiwa shuleni, Kazuba na Mutoni walinizungumzisha. Walinishauri nisikijali kile Kayitesi alichoniambia kwa sababu wameufahamu ukweli. Sikuwajibu kitu. Walinithibitishia kuwa walinitilia shaka. Nilijiuliza watachukuliaje siku watakayofahamu kulikuwa na ukweli fulani kwenye maneno ya Kayitesi. Sugira, ambaye alianza kuwa rafiki mwema kwangu, alinikuta nimesimama kwenye uwanja wa mpira wa kikapu, kukiwa hakuna wachezaji wengine. Baada ya kunisabahi, alitumbukiza mkono wake kwenye begi lake la shuke, kubwa la bluu na kunipatia peremende.

"Ifyonze hii pipi," alisema. "Itatia utamu kwenye maisha yako."

Huku nikitabasamu, nilisema, "Ahsante."

Sikuwa na ujasiri wala muda wa kutafakari maana ya kitendo chake kwangu.

Baada ya kutoka shule, baadaye mchana, nilishika njia kwenda Gikondo kwa Devota. Nilibahatika kumkuta peke yake. Kaka yake, Muhire hakuwepo. Mtoto wa Devota alikuwa vema. Alifuatia mwelekeo wa kidole changu kwa macho, wakati mwingine akitabasamu bila ya kuwa na meno kinywani mwake.

"Jina lake ni Mbabazi," Devota alisema.

"Eh? Kwa nini umempatia jina la kishamba?"

"Nilitaka jina lake linikumbushe kuwa ninapaswa kumsamehe baba yake, Abdullah. Kwa kumwita jina lake, itanikumbusha kuwa neno 'msamaha' lingalimo kwenye kamusi ya Kinyarwanda"

"Devota, shinda ni nini? Niambie ni lini utayakausha machozi yako?"

"Karabo, nitalia hadi pindi kutakapokuwa hakuna machozi tena kwenye fuvu la kichwa changu. Siwezi kumlea huyu mtoto. Nilimzaa lakini siwezi kuwa mama yake. Ninatamani nimpe mtu amuasili. Simtaki. Sitaki kumlea mtoto aliyezaliwa na muuaji wa Kihutu. Hapana. Sitaki."

"Devota, usiseme hivyo. Mbabazi ni mtoto wako."

"Ndiyo. Ni mtoto wangu kwa sababu nimemzaa. Lakini simtaki. Nisingekuwa naye endapo nisingebakwa na Abdullah. Ni matunda ya madhila niliyoyapitia. Zaidi ya yote, siwezi kuvumilia tena matusi ya kaka yangu Muhire. Kila akirejea nyumbani ananiuliza kwa nini huyu Mhutu mchanga halali. Kila aliapo, Muhire anatishia kumwua kama nitashindwa kumzuia kulia."

Kadri nilivyomsikiliza Devota, huku nikimtazama mtoto ambaye tayari amebeba dhambi za baba yake, vile vile na maumivu ya mama yake, nilijikuta nishindwa kuzizuia hisia zangu.

"Tafadhali Devota, usiseme hivyo. Dhambi ya Mbambazi ni nini? Je, hukumbeba tumboni mwako? Wewe siye uliyemzaa? Niambie, ana asilimia ngapi ya damu ya Abdullah? Kitu gani kinakufanya uhitimishe kuwa yeye ni Mhutu zaidi ya alivyo Mtusi? Unamwita eti mtoto wa Mhutu; kwa nini asiwe mtoto wa mama wa Kitusi?"

"Karabo. Karabo, sikiliza."

"Hapana, Devota, Mbabazi hakuwa miongoni mwa waliofanya mauaji. Kwa nini unamtaka aubebe msalaba wa dhambi za baba yake?"

"Tafadhali Karabo. Umepatwa na nini? Kwa nini unanipandishia sauti? Sikuelewi."

"Devota, nisamehe kwa kukupandishia sauti. Hujui tu kilichonipata shuleni. Mmoja wa wanafunzi wenzangu amelitangazia darasa zima kwamba mimi ni Mhutu na familia yangu ni ya wauaji. Nilipojaribu kumbishia,

akajitetea kwamba anamfahamu vema mjomba wangu,
Rwasibo. Sasa niambie... Wanamgambo wa Kihutu waliiua
familia yangu. Walinipiga mimi risasi. Na leo...leo, mtu
mmoja anasimama kwa miguu yake yote na kuniita mimi
Mhutu. Unaelewa lakini?"

Devota alinisogelea na kunisogeza nikilaze kichwa
changu kifuani kwake."

"Usilie, Karabo," alisema. "Hao wanaokuita wewe
Mhutu hawakufahamu vema."

"Devota, wewe ni mkubwa zaidi kwangu na
ninakuheshimu, lakini lazima nikueleze ninachokifikiria.
Huna sababu ya kumchukia Mbabazi. Naye pia ni mhanga
wa vitendo viovu vya baba yake. Mimba yake haikutungwa
kwa mapenzi kama kwa watoto wengine. Ilitungiwa kwenye
mwili wa mama mnyonge mwenye majonzi aliyekuwa
akiyapambania maisha yake mwenyewe. Kila gumu
ulilolipitia Mbabazi akiwa tumboni mwako, aliipata hofu
na sonona yako wakati akiwa hana uwezo wa kutambua
kilichokuwa kikijiri. Hakumsaidia baba yake kumwua dada
yako wala kukubaka wewe. Yeye alikuwa upande wako,
akiyashiriki maumivu yako. Unanielewa? Tafadhali mpende
kama vile anavyokupenda. Shiriki maumivu yake. Mfanye
atambue atakuwa sawa kwenye hii dunia. Msaidie aishinde
hofu yake. Mbabazi hapaswi kuubeba mzigo wa maumivu
yako wala hatia ya baba yake."

"Karabo, unaweza kuwa sahihi. Lakini, nisikilize
tafadhali. Sitaki kumchukua Mbabazi, lakini nayachukia
majinamizi yanayoniandama. Siwezi kamwe sahau kila
alichonifanyia baba yake. Kila nikimtazama Mbabazi,
mawazoni mwangu inanijia taswira ya baba yake akinibaka.
Mimi si msichana wala mwanamke. Wapo wanaowazaa
wanaharamu kwa kuwa walifanya mapenzi na wapenzi wao
kabla ya ndoa. Wanafanya hivyo kwa mapenzi yao na huwa

tayari kuyabeba matatizo yake. Lakini nitazame mimi, kwa nini mimi? Kwa nini?"

Nilichukua karatasi laini na kuyafuta machozi ya Devota. Nikamweleza juu ya mazungumzo niliyoyafanya na ba'mkubwa Kamanzi na kwamba nilikuwa mbioni kwenda kuishi Kenya, nchi isiyo na Wahutu wala Watusi.

"Mmmh, Karabo. Kwa nini unataka kuniacha peke yangu na mpweke ndani ya Rwanda yenye kiza?"

"Tafadhali, Devota. Usinitilie ngumu. Sitoweza kwenda pasipo baraka zako."

"Ndugu yangu, unataka kukikimbia kivuli chako mwenyewe. Leo, wanazungumzia juu ya mjomba wako. Kesho, mama yako atarejea—utamkana?"

"Kwa nini nishindwe? Nani anajua kwa nini bado hajarudi kunikamata?"

"Usiseme hivyo. Wala hata hufahamu kama yungali hai ama la."

Nilikuwa nachelewa kurudi nyumbani. Nilimuaga Devota na kuondoka.

Wakati nikikaribia kwenye kituo cha basi, mwanamke mmoja aliita jina langu kwa nguvu. Nikavuta upande wa pili wa barabara. Alikuwa Mukamana, jirani yetu wa zamani kule Biryogo, mke wa mwanamgambo wa Kihutu, Gakiga. Hasira na hofu vilinivaa. Mwanamke yule alipayuka tena kuniita jina langu. Watu waliokuwa wamesimama barabarani walisema, "Eh, binti, mwanamke yule anakuita wewe."

"Unataka nini kwangu?" nilimwuliza Mukamana.

Akavuka barabara kunisogelea.

"Oh, Karabo. Nimefurahi ungali hai. Niliambiwa mlikufa nyote."

"Uliambiwa? Ama ulitamani sote tungekuwa tumefuka?

Samahani, ningali hai. Sasa, potea machoni mwangu. Niache niende."

"Usiseme hivyo. Nilitaka tu kukwambia kwamba nilikuwa na mama yako nchini Zaire. Tulikubaliana turejee Rwanda pamoja. Lakini siku ya kuondoka kwetu, nilikwenda alipokuwa akiishi lakini sikumkuta. Sikumfuatilia tena kwa kuhofia kaka yake angeniua. Mama yako aliaminishwa kuwa nyote mlikufa. Kaka yake, Rwasibo alimwambia kuwa aliziona maiti zenu kwa macho yake mwenyewe."

Nilikosa cha kusema. Nisingeweza kumshirikisha Mukanana maumivu yangu. Shingo yangu ilielemewa na uzito wa kichwa changu. Moyo wangu ulitaka kurukia nje ya kifua changu. Nilimuaga Mukanana na kukimbia.

Akapaza sauti, "Vipi kuhusu dada zako? Nao wangali hai?"

Sikumjibu.

Nilimkuta Shema amesimama nje ya geti la nyumbani kwetu.

"Unatoka wapi na giza lote hili?"

"Kwa Devota."

"Eh, kwa nini hunisalimii?"

"Shema, tafadhali. Nimechoka. Nataka kulala."

"Kwa nini wanifanyia hivi? Nimefanya kosa gani?"

"Hapana, Shema, ondoa shaka. Hujafanya kosa lolote."

Nisingeweza kumshirikisha Shema sababu za huzuni yangu. Nisingehimili kutukanwa naye. Kadri nilivyomwomba aniache niende zangu, alinivutia kifuani kwake na kunikumbatia kwa nguvu.

"Ingawa sifahamu nini kimepelekea maumivu yako, ninataka tu ujue kwamba nipo nawe kwenye matatizo yako yote."

Maneno yake yalinifanya kutokwa machozi. Nilikilaza

kichwa changu kifuani kwake kwa takribani dakika ishirini. Nilipomaliza kuibwaga mizigo yangu mabegani kwake, nilikimbilia chumbani lakini nikiwa nimeyaona machozi machoni kwa Shema. Usiku ule, sikula chakula na ba'mkubwa Kamanzi. Nilimweleza ninaumwa kichwa. Alinibembeleza nimwambei sababu ya kulia kwangu lakini nilikataa.

Kulipokucha, niliungana na ba'mkubwa Kamanzi sebuleni.

"Sitokwenda Kenya. Sitaki kukikimbia kivuli changu mwenyewe. Mimi ni Karabo, binti wa Mtusi Kalisa na Mhutu Musanabera. Huo ni ukweli ambao kamwe sitoubadili."

"Binti yangu, sote sisi tupo kwa ajili yako kama familia."

3

Akimfanya Shema kama mtoto wa kuasili kuliko askari wake, ba'mkubwa Kamanzi alimlipia ada *Rwamagana High School*. Tayari ba'mkubwa alishatimiza miaka arobaini na sita. Nilikuwa na mashaka endapo kichwani mwake anafikiria suala la kuoa. Alikuwa na marafiki wa kike wengi, lakini hakuwa na mpenzi. Aliutumia muda wake mwingi kwenye kazi kuliko mambo mengine ya kimaisha. Ama pengine, hakutaka mie kuyafahamu mambo mengi yahusuyo maisha yake binafsi.

Ilipotimu tarehe 7 Aprili 1998, ba'mkubwa Kamanzi aliandaa kumbukumbu ya wapendwa wetu ambao maisha yao yalifanywa majivu wakati wa mauaji ya kimbari dhidi ya Watusi. Siku hiyo niliumwa sana kichwa. Kifua changu kilikaribia kupasuka. Mgongo wangu uliniuma utadhani nimewekewa mawe mazito. Nilijiwa na majinamizi tena ya wakati wanamgambo wa Kihutu walipoivamia nyumba yetu, wakiliita jina la baba yangu kwa nguvu. Watu waliponiomba niwasimulie kilichojiri siku hiyo, nilisema, "Nakumbuka siku waliyotuua—" Na mtu mmoja akanikumbusha kuwa ningali hai. Ukweli ulikuwa kwamba tangu siku ile ya Aprili 7, 1994, nilikwishatia saini ya kifo. Baba yangu na dada zangu walizikwa na wanamgambo wa Kihutu kwenye kaburi la watu wengi, kukiwa na takribani wahanga wengine mia mbili wa mauaji ya kimbari. Ilituwia vigumu kuifukua miili yao kwa ajili ya maziko ya heshima.

Kama ba'mkubwa Kamanzi alivyokuwa amepanga, baada ya misa ya wafu Kanisa Kuu la Mtakatifu Maiko, tulielekea Biryogo kuweka mashata ya maua waridi meupe kwenye ardhi iliyowatunza wapendwa wetu. Hotuba zilipangwa kufanyika jioni kwenye tukio la kumbukumbu nyumbani kwa ba'mkubwa Kamanzi huko Kiyovu.

Ulipowadia wasaa wa hotuba, ba'mkubwa Kamanzi alishika Jukwaa. Alisimulia kuhusu familia upande wa baba. Baba yangu alipata kunisimulia kabla ya kifo chake. Huku sauti yake ikikwama, ba'mkubwa alisimulia siku babu yangu aliyouawa mwaka 1963 na namna familia ilivyolazimika kukimbilia Uganda. Ni watu wawili pekee, baba yangu na baba yangu mkubwa Rutayisire, ndiyo walioamua kubakia Rwanda. Ilipofikia mwaka 1973, vurugu zilitokea Chuo Kikuu cha Rwanda, zikamfanya ba'mkubwa Rutayisire kuondoka nchini. Ba'mkubwa Kamanzi alitulia kwa muda mfupi kana kwamba anataka kuyahesabu maneno yake, kabla hajaendelea, "Moyo wa Kalisa ulikuwa wa kipekee kiasi kwamba hakuweza kukubali kuwa wapo watu wengine waliojawa chuki. Tazama sasa kitu kilichomtokea..." Akaninyooshea kidole. "Mtazameni binti yake—mama yake yupo wapi?"

Nilikimbilia chumbani kwangu. Ilikuwa kana kwamba kila kitu kilimhusu baba yangu siku hiyo. Hakuna aliyeelewa kwamba mazungumzo yalihusu familia yangu mwenyewe. Nikakumbuka simulizi kuhusu Rukundo niliyosimuliwa na baba. Alikuwa miongoni mwa watumishi wa babu yangu, na baada ya kifo cha babu yangu, Rukundo ambaye ni

Mhutu aliisaidia familia ya baba yangu kukimbilia Uganda. Hakuwahi kurejea Rwanda. Aliishi na wakimbizi wa Kitusi kwenye kambi ya Nakivale nchini Uganda, huku watoto wake wawili, Muhizi na Mugisha wakijiunga na Jeshi la Ukombozi. Kwa nini sasa ba'mkubwa Kamanzi afikirie kuwa Wahutu wote ni watu waovu? Vipi kuhusu familia ya Rukindo? Nilitamani nirudi sebuleni nimkumbushe ba'mkubwa Kamanzi juu ya Rukindo na nimwambie hakuwa sahihi kuhusu mama yangu. Lakini nisingeweza kumwambia hivyo ba'mkubwa.

Ilipotimu jioni, hali ya kawaida ilirejea. Giza lilipoingia, tayari wageni na ndugu waliondoka. Lakini mwanamke mmoja hakuonesha dalili ya kuondoka. Alikuwa Jane Birungi, mmoja wa marafiki wa kike wa kipekee wa ba'mkubwa Kamanzi. Njema, kwenye vivuli vya mbalamwezi, nilikuwa na Shema. Tulikuwa na namna zetu za kipekee za kufutana machozi mashavuni kwetu. Nilihofia ba'mkubwa Kamanzi anaweza kutoka na kuzikuta ndimi zetu zimegandana na miili imeng'ang'aniana. Pengine naye alikuwa akiupa joto mwili wake akiwa na mfariji wake. Ilipotimu saa tano usiku, nilimuaga Shema na kwenda kulala.

Niliamka asubuhi nikiwa na njaa. Lakini nililazimika kumsubiri ba'mkubwa Kamanzi ili tupate stafutahi pamoja kama kawaida yetu. Bibi yangu na wanafamilia wengine walikwenda Nyanza kwa ajili ya kuweka mashada ya maua kwenye eneo lililowahifadhi ndugu zetu wengi waliouawa wakati wa mauaji ya kimbari dhidi ya Watusi. Ba'mkubwa Kamanzi alitoa udhuru kutohudhuria. Ilipotimu saa 3:30 asubuhi, nilisahau habari ya kumsubiri ba'mkubwa, nikajimiminia chai ya Rwanda kwenye kikombe changu kidogo cheupe. Ba'mkubwa Kamanzi na Birungi wakatoka chumbani. Birungi alivalia gauni la kulalia jepesi huku akijifunga kanga. Walinisalimia wote kwa pamoja kwa tabasamu zenye nishai. Niliyaficha macho yangu. Ule uso makini wa ba'mkubwa ulipotea.

"Mpendwa Karabo, tafadhali we' endelea," ba'mkubwa alisema. "Tutaungana nawe baadaye."

"Oh, sawa."

Walikwenda kuoga pamoja. Hali ilijaa mahaba. Birungi na ba'mkubwa Kamanzi walishinda pamoja kutwa nzima utadhani ndege wakicheza. Aliondoka jioni.

Nilikaa siku mbili nikitarajia ba'mkubwa Kamanzi atanifafanulia kitu. Lakini mimi nilikuwa nani hata nitake maelezo? *Kwani mimi nimemwambia kuhusu mahusiano yangu ya kimapenzi na Shema?* Nilijikumbusha.

Jumamosi jioni, ba'mkubwa Kamanzi aliniita sebuleni kwa ajili ya mazungumzo.

"Karabo, ninatarajia kuoa hivi karibuni. Unamfahamu. Birungi. Alikuwapo hapa siku chache zilizopita."

"Oh, jamani, nimefurahi sana. Nimeisubiri kwa shauku siku ya wewe kuoa."

"Siku si nyingi utakuwa na mama mwingine. Hukupenda kuwa mwanamke peke yako kwenye nyumba hii. Si ndiyo?"

Ba'mkubwa alikuwa sahihi. Suala ya Shema kwenda masomoni Rwamagana liliufanya upweke wangu kuumiza zaidi. Birungi alikuwa mrembo, mrefu, mwenye bashasha lililokolezwa na mwanya kwenye meno yake.

Harusi ilisherehekewa mwezi Agosti 1998. Iliwakusanya ndugu zetu wote. Wanawake walivaa *imishinana* zenye kuvutia hasa na wanaume wakivalia suti za Kizungu, isipokuwa kwa wazee wachache kutoka Nyanza ambao walivalia *imikenyero* nyeusi na nyeupe, hawakutaka kuuacha utamaduni wa Kinyarwanda. Nilivaa gauni refu la rangi ya waridi, huku nywele zangu zikifungwa nyuma. Harusi ya kidini ilifanywa Kanisa Kuu la Mtakatifu Maiko. Maharusi walitembea kwenye korido refu lililoundwa na wanajeshi waliozinyanyua singe zao juu ya ba'mkubwa Kamanzi na Birungi, wakifanya ishara ya ulinzi kwao. Wapambe maalumu walizifuatisha hatua zao wakitembea. Tabasamu mwanana usoni kwa ba'mkubwa liliuthibitishia moyo wangu kuwa hiyo ilikuwa siku kubwa zaidi maishani mwake.

Asubuhi iliyofuatia, ba'mkubwa Kamanzi na ma'mkubwa Birungi waliondoka kuelekea Ruhengeri kwa ajili ya fungate. Nilibakia Kigali pasipo hofu. Shema alikuwa likizo; labda tuweze kuendelea na mchezo wetu wa mapenzi.

Siku moja, wakati tukiwaongelea ba'mkubwa Kamanzi na ma'mkubwa Birungi, Shema aliniambia kitu kilichoniongezea mashaka kichwani mwangu juu ya ustawi wa uhusiano wetu wa kimapenzi.

"Hivi umeuona uzuri wa kipekee wa Birungi? Uzuri wake unawakilisha upekee wa mwanamke wa Kitusi. Unaonekana katika ile hali ambayo huwa tunawaelezea ukoo wa Abahindiro. Kila wakati nikiutazama uso wake, najaribu kuuwaza uzuri wa mama yako."

Moyo wangu ulidunda, lakini nililazimika kuzuia pumzi zangu nikiwa na hofu Shema atang'amua kuwa maneno yake yameibua wahaka ndani yangu. Mama yangu alikuwa na mwonekano mzuri, lakini hakufanana na Birungi wala mimi. Birungi alikuwa na ngozi nyeusi, ya mama yangu haikuwa hivyo. Zaidi, mama yangu alikuwa Mhutu, na watu husema wanawake wa Kihutu hawavutii sana.

"Kwa nini unadhani Birungi anafanana na mama? Mama yangu hakuwa mweusi."

"Kitu ninachokijua alikuwa na uzuri wa kupendeza. Ninaweza tu kuotea upendo wako unatoka wapi. Lakini nasema nini? Hayupo tena duniani humu. Wahutu washenzi walimwua."

Nikiwa nimechachawa, nilitazama chini nikijifanya kuondoa uchafu kwenye kucha, kitete kiliivunjavunja mifupa ya kifua changu.

"Mmmh?"

"Karabo, ninawachukia Wahutu kwa moyo wangu wote. Sitowasamehe kamwe pamoja na nyimbo za muafaka zinazorudiwarudiwa na serikali. Siwezi hata kushikana mkono na Mhutu wala yeyote mwenye kuhusiana nao kwa namna yoyote."

"Hata ndugu zao?" Ulimi uliniteleza kwa bahati mbaya.

"Ndiyo, hata wanauhusiana na Wahutu hata kizazi cha nane. Wote wana roho mbaya."

"Shema, tunaweza kuahirisha mazungumzo haya juu ya Wahutu hadi siku nyingine? Tafadhali."

"Karabo, nisamehe tafadhali. Mwili wangu wote husambaratika kila wakati neno Hutu lilikatisha kichwani mwangu.

Aliyauma meno yake na kukipiga kifua chake kwa nguvu.

"Niwie radhi, wacha niende," nilisema. "Naenda kukuletea kitu. Nitarudi si punde."

Nilikimbilia chumbani kwangu, nikaufunga mlango, na kujilaza kitandani nikiukumbatia mto wangu mwekundu. Nisingeweza kukubaliana zaidi na Shema. Wahutu wenye msimamo mkali walifanya yasiyoelezeka kwa familia zetu. Niliuchukia ukweli kuwa baba yangu alimwoa Mhutu. *Kwa nini aliichanganya damu yetu ya Kitusi na ile ya Wahutu?* Nilitafakari. Kwa ujasiri wa kutoka wapi ningepata nguvu ya kumweleza Shema kuwa ingawa tunayo misalaba ya pamoja ya mauaji ya kimbari, ninaye mama wa Kihutu, ambaye kuna uwezekano angali hai?

Siku ya Ijumaa ambayo ba'mkubwa Kamanzi na mkewe Birungi walitarajiwa kurejea nyumbani kutoka kwenye fungate yao, mpagazi aliniita jina. Nilikuwa na mgeni. Sugira, mwanafunzi mwenzangu, alikuja kama alivyokuwa ameahidi. Alionekana kuwa na wasiwasi na haya. Nilimsabahi na kumkaribisha kinywaji baridi. Mazungumzo yangu na Sugira yalijikita kwenye maisha ya shule na kuwahusu wanafunzi wenzetu darasani. Daima alikuwa na kitabu mkononi mwake na angeweza kunisimulia alichokuwa akikisoma, yaweza kuwa simulizi za Vita Kuu ya Kwanza ya Dunia, falsafa za Jean-Paul Sartre, ama historia ya Rwanda kwa mujibu wa Alex Kagame. Nikiwa kwenye mazungumzo na Sugira, Shema aliingia sebuleni. Alichezesha nyusi zake kana kwamba anataka kumsalimia Sugira lakini hakusema neno. Akatoka kabla hata sijamtambulisha kwa mgeni. Nilipata ujumbe wa kisirani chake lakini nikajifanya kutouelewa mnuno wake. Sikutaka Sugira aelewe uwepo wake haukufurahiwa. Dakika chache baadaye, Sugira akaaga.

"Lini utanitembelea na mimi?" aliniuliza alipokuwa akielekea mlangoni.

"Sijui. Naweza kuja lini?"

Nilikuwa na shauku ya kwenda nyumbani kwa akina Sugira. Nilitaka kufahamu yeye ni mtu wa aina gani na pia familia iliyomlea.

"Unaweza kuja Jumapili, kama hutojali."

"Nitakuja Jumamosi ya juma lijalo."

"Safi sana. Hakuna tatizo."

Niliagana naye na kurudi ndani. Shema alikuwa akiningojea kwa uso mkali.

"Ni nani yule?"

"Anaitwa Sugira, ninasoma naye darasa moja. Ndiye yule jamaa mwenye akili sana niliwahi kukwambia. Huwa ananifundisha hisabati kila ninapokwama kung'ambua mafumbo na kanuni."

"Naelewa. Hisabati husomwa vizuri zaidi kwenye kochi sebuleni kwa baba yako mkubwa. Kweli? Karabo, una nini cha kufanya na Mhutu yule? Ama ni mpinzani wangu?"

"Unasema? Unanichukulia mimi kama laghai? Kama ukitaka kujua, kabila la Sugira haliubadili ukweli kuwa ninasoma naye darasa moja."

Nikiwa nimekerwa na maneno ya Shema, nilikwenda chumbani kwangu. Sikutaka kuanza naye majadiliano ya Wahutu na Watusi. Baada ya saa chache, alinikuta sebuleni nikinywa chai na kutazama runinga. Alinitaka radhi kwa alichokisema. Amani itawala tena.

Wiki nzima ikapita na Jumamosi ikawadia, siku ya kumtembelea Sugira. Nilimdanganya ba'mkubwa Kamanzi ninakwenda nyumbani kwa Devota. Asingeweza kuniruhusu kumtembelea mvulana ambaye haifahamu familia yake. Nilipanda basi la Kicukiro. Nyumbani kwa akina Sugira hakukuwa mbali kutoka sokoni. Nilipowasili, niligonga mlango. Mlinzi aliniuliza ninamtafuta nani. Nilimjibu ninataka kuonana na Sugira. Akaniambia nisubiri. Gari la baba yake Sugira, Mercedes-Benz liliegeshwa ndani humo. Baada ya dakika chache, Sugira alitoka, akaunisalimia mkononi, na kunikaribisha niingie ndani. Wazazi wake walikuwa wameketi sebuleni. Waliinuka.

"Karibu," alinikaribisha baba yake. "Tulikuwa na shauku ya kuoanana nawe. Sugira alitufahamisha alimtarajia mgeni maalumu leo."

Nikasogea mbele ili nimsalimie mama yake Sugira.

"Karibu nyumbani kwetu, Karabo," alisema. "Tumsifu Yesu."

"Milele amina," nilijibu, nikilitazama zulia la pundamilia lililoipendezesha sebule yao.

Akamgeukia Sugira na kumwambia anipe kinywaji. Sugira akanipa sharubati ya nanasi. Wazazi wake wakaendeleza maongezi nami. Waliniuliza hali ya wazazi wangu. Niliwaambia ninaishi na baba yangu mkubwa, na kwamba yu bukheri. Baada ya dakika chache, wazazi wa Sugira waliondoka sebuleni mmoja baada ya mwingine. Tukabaki peke yetu.

"Una wazazi wakarimu," nilisema.

"Ahsante," Sugira alinijibu. Hakutia neno jingine.

Tukapeana simulizi zetu za kawaida kuhusu shule na wenzetu darasani. Baada ya saa moja, nikawambia ninataka kurejea nyumbani kabla giza kuingiza.

"Ngoja niwaite mama na baba."

Baba yake Sugira akajitolea kunirudisha kwa gari nyumbani kwetu Kiyovu. Lakini, baada ya kuliwasha gari, akakumbuka kitu.

"Karabo, utajali kama tutakwenda kwanza uwanja wa ndege kabla sijakushusha nyumbani? Tunakwenda kumpokea baba mlezi wa Sugira, ambaye anarejea Rwanda baada ya miaka mingi ng'ambo."

Nilikubali, tukashika njia kwenda Uwanja wa Ndege wa Kimataifa wa Kigali. Tulimsubiri baba mlezi wa Sugira kwa dakika kumi na tano. Sikuyaamini macho yangu. Nilitafuta njia nitokomee, lakini miguu yangu haikujongea. Baba mlezi wa Sugira alikuwa kaka yake mama yangu, Gasana. Sikuwa hata nimekisia. Wakati Rwanda ikiwaka moto kutokana na mauaji ya kimbari dhidi ya Watusi, Gasana alikuwa masomoni nchini Urusi.

"Kamana, kabla sijakusalimia, niambie, ni wapi umemtoa binti yake Musanabera?" Gasana alisema.

"Musanabera gani?" baba yake Sugira aliuliza.

"Unamzungumzia nani? Sielewi."

"Musanabera, dada yangu, yule aliyeolewa na Kalisa.

Nilielezwa hakuna mtoto wake aliyebaki hai. Ninaota? Niambie tafadhali."

"Sielewi unachokisema. Huyu msichana ni rafiki yake Sugira. Wanasoma shule moja. Kusema ukweli kabisa, sikuwa nafahamu kuwa ni mpwa wako."

"Oh, Mungu wangu. Ni muujiza. Mungu amewakutanisha watoto wangu."

Alinilaki. Ingawa hakutokwa machozi, kulikuwa na mapigo ya huzuni kifuani kwake. Sikuwa naelewa kinachoendelea. Ilikuwa kama sinema hivi.

"Hutusalimii sisi?" mama yake Sugira alimwuliza mjomba Gasana. "Msalimie mwanao pia."

Akageuka kuisalimia familia ya Kamana. Nikamsabahi mkewe na watoto. Ulikuwa wakati ambao kichwa na moyo wangu vilinipa jumbe tofauti. Moyo wangu ulifurahi, lakini kichwa kilizongwa na yaliyopita, yaliyopo, na yajayo. Wakati uliopita ulininong'oneza masikioni mwangu nisimwamini mtu yeyoye kutoka upande wa mama yangu. Wakati uliopo ulinipa taswira ya macho ya binamu zangu na kusisimuliwa na kumbatio la mjomba wangu. Wakati ujao uliniogofya. Kamana aliniuliza endapo ningependa kurudi nyumbani kwao kwa mazungumzo ya dakika chache na mjomba Gasana. Nilimwambia hapana nikimwomba kunirudisha nyumbani. Niliahidi ningekwenda tena siku nyingine. Tukaingia garini na kushika njia ya Kiyovu. Mjomba Gasana aliniuliza ninapoishi, nikamwambia ninaishi na baba yangu mkubwa Kamanzi.

"Ah, ndiyo. Niliwahi kusikia kuna ndugu wa Kalisa waliokuwa wakiishi Uganda. Nitakuja kuwatembelea hivi karibuni.

Mjomba Gasana alionekana kuwa tofauti na kaka yake, Rwasibo, aliyeongoza mauaji ya kikatili dhidi ya Watusi kule Nyamirambo. Alionekana mtulivu. Nilitaka kumwuliza kama alikuwa na taarifa zozote kumhusu mama yangu, lakini nilijizuia kutokana na watu tuliokuwa nao. Tulipowasili nyumbani, aliniuliza kama angeweza kuingia ndani kumsalimia ba'mkubwa Kamanzi. Nilimwambia asingeweza kwa kuwa ba'mkubwa Kamanzi hakuwepo nyumbani. *Nilidanganya.* Sikufahamu ba'mkubwa Kamanzi angeuchukuliaje ujio wake. Baada ya Kamana kulisimamisha gari lake, tulibaki tumeketi kwa dakika chache.

"Baba yako Kalisa alikuwa mtu mwungwana," mjomba Gasana alisema. Alikuwa mwema kwa kila mmoja pasipo ubaguzi wowote. Kifo chake kilinisikitisha sana."

Sikutia neno. Nilikuwa na maswali lukuki ya kumwuliza, lakini haukuwa wakati muafaka.

"Lini utatutembelea?" niliuliza.

"Labda wiki ijayo. Nimekwishaiona nyumba."

Nilimuaga kila mtu na kushuka garini.

Niliwakuta ba'mkubwa Kamanzi na mkewe Birungi sebuleni.

"Unatoka wapi muda huu? Umeanza tabia gani?"

"Samahani. Mtoto wa Devota anaumwa." *Uongo mwingine.*

"Wewe ni muuguzi wake mpya sasa?" ba'mkubwa Kamanzi aliuliza.

Aliniambia hakubaliani na tabia yangu ya kurudi nyumbani kwa kuchelewa. Macho ya Birungi yaliafikiana na mumewe. Nilipogeuka, nilimwona Shema. Aliyasikia maongezi yangu na ba'mkubwa Kamanzi. Badala ya kwenda chumbani kwangu, nilitoka nje niongee naye. Ingawa sikutaka kumpa maelezo ya siku yangu ilivyokuwa, nilitaka kuwa na mtu pekee mwenye kujua namna ya kuirejesha amani moyoni mwangu.

"Unakuja kunidanganya mimi pia?" Shema aliuliza.

"Nisikilize tafadhali..."

"Rudi ndani. Lazima utakuwa umechoka baada ya kushinda kutwa nzima na mpenzi wako wa Kihutu, aitwaye Sugira."

Shema alinigeuzia mgongo na kuondoka. Mmoja wa watumishi wa nyumba alitung'aza. Nilikwenda haraka chumbani kwangu, nikaubana mto wangu mwekundu na kuvuta pumzi kwa nguvu kutokana na uchovu wa roho yangu. Moyo wangu ulielemewa na uzito wa kila kitu nilichokiona na kukisikia. Nilikuwa na maswali yaliyokosa majibu. Nilijiuliza endapo mjomba Gasana alikuwa na taarifa zozote kuhusiana na mama yangu. Nilijiuliza ningewezaje kuwa karibu na ndugu upande wa baba, ba'mkubwa Kamanzi, na yule wa upande wa mama, mjomba Gasana. Nilijiuliza endapo ba'mkubwa Kamanzi angetambua kuwa ingawa wanafamilia upande wa mama yangu walikuwa Wahutu, walikuwa ndugu zangu pia. Kichwa changu kiligoma kufikiria kitakachojiri baada ya Shema kufahamu ninao mahusiano ya kifamilia na Wahutu. Maswali yote haya yalicheza *sakanyosa* kichwani mwangu, huku ubongo wangu ukienda nayo sambamba.

Siku iliyofuatia ilinuka kisirani. Uso wa Shema ulikuwa na ndita. Alikuwa na wivu juu ya Sugira. Ilipotimu saa nane mchana, nikaamua nianzishe mazungumzo ya muafaka. Nilikwenda kwenye chumba chake, kilichokuwa nyumba nyingine. Hakuwemo. *Labda hatonifukuza akinikuta ndani,* niliwaza. *Labda anaweza kuketi chini na kuzungumza.* Haikuchukua muda kabla hajaingia.

"Karabo, unafanya nini humu? Tafadhali ondoka chumbani kwangu."

Nilikuwa mtulivu. Nikainyanyua miguu yangu, nikajilaza kitandani, nikajifunika mashuka yake ya bluu, ambayo ilinisisimua. Nilikuja kwa ajili ya amani, na siyo malumbano.

"Sitokwenda popote hadi utakapoketi chini na kunisikiliza ninachotaka kukwambia."

"Sawa, baki hapo kama ndicho unachokitaka," alisema, akielekea mlangoni.

Niliruka, nikampora ufunguo, na kuufunga mlango.

"Tafadhali Shema, nisamehe. Acha kuumiza moyo wangu. Siwezi kuishi sekunde nyingine pasipo kuongea nawe. Unajua kiasi gani ninakupenda—"

"Unanipenda? Au hujui mapenzi ni nini? Utamwambia nini yule jamaa mwingine? Unampenda kiasi gani?"

"Shema, na...nakupenda....na—"

Sonona ilinikwama kooni. Kabla hata sijaimalizia sentensi yangu, Shema alinivuta kwa nguvu hadi kifuani kwake na kuuweka mdomo wake mdomoni mwangu, huku mikono yake ikijaribu kufungua vifungo vya shati langu.

"Shema, acha. Unafanya nini?"

Alikuwa kimya. Mikono yake ilisita. Hakuonekana kama Shema niliyemjua. Hali haikuwa na mahaba kama tulivyozoea. Alijawa na hasira. Alifungua vifungo vyote vya shati langu na kulitupia sakafuni. Akaitoa tupu yake kwenye kaptula yake. Haikuwa vile nilivyofikiria kuhusu siku ya kwanza kufanya mapenzi. Nilijaribu kumkatalia, lakini mikono yangu haikuwa imara kama yake. Sikutaka kupiga kelele kwa kuhofia kuvuta nadhari ya watu wengine waliokuwepo nyumbani.

"Usihofu," nilisema. "Utakipata unachokitaka. Wacha nikusaidie kukuvua kaptula yako."

Niliinama kidogo na kuishusha kaptula yake hadi usawa wa magoti. Nikavuta korodani zake. Akarudi nyuma kunielekeza namna ya kuzitomasa kende zake. Nikalikwapua shati langu sakafuni na kukimbilia mlangoni.

Nikamvaa Birungi nje karibu na mlango huku nikivifunga vifungo vya shati langu.

"Unatoka wapi Karabo?" aliuliza. "Ulikuwa unafanya nini kwenye nyumba ya wanaume?"

Nilikimbilia chumbani kwangu na kuufunga mlango. Nilijisikia aibu. Badala ya kuupata muafaka na Shema, nilimwumiza zaidi.

Nilipotoka chumbani kwangu asubuhi iliyofuatia, tayari ba'mkubwa Kamanzi alikuwa keshaondoka. Mimi na Birungi tulikwepana kutwa nzima. Lakini jambo moja lilinitatiza: sikuisikia harufu ya Shema ndani ya nyumba. Pengine ningeomba mlinzi mwingine, lakini nilishikwa haya kwa kilichotokea jana yake.

Jioni, ba'mkubwa Kamanzi aliporejea kutoka kazini aliniita.

"Wewe ni malaya?" aliniuliza, akiushika mkono wangu. "Huna haya? Ni nani kwako mwanaharamu yule?"

Maneno yake yaliichoma mifupa ya kifua changu utadhani ni singe yenye ncha kali. Birungi alimweleza nilifanya mapenzi na Shema. Pia, alimwambia haikuwa mara yetu ya kwanza. Mfanyakazi wa ndani alithibitisha nilikuwa mpenzi wa Shema kwa muda mrefu. Kitu chenye ncha kali kiliuchoma moyo wangu pale ba'mkubwa Kamanzi aliponiambia amemfukuza Shema nyumbani kwake.

"Shema hana hatia, ba'mkubwa," niliongea kwa nguvu. "Hakufanya lolote."

"Nyamaza," ba'mkubwa alinifokea. "Hata wewe una upekee. Usipobadili tabia yako, utafuata kuondoka nyumba hii. Siwezi kuishi nyumba moja na malaya."

Nilikimbilia chumbani kwangu. Ninaweza kuwa nilionesha tabia mbaya, lakini sikuwa malaya. Malaya huuza mwili wake kwa wanaume tofauti. Nilikuwa mapenzini na Shema. Sikujiuza kwake. Nikajutia kwa kutokubali kufanya naye. Birungi asingenikamata nikifunga vifungo vya shati langu. Kumbukumbu za nyakati tuliyozitumia pamoja, na kwamba ulikuwa mwisho wa simulizi ya mapenzi yetu, vilinifanya nihisi kana kwamba dunia yote imenipa mgongo. Hakuna mwanaume atakayekuja kuuona utupu wangu.

——➤

Jumapili iliyofuatia, majira ya saa nane mchana, mwanajeshi ailiingia ndani kumwambia ba'mkubwa Kamanzi kuna wageni wawili waliojitambulisha kama Kamana na Gasana.

"Siwafahamu." Mwanajeshi akageuka akawaambie hawajakaribishwa. Ba'mkubwa alimzuia na kumwambia, "Sawa. Waruhusu kuingia."

Mjomba Gasana aliitimiza ahadi yake, lakini niliogopa. Sikuwa nafahamu ba'mkubwa Kamanzi angefanyaje baada ya kutambua ni kaka yake mama yangu wa Kihutu.

"Samahani, tumewahi kutana kabla?" ba'mkubwa Kamanzi aliuliza, baada ya kuwakaribisha wanaume wawili.

"Sidhani hivyo. Jina langu ni Gasana. Rafiki yangu anaitwa Kamana. Mimi ni shemeji yake Kalisa, kaka yako."

"Sawa. Sijawahi kukutana na shemejize Kalisa. Nani aliyekuelekeza nyumbani kwangu?"

"Nilikuwa masomoni Ulaya. Sikuwepo Rwanda wakati wa vita. Nimerejea wiki moja iliyopita. Kwa mshangao, rafiki yangu Kamana alinipokea uwanja wa ndege akiwa na bintiye Kalisa."

"Unasema? Unamaanisha Karabo alikuja uwanja wa ndege kukupokea?"

"Hakuwa anafahamu tunakwenda kumpokea nani," Kamana alijibu.

Mjomba Gasana akamsimulia ba'mkubwa Kamanzi

namna tulivyokutana Uwanja wa Ndege wa Kimataifa wa Kigali. Baada ya dakika chache, ba'mkubwa Kamanzi aliniita niwasalimie wageni.

"Unawafahamu hawa watu?"

"Ndiyo."

"Ni akina nani?"

Nilimwambia ni akina nani na tulikutanaje. Akaniambia niwaandalie vinywaji. Nikawapa wageni bia, huku ba'mkubwa Kamanzi akitaka maji badala yake. Nilihisi hakuwa tayari kushiriki bia na wageni.

"Unazo taarifa za dada yako?" ba'mkubwa Kamanzi aliuliza.

"Hapana, niliambiwa alikwenda Kongo na kaka yangu mkubwa."

Maneno ya mjomba Gasana yaliingia masikioni mwangu. Hakuwa na taarifa za mama yangu. Maongezi yao yaliendelea. Yakawa kuhusu mvua na msimu.

"Nilifurahi sana kukutana na binti yake Kalisa," mjomba Gasana alisema. "Nilikuwa nimeambiwa hakuna mtoto wake aliyepona."

"Kamwe hakuna mtu anayeweza kuifyeka jamii nzima," ba'mkubwa Kamanzi alisema. "Wale waliowaua Watusi walisema Rwanda ni mali yao wao peke yao, lakini walishindwa. Mtazame Karabo, binti yao; walimwua baba yake na dada zake."

Mjomba Gasana alibaki kimya. Alikuwa mmojawao *hao* ambao ba'mkubwa Kamanzi aliwazungumzia. Aliniita mimi *binti yao*. Ingawa nilikuwa Mtusi kupitia baba yangu, kwa ba'mkubwa Kamanzi nilikuwa pia mjukuu wa Wahutu.

"Njoo hapa, Karabo. Umethubu vipi kuwaalika ndugu zako wa Kihutu nyumbani kwangu?"

"Ba'mkubwa…"

Nilitikiswa na swali lile. Kwa nini sasa aliwakaribisha ndani kama hakuwataka?

"Nisikilize na nisikilize vizuri," aliongeza. "Ndugu zako wa Kihutu hawakaribishwi nyumbani kwangu. Siku nyingine wakirudi humu, hakikisha unabeba vitu vyako na kwenda ukaishi nao."

Nilikimbilia chumbani, na kama kawaida, nikaukumbatia mto wangu mwekundu nikiulowesha kwa machozi. Ba'mkubwa Kamanzi aliwachukia Wahutu, lakini kimsingi hakuwa na haki ya kusema kwamba ndugu zangu wa Kihutu hawakaribishwi nyumbani kwake. Alishanitahadharisha angenifukuza kama alivyomfukuza Shema.

4

Nilimaliza masomo ya sekondari ya juu na kufanya mtihani wa taifa kabla ya kwenda likizo ndefu. Siku moja, mwezi Januari 2000, ba'mkubwa Kamanzi alirejea nyumbani akiwa na tabasamu la meno-arobaini.

"Karabo, nina habari nzuri sana kwa ajili yako," alisema.

"Eh, ni zipi hizo?" niliuliza.

"Serikali imekuchagua ukasome Chuo Kikuu cha Jiji la Kigali. Utasoma sayansi ya siasa. Njoo hapa, njoo unikumbatie."

Niliruka kwa furaha na kupiga kelele, nikiangukia kifuani kwake. Nilimfanya baba yangu mkubwa ajivunie juu yangu, na nilikuwa mbioni kwenda kusomea taaluma niliyoichagua. Nilimwomba ruhusa ba'mkubwa Kamanzi niendea kumpasha hizi habari njema Devota kesho yake.

"Nimekuruhusu," alisema. "Lakini kwa wakati huu, tafadhali, kavae gauni lako zuri zaidi. Ninataka nikupeleke mahali."

Nilikwenda chumbani kwangu, furaha ikiutawala moyo wangu. Nilivaa gauni refu jeusi ambalo ba'mkubwa Kamanzi alininunulia Kampala. Nilipotoka, ulimbwende wa

Birungi ndani ya gauni lake refu la bluu uliyachapa macho yangu. Tukiwa ndani ya gari maridadi, tuliekea kwenye mgahawa wa Africa Luna. Tuliketi pembezoni mwa bwawa la kuogelea, kulikopambwa na michikichi yenye majani ya kuvutia. Nilichagua chakula cha Kitaliano, huku *lasagna* ikiwa mlo wangu mkuu. Birungi, aliyeonekana Kiafrika kuishinda Afrika yenyewe, aliagiza ndizi zilizopikwa kwa mvuke zikiambatana na kuku na mboga majani. Ba'mkubwa Kamanzi aliagiza mlo sawa na mkewe; hakuwa na muda wa kuipitia orodha ya vyakula. Jambo alilolizingatia zaidi lilikuwa kunipa mimi mafunzo fulani ya maisha.

"Binti yangu, sasa u tayari mtu mzima. Wapaswa kuifahamu vema hii dunia. Unapaswa kujikinga na watu waovu na kujenga urafiki na watu waungwana. Unatakiwa ujitenge na wavulana ambao hawana lengo jingine zaidi ya kukuvurugia malengo ya maisha yako. Unapaswa kuyazingatia masomo yako. Unanielewa?"

"Ndiyo."

Nilifurahia kitendo cha ba'mkubwa Kamanzi kuamua kuutumia muda wake kunieleza mambo ya msingi kuhusu maisha. Baada ya chajio, kabla ya kuondoka mgahawani, Birungi aliingiza mkono wake kwenye mkoba na kutoa kitu alichomkabidhi ba'mkubwa Kamanzi.

"Binti yangu, tafadhali pokea zawadi hii kutoka kwetu."

Ilikuwa rununu ikiwa na waya kama wa zile simu za redio za askari wanaomsindikiza ba'mkubwa. Niliwakumbatia ba'mkubwa Kamanzi na mkewe kwa nguvu. Tukaondoka mgahawani na kurejea nyumbani.

Tulipowasili nyumbani, nilikwenda chumbani kwangu nikajitupa kitandani nilale mithili ya mtoto mdogo.

Kulipokucha, baada ya kupata amshakinywa na ba'mkubwa Kamanzi na Birungi, nilikwenda Gikondo kwa

Devota. Niliugonga mlango, lakini hakuna mtu aliyejibu. Hapakuwapo mtu nyumbani. Kwa mashaka, niliamua kwenda kuwauliza majirani.

"Huna taarifa kuwa Devota anaumwa?" mmoja wa majirani zake Devota aliuliza.

"Hapana. Tangu lini? Yupo wapi?"

"Amelazwa Hospitali Kuu ya Kigali kwa wiki mbili sasa. Unafahamu kuwa kaka yake Muhire yupo gerezani?"

"Kwa vipi? Kwa nini amefungwa?" niliuliza.

"Alimshambulia mtu. Lazima itakuwa kwa sababu ya madawa anayoyatumia."

"Na Mbabazi, binti yake Devota? Yupo wapi?"

"Mbabazi anaishi na Kabibi, jirani yetu."

Mbabazi aliishi na watu baki. Sikuweza kuikadiria sonona ya Devota, akiwa mpweke hospitalini, huku kaka yake wa pekee akiwa jela. Kumbukumbu zangu zinanichezea filamu ya madhila yote ambayo Devota ameyapitia. Endapo wanamgambo wa Kihutu wasingeiua familia yake, Devota asingekuwa peke yake hospitalini bila ya mtu wa kumtunza. Muhire, kaka yake Devota alikuwa mtu mzuri kabla ya kujikita kwenye matumizi ya dawa za kulevya. Alipenda kusema dawa zilimsaidia kuyahimili maisha pamoja na machungu yake. *Ni dhambi gani waliyoifanya wahanga wa mauaji ya kimbari?* Nilishangaa. *Dunia haiwaokoi watu wake.*

Nilipanda basi kuelekea katikati ya jiji. Nilipofika hospitalini, moyo ulitaka kunitoka. Ni ugonjwa gani anaouugua Devota kiasi cha kumtafuna ndani ya wiki mbili tu? Alionekana kama amelala kitandani hapo kwa mwaka mzima. Huku ulimi wake ukimkwama mdomoni, alichezesha mdomo kuongea nami.

"Karabo, nipo mbioni kukuacha. Tafadhali jitunze. Sasa u mtu mzima."

44

"Unasemaje Devota? Huendi mahali popote. Madaktari wanafanya kila wanaloliweza ili upate afua."

"Mpenzi wangu, hawana la kufanya zaidi. Ugonjwa wangu hautibiki."

Akaugeukia upande mwingine wa kitanda kuuficha uso wake.

"Ugonjwa usiotibika?" niliuliza.

"Hapana, ninaumwa tu kifua kikuu," alisema, machozi yakimlenga machoni.

Kuna kitu Devota alikuwa akinificha.

"Unaweza kunisaidia jambo?" aliuliza. "Nenda kituo cha watoto yatima cha watawa wa Kikatoliki Nyamirambo ukawaombe kama wanaweza kumchukua Mbabazi."

"Kwa nini wamchukue Mbabazi? Kufanya nini? Unataka alelewe na kituo cha watoto yatima?"

"Mbabazi ni msichana mwenye mkosi," Devota alisema. "Sikuwa na uwezo wa kumpa mapenzi yangu yote alipokuwa mtoto. Na sasa anaweza kutabasamu na kuniita mimi mama, nipo mbioni kumuacha peke yake duniani humu. Unanielewa?"

Nilimbusu kabla sijatoka nje.

Nyumbani, kama kawaida, nilikwenda chumbani kwangu, nikaubana kifuani mto wangu mwekundu, na kulia kwa huzuni yangu yote.

Ilipotimu jioni, baada ya ba'mkubwa Kamanzi kurejea kutoka kazini, niliungana naye sebuleni kwa mazungumzo.

"Devota anaumwa. Amelazwa Hospitali Kuu ya Kigali. Kaka yake Muhire yupo jela. Binti yake, Mbabazi anaishi na watu baki."

"Devota anaumwa nini?" ba'mkubwa aliuliza. "Muhire ametenda kosa gani?"

Nilimpa maelezo yote kadri nilivyoyasoma kwenye uso wa Devota.

"Nina hakika Wahutu walimwambukiza UKIMWI," ba'mkubwa Kamanzi alisema.

"Mmmh? Hapana. Hapana, usiseme hivyo. Devota hana UKIMWI. Mungu hawezi kuruhusu hilo kumtokea."

"Wacha tuamini hivyo. Usihofu, kila kitu kitakuwa sawa."

Devota aliniambia anaugua ugonjwa usiotibika. Niling'ata kucha zangu na kukubali kabla sijamwambia ba'mkubwa kuwa Devota ameniomba nimpeleke Mbabazi kituo cha watoto yatima cha watawa wa Kikatoliki Nyamirambo. Niliongeza kamwe nisingethubutu kufanya hivyo kwa mtoto wa Devota.

"Maisha yake yatakuwaje kama usipokubali kumpeleka kituo cha watoto yatima?" ba'mkubwa Kamanzi aliuliza.

"Devota hakunipeleka mimi kituo cha watoto yatima aliponikuta peke yangu humu duniani pasipo wazazi. Alinichukua nikaishi naye pamoja na ukweli kwamba hakuwa na nyumba. Sitompeleka mtoto wa Devota kituo cha watoto yatima."

"Kwa hiyo utafanya nini sasa?"

"Wewe unashauri nini? Nitashukuru kama ukimsaidia Mbabazi."

"Ki vipi?" aliuliza. "Usiniambie kwamba unashauri tumlete mwanaharamu wa Kihutu nyumbani kwangu?"

"Mwanaharamu wa Kihutu?" niliuliza. "Mbabazi ni mtoto wa Devota. Sitojali baba yake ni nani."

Niliinuka niende chumbani kwangu. Aliniita kwa ukali. Nilimtii. Alinikodolea macho kwa dakika kadhaa.

"Ondoka machoni mwangu. Toka."

Asubuhi ya siku iliyofuatia nilimwambia ningekwenda tena hospitalini. Hakunijibu. Nilikwenda chumbani kwangu na kuyaruhusu macho yangu yakifanye kile yakifanyacho kwa usahihi zaidi.

Baada ya majuma mawili, Devota aliruhusiwa kutoka hospitalini. Ba'mkubwa Kamanzi aliniruhusu kuambatana naye ili apone kikamilifu. Nilitamani kumwona akirejewa na nywele zake nyweusi zilizojaa na rangi ya ngozi yake ya kahawa ya kakao. Niliishi na Devota kwa takribani majuma matatu hadi Jumapili ikiwa ni siku moja kabla ya kuanza kwangu masomo chuo kikuu.

———

Siku yangu ya kwanza chuo kikuu, huku nikiwa nimechana nywele kwa mtindo wa *Afro*, nilitinga suruali nyeusi na kijishati cheupe. Tulipewa fomu kadhaa za kuzijaza. Tulikusanyika kwenye chumba kimoja kikubwa kwa ajili ya maelekezo ya kuyafahamu mazingira ya chuo. Kulikuwa na wanafunzi wapya wengi. Kuna wavulana walioingia ndani ya chumba hicho. Sura ya mmojawao niliifahamu. *Sugira tena? Kutoka shule ya msingi hadi chuo kikuu?* Nilijiuliza kwa mshangao. Ilikuwa ni kama vile mistakabali yetu ilichorwa kwa msambamba. Siku hiyo ilikuwa na mambo mengi kiasi kwamba hatukuweza kupata upenyo wa kusalimiana. Mazingira ya kampasi yalikuwa tulivu huku wanafunzi na wafanyakazi wakiingia na kutoka. Kila mtu na kila kitu vilikwenda kwa kasi. Sugira akapotelea kwenye kundi hilo. Baada ya kumsaka kwa muda mrefu, nilimwona kwa mbali na kumkimbilia.

"Oh, Sugira, imekuwa kitambo. U hali gani?"

"Sijambo. Nawe?"

Nilitulia kwa nukta kadhaa kabla sijamwuliza kama anazo taarifa zozote kuhusiana na mjomba wangu Gasana. Nilijiuliza kwa nini hakurudi kututembelea tena. Sugira alinijibu swali langu kwa kuongeza swali jingine.

"Na wewe? Kwa nini umsubiri yeye? Ulipaswa kufanya jitihada za kumtembelea."

"Ndiyo, ningefanya hivyo, lakini sipafahamu mahali anapoishi."

Sugira akanielekeza mahali ilipo nyumba ya mjomba Gasana. Nikaamua kwenda Kacyiru kumtembelea baada ya saa za shule.

Baada ya kituo cha mapadri Wadominika, nilikunja kushoto, nikahesabu mageti kumi, na kusimama kwenye mageti ya kijani. Nikagonga mlango na mlinzi akatoka. Nilijitambulisha, na kumwambia ninamhitaji nani. Aliniambia nisubiri. Nyumba yao ilikuwa kubwa na ya kisasa, ikiwa na bustani iliyopambwa vema kwa maua waridi na maua mengi yavutiayo. Si punde, mke wa mjomba Gasana alitoka na kunikaribisha. Macho yangu yaliizuru kila kona ya nyumba. Kushoto kwangu, kulikuwa na kabati la kioo lililojaa bilauri, mwonekano uliokaa mithili ya chemchemi ya maji halisi. Nilijaribu kuwaza namna vyumbani kulivyopambwa.

"Mjomba wako bado hajarejea kutoka ofisini," Bibi Gasana alisema.

"Kutoka ofisini?" niliuliza. "Tayari keshapata kazi? Hakutafuta muda mrefu."

"Hapana, hakutafuta. Hujui? Labda huwa hutazami runinga ya taifa. Ameteuliwa kuwa katibu mkuu wa Wizara ya Maji na Misitu."

Nilifurahi kufahamu kwamba mjomba wangu amepewa wadhifa wa juu katika serikali mpya. Sikuelewa watawala walimfahamu vema kiasi gani hata kumpa majukumu muhimu. Nikauambia moyo wangu, *Pengine ni mtu mzuri hasa na wa kutumainiwa.* Tukatazama runinga. Kulikuwa na maonesho ya Olimpiki, nikatekwa na umahiri wa wanariadha wa kike wa Kiasia. Dakika chache baadaye, tukasikia honi ya gari.

"Huyo sasa, ni mjomba wako." Bibi Gasana alisema.

Mjomba Gasana alikuwa amebadilika sana. Bila shaka alionekana kama afisa kwenye serikali ya Kiafrika.

"Oh Karabo, ni muda mrefu sana," mjomba Gasana alisema, akiifungua tai yake na kumpa mkewe mkoba. "Hujambo? Hivi baba yako mkubwa Kamanzi alikwambia jinsi alivyonifukuza nyumbani kwake?" Akanikumbatia.

"Tumsifu Yesu."

"Milele amina," nilimjibu. "Ba'mkubwa Kamanzi alifanyaje? Alikufukuza nyumbani kwake?"

"Nilikuja kukutembelea. Mlinzi akaniambia nijitambulishe. Akaniambia nisubiri mlangoni. Baada ya dakika tano, mwanajeshi mwingine akatoka na kuniambia maneno ambayo kamwe sitoyasahau.

"Alisemaje?" niliuliza.

"Aliniita mimi *Muginga* na akaniamuru nigeuze na kamwe nisije tia mguu wangu karibu na nyumba ya Kanali Kamanzi. Aliniambia endapo ningethubutu kurudi, nitatiwa ndani ya jeneza kuelekea makaburini."

"Ki vipi?"

"Binti yangu, yale maneno yalizipiga ngoma za masikio yangu na kunifanya nijihoji juu ya uamuzi wangu wa kurejea Rwanda."

Ba'mkubwa Kamanzi aliyatifua mambo. Pengine hakuwapenda ndugu upande wa mama yangu, pengine aliwachukia Wahutu, lakini kwa namna yoyote hawezi kumdharau mjomba wangu Gasana, ambaye wala hakuwepo Rwanda wakati wa mauaji ya kimbari dhidi ya Watusi.

"Tafadhali, msamehe ba'mkubwa Kamanzi," nilisema. "Yeye si mtu mbaya. Sijui amepatwa na nini."

Mke wa mjomba Gasana alisimama utadhani anataka kutoa maelezo mahakamani.

"Sikiliza mtoto, unaweza kujizungumzia wewe mwenyewe tu. Nchi yetu imevamiwa na watu waovu."

Mjomba Gasana alimkata jicho kama mwenye kumtaka anyamaze.

"Kwa bahati nzuri, wakati nikijaribu kutafakari alichonifanyia Kamanzi, nilipokea simu kunijulisha Baraza la Mawaziri limeniteua kuwa katibu mkuu wa Wizara ya Maji na Misitu. Sikuwahi kufikiri ningeifanyia kazi serikali hii. Pengine watu wote madarakani siyo wabaya hivyo."

"Kabisa. Ninafurahi hukuvunjwa moyo na tabia ya ba'mkubwa Kamanzi."

"Nimekuwa nikifanya kazi kwa mwezi sasa. Tunao wazalendo wa kweli. Lakini bila shaka, pia tunao Watusi wenye msimamo mkali kama baba yako mkubwa Kamanzi."

"Usipumbazwe kirahisi," mkewe aliingilia, akitoa kicheko dhaifu. "Lini Watusi wamewahi kumfanyia jambo zuri yeyote? Unachotakiwa ni kufanya tu kazi kama mtumishi wao mwaminifu wa Kihutu, lakini kamwe usinaswe mtegoni mwao."

Mjomba Gasana hakumchapa kofi mkewe kwa kuyasema maneno yake, yaliyojaa chuki dhidi ya Watusi. Alithubu vipi kukifungua kinywa chake kichafu kwa maneno yake, ilhali alifahamu mimi ni Mtusi? Badala ya kumkaripia, mjomba Gasana alimkata jicho la tahadhari.

"Tafadhali, usiseme hivyo," alisema.

Nilitaka nitwae chombo cha maua kutoka mezani na nimtandike nacho kichwani anayejiita mke wa mjomba Gasana. Sikuupata ustahimilivu kwa kubakia kimya.

"Inakera," nilisema. "Kwa hiyo, hadi sasa, ungali na chuki ile ile dhidi ya Watusi. Siamini."

"Hapana, Karabo," mjomba Gasana alisema. "Tafadhali

usichukulie vibaya. Alimaanisha kuna Watusi wachache. Ungali mdogo. Kuna ukweli juu ya historia yetu usiouelewa."

"Kitu gani nisichokitambua? Kwamba nimesahau familia yangu iliuawa kwa kuwa walikuwa Watusi? Kwamba sijui wauaji wa familia yangu waliimba nyimbo kuwa dunia ni mali ya Wahutu pekee? Kitu gani cha zaidi ninachohitaji kukijua?"

"Karabo, tafadhali, tuachane na maongezi haya. Labda unapaswa kufahamu Wahutu pia waliteswa na kuuawa na Watusi."

"Lini? Wapi? Na nani? Si kweli."

"Sitaki kulizungumzia hilo," mjomba Gasana alisema.

Ukweli kuwa hakutaka kuelezea alichokimaanisha ulinikasirisha zaidi. Niliamua kuondoka nyumbani kwako; vinginevyo, ningemtukana mjomba wangu ama kuwa chizi.

———

Nikiwa njiani, nilijiuliza juu ya ushetani ulioimiliki mioyo ya Wanyarwanda.

"Bibie, kwa nini hushuki kwenye gari?" kondakta wa basi alipaza sauti. "Tushafika mjini."

"Tushafika?" niliuliza. "Oh, wacha nishuke."

"Na malipo?"

"Oh, Samahani. Chukua, tafadhali."

Baada ya basi kuondoka, nikakumbuka nilimlipa zaidi ya nauli iliyotakiwa. Nilitazama kushoto na kulia utadhani sikuwa nafahamu pa kwenda. Katika mtanzuko huo, niliiona sura ninayoifahamu upande mwingine wa barabara.

"Shema, Shema, subiri," nililiita jina lake kwa sauti.

Aligeuka, akaunyanyua mkono wake kunisalimia, na kwenda zake. Alivalia suruali ya jinsi ya bluu ikiwa kuukuu na chafu kwamba haikuyajua maji kwa miezi kadhaa.

Macho yake yalikuwa mekundu kama mtu ambaye hakupata usingizi kwa miaka kumi, na nywele zake hazikuifahamu maana ya kitana. Nilipojaribu kuivuka barabarana, honi ya gari ilinizuia.

"Bibie, unakitafuta kifo?" dereva aliuliza, akininyooshea kidole kama anataka kunitia kofi.

Nilimkimbilia Shema na kuivuta fulana yake ya bluu.

"Unataka nini kutoka kwangu?" aliuliza.

"Tafadhali Shema, ninataka kuongea nawe. Unaishi wapi? Uliondokaje nyumbani kwa ba'mkubwa Kamanzi?"

"Ninaishi wapi? Mahali pale pale ambako mayatima wa kweli hushinda na kulala. Ninaishi mitaani. Huna sasa majibu ya maswali yako? Tafadhali, niache niende. Acha kuvuta fulana yangu kabla watu hawajasema nimekufanyia kitu kibaya."

Aliuvuta mkono wangu utadhani anakusudia kuunyofoa kutoka kwapani.

"Shema, ninakuomba. Nini kilitokea kwako? Usininyong'onyeshe zaidi ya unyonge nilio nao. U mtu wa pekee niliye naye duniani humu. Sijali kuhusu ba'mkubwa Kamanzi."

Watu wengi walituzunguka.

"Tafadhali, yafute hayo machozi," Shema alisema. "Hakuna mtu hapa mtaani anayejali."

Huku akiyauma meno yake, Shema alinishika mikono na kunikaribisha nipandishe naye ngazi hadi gorofa ya tatu ya jengo la Rukiriza. Tuliketi kwenye kibaraza mbele ya mgahawa.

"Karabo, yafute machozi yako na rudi nyumbani kwa baba yako mkubwa Kamanzi," alisema. "Sahau kuhusu mimi. Yalishakwisha baina yetu."

"Siwezi kukusahau. Tafadhali, usiniambie hivyo. Siwezi."

Shema alimeza mate kiasi, akalisugua paji la uso wake, na kutazama kushoto na kulia.

"Karabo, nilikupenda kuliko maelezo. Penzi lako lilivifunika vidonda vyote vya moyo wangu. Kila wakati ulipokilaza kichwa chako kifuani kwangu, nilisahau kuwa nipo peke yangu humu duniani pasipo wazazi, kaka, wala dada. Nilikusindikiza shuleni na kanisani. Haikuwa kwa sababu Kanali Kamanzi aliniagiza kufanya hivyo. Ilikuwa ni kwa sababu niliapa kulinda mwili na moyo wako. Karabo, mimi ni mwanaume. Haikuwa moyo wangu pekee ambao ulikupenda, bali mwili wangu wote. Mwili wangu ulikuwa na njaa na kiu juu yako. Nitazame sasa, tazama namna mapenzi yetu yalivyonitenda."

Alijizuia kutokwa machozi lakini hakuyazuia macho yake kuwa mekundu. Niliweka mkono wangu kwenye mkono wake. Kamwe sikuwahi kuyatilia mashaka mapenzi ya Shema kwangu. Nilifahamu tulichokifanya kilitokana na wivu. Moyo wangu, kifua changu, mdomo wangu, ubongo wangu, utu wangu wote, mwili wangu na roho yangu vilimpenda Shema. Endapo Shema angeniambia nikiache kila kitu nimfuate, ningeitwaa fursa hiyo bila kusita. Nilimpoteza Shema mara moja na sikutaka kumpoteza kwa mara ya pili.

"Shema, nisamehe tafadhali kwa kila kitu kilichokutokea."

"Karabo, nilikuhitaji. Mwili wangu ulikuwa na kiu juu yako. Ingawa hatukulala chumba kimoja, kwenye ndoto zangu kila usiku, ulikuwa nami. Niliupapasa mdomo wako na mwili wako, na nikatambua ilipofika asubuhi kuwa mwili wangu uliipata furaha ya kiwango cha juu. Ninajisikia fedheha sana kwa tabia yangu siku ile. Sikupaswa kukulazimisha kufanya jambo ambalo hatukuwa tayari nalo, lakini nilikuwa nikihofia jamaa mwingine angekupa kifua chake. Tafadhali, nisamehe."

"Nisamehe kwa kilichotokea."

"Karabo, inuka. Unapaswa kuondoka. Yamekwisha. Mimi siye Shema yule yule uliyempenda. Mimi sasa ni yatima kabisa. Mimi si mwanajeshi wala raia, bali askari niliyefukuzwa. Mimi si mwanafunzi wala mfanyakazi, bali kijana wa mtaani. Sina nyumba. Ninashinda nikizurura mitaa ya Kigali. Dunia ikigeuka, nageuka pia, bila kwenda nchi moja baada ya nyingine. Hapa ndipo ninapokutana na mizimu ya baba yangu, mama yangu, kaka zangu na dada zangu."

"Subiri kwanza, unasemaje? Umefukuzwa kutoka jeshini? Umeacha shule? Kwa nini?"

"Ndiyo, nilifukuzwa jeshini. Usiniulize kuhusu shule. Ulitegemea nini? Nilisaidiwa kifedha na Kanali Kamanzi. Ningeendelea vipi na masomo?"

"Oh, pole, kila kitu yalikuwa makosa yangu. Lakini usingeacha masomo. Ungeweza kusaidiwa na serikali, ama kama askari uliyeondolewa jeshini ama kama mhanga. Kwa nini hukwenda kwenye Mfuko wa Kusaidia Wahanga wa Mauaji ya Kimbari?"

"Mfuko hulipa ada ya masomo tu. Nani angenipa malazi na chakula? Tafadhali, wacha kujifanya hujui."

Nilikuwa na mengi ya kumwambia Shema, lakini sikujua nianzie wapi. Nimwambie tayari nipo chuo kikuu? Nimwambie pia nilitaka kuhama nyumbani kwa ba'mkubwa Kamanzi? Nisingeweza. Angeniuliza maswali ambayo nisingekuwa na majibu yake. Giza lilianza kuingia. Nilimuaga. Alinisindikiza hadi kituo cha basi. Nilimfahamisha kuhusu afya ya Devota na kuwa Muhire alikuwa jela.

"Ah, nao ni yatima kama mimi," alisema. "Ni lini nchi hii itaielewa simanzi ya wahanga?"

"Serikali imeweka miradi ya kuwasaidia. Hudhani hivyo?"

"Serikali inafahamu ninaishi wapi na ninaishije? Au, pengine mimi si miongoni mwa wanaopaswa kuwasaidia?"

Sikuwa na ujasiri wa kumjibu. Serikali ingeweza kulipia ada ya masomo, lakini kamwe isingeweza kuchukua nafasi ya wazazi na ndugu. Kuwa na maisha mazuri na kupata baraka zao, mtu anajengewa mizizi kwenye familia. Bila ya familia, mtu halioni jua wala mwezi; kila kitu hukiona kiza. Nilitaka niwe dada aliyempoteza, na nilitaka naye awe kaka ambaye sikupata kuwa naye.

"Shema, sina wazazi, wala ndugu wa kuzaliwa nao. Ninakuomba, tafadhali, usiniache. Ninataka kuwepo kwa ajili yako. Ninataka nawe uwepo kwa ajili yangu. Uwe kaka yangu, nami nitakuwa dada yako."

Nikachukua kipande cha karatasi na kalamu kwenye mkoba wangu, nikamwandikia namba ya simu, na kumwuliza ninaweza kuwasiliana naye vipi.

"Sina simu. Usihofu. Nitakupigia. Ninaishi Cyahafi kwenye pagale na mmoja wa rafiki zangu. Tuna godoro dogo tunalotumia pamoja, na wakati mwingine, mmoja wetu asipozingatia vizuri, hulala sakafuni. Usijaribu kunitembelea. Nitakupigia kila wakati nikipata pesa kidogo."

Tukiwa kituoni, nilijiweka kifuani kwa Shema na kumbana kwa nguvu. Nikaingia kwenye basi. Shema alibaki pale chini akilisubiria basi kuondoka. Niliweza kuisoma huzuni usoni pake, lakini macho yetu yalipogongana, alitabasamu, akijifanya kila kitu kilikuwa sawa. Basi lilipoanza kuondoka, nilimpungia mkono wa kwa heri.

Nilimkuta ba'mkubwa Kamanzi akinisubiria nyumbani. Nilihofia nisijepiga yowe kuwa nimemkasirikia. Labda sikuwa na hofu sana juu ya namna alivyomfukuza mjomba Gasana, lakini nilimchukia kwa kumfanya Shema aishi mitaani.

"Karabo, huu ndiyo muda ambao wanafunzi wengi wanatoka shuleni?" aliuliza.

"Samahani. Nilikwenda kumtembelea Devota."

"Huyo Devota ameanza kuwa mtu wa muhimu sana kwenye hii familia. Utaendelea kumtunza hadi afe?"

Sikuwa na nguvu ya kumwaga machozi zaidi. Nilihitimisha jambo kuhusu ba'mkubwa Kamanzi. Hakuwa na huruma kwa yeyote. *Pengine ananitunza kwa kuwa ananiona kama binti yake, lakini siyo kwa sababu anajali kuhusu ubinadamu,* niliwaza.

"Samahani."

"He, unakwenda wapi namna hiyo?"

"Samahani. Nimechoka sana. Ninakwenda kulala."

"Nenda zako. Umeanza kushindikana."

Nilikwenda chumbani kwangu haraka na kuutwa mto wangu mwekundu niuulize maswali mengi.

5

Asubuhi iliyofuatia, nilikwenda shuleni. Huzuni ilikuwa vazi langu kutoka miguuni hadi kwenye nywele. Wakati wa chakula cha mchana, nilikwenda kukaa chini ya mkaratusi. Mtu akanifumba macho kwa mikono yake.

"Nani wewe? Niambie, tafadhali."

"Kisia mimi ni nani?"

"Wewe ni Sugira. U hali gani?"

"Sijambo. Na wewe? Una tatizo gani? Ni kama dunia imekuelemea, na hujui namna ya kukabiliana nayo."

Alinisisitiza nimweleze jambo linalonitesa. Nilimweleza kuwa nilimtembelea mjomba Gasana ambapo alinisimulia jinsi ba'mkubwa Kamanzi alivyomfukuza utadhani ni mhalifu. Sugira alinieleza aliwasikia wazazi wake wakiliongelea jambo hilo.

"Kwa hiyo, ulifahamu hivyo, na hukuona umuhimu wa kuniambia?" niliuliza.

"Baada ya kilichompata mjomba wako Gasana, wazazi wangu walinikanya kamwe nisirudi nyumbani kwa Kanali Kamanzi."

"Sugira, jambo hili limeniumiza moyoni mwangu.

Ba'mkubwa Kamanzi hajali kwamba Gasana ni mjomba wangu."

"Usiliweke moyoni. Pengine anazo sababu zake. Hebu njoo, twende zetu mahali fulani."

Sugira hakutaka tuendelee na mazungumzo yale. Alinipeleka kwenye mgahawa wa chuoni. Tukala chakula cha mchana, ndipo tukaelekea madarasani kwetu.

Jumamosi iliyofuatia, niliamka nikiazimia kushinda nyumbani ili kumthibitishia ba'mkubwa Kamanzi ninaweza kuwa msichana mwema. Wakati tukipata chakula cha mchana, simu yangu iliita. Moyo wangu ulifurahi sana, nikidhani ni simu ya Shema. Niliwataka radhi ba'mkubwa na mkewe, nikaenda chumbani kwangu niipokee simu.

"Mimi ni Kabibi, nilitaka kukufahamisha Devota amelazwa tena Hospitali Kuu ya Kigali."

Hofu ilinitandika moyoni. Akili yangu ikanikumbusha kwamba ba'mkubwa Kamanzi anaamini Devota aliambukizwa virusi vya UKIMWI. Nilirejea sebule ya chakula uso wangu ukiwa umesawajika.

"Kuna tatizo gani? Kwa nini mnyonge?" ba'mkubwa Kamanzi aliniuliza.

"Ni jirani yake Devota. Amelazwa tena."

Nikaongeza kuwa ninataka kwenda hospitali haraka. Ba'mkubwa Kamanzi alimtazama mkewe, kisha akazinyanyua nyusi zake, kuonesha ameniruhusu.

Hali ya Devota iliterereka zaidi. Aliumwa kichwa mfululizo. Upele wa kutisha uliijaza ngozi yake. Ingawa ulimi wake haukuweza kusema neno, alinitaka nimsogelee ili anioneshe mgongo wake. Kifua changu kilinipasuka nilipokiona kidonda cha kutisha kikiwa na shimo. Daktari aliingia.

"Dokta, ni kwa sababu ya hiki kidonda ndiyo maana Devota ana homa kali?"

"Haya ni malengelenge, vinginevyo yanajulikana kama *zona*. Ndiyo, yanasababisha homa kali. Lakini kunaweza kuwa na sababu nyingine pia. Pia, Devota anaumwa malaria."

Devota alikuwa peke yake. Alitunzwa na wasamaria wema. Nilikwenda kwenye duka dogo lililopo kwenye geti la kuingilia hospitali na kumnunuia maziwa na sharubati ya matunda. Baadaye nikaenda Gikondo kumwona Mbabazi. Mbabazi alikuwa amekonda sana, lakini halikuwa tatizo kwake.

"Umemtembelea mama hospitalini?" aliuliza.

"Ndiyo. Anaendelea vizuri," nilisema.

"Rafiki zangu wameniambia mama atakufa hivi karibuni."

"Hapana Mbabazi, hilo si kweli. Madaktari wanamtibu mama yako. Atapona hivi karibuni."

Nilimpa biskuti nilizokuwa nimemnunulia na nikampa Kabibi pesa kidogo niliyobakiwa nayo. Nikaelekea Nyamirambo. Sikuwa na namna zaidi ya kuzingatia tena wazo la Devota la kumpeleka Mbabazi kwenye kituo cha watoto yatima.

Kituo cha watoto yatima kilikuwa nyumbani kwa watoto wengi waliokuwa na tabia kama watu wazima. Wakiwa na nyuso zilizosawajika, hawakuwa na utayari wala ujasiri wa kuruka na kucheza. Nilimweleza mkuu wa kituo kuhusiana na Devota na bintiye Mbabazi. Alinieleza kituo chao hupokea watoto waliofiwa na wazazi wao wote. Kwamba, wangempokea Mbabazi endapo tu mama yake angefariki ama madaktari kuthibitisha anaugua ugonjwa usiotibika. Akili yangu haikuwa tayari kukubaliana na yote mawili. Niliondoka kituoni hapo nikimuahidi mkuu huyo ningerejea.

Njozi za majonzi na hofu zilinitawala usiku kucha.

Kulipokucha, nilikwenda tena hospitali ili nizungumze na Devota kuhusu safari yangu kwenda kituo cha watoto yatima. Hali yake iliimarika, ingawa macho yake yalionesha fumbo la maisha. Aliuficha uso wake kana kwamba anaelekea kwenye tanuri fulani. Jioni ilipowadia, niliagana naye. Akili yangu ilikumbuka siku Devota aliyonikuta Hospitali Kuu ya Kigali baada ya mauaji ya kimbari ya mwaka 1994. Kwa nini sikuweza kubaki naye pale hospitalini?

Nilipowasili nyumbani, ba'mkubwa Kamanzi na mkewe hawakuwa wamerejea kutoka kazini. Nilikwenda moja kwa moja chumbani kwangu na kujitupa kitandani na sonona langu lote.

Asubuhi iliyofuatia, nilikwenda shuleni. Nilijiuliza endapo nisingefeli. Nilisoma shule ya awali na sekondari kwa lugha ya Kifaransa, lakini chuo kikuu, masomo yote yalifundishwa kwa Kingereza. Niliweka jitihada kwenye masomo, lakina kuna wakati machungu ya maisha yangu yaliyateka mawazo na roho yangu na kunifanya nishindwe kufuatilia waliyokuwa wakiyafundisha walimu.

Wakati wa chakula cha mchana, kama kawaida, Sugira alinifuata akinitaka nisindikizane naye kwenda mgahawani. Nilikuwa na njaa, lakini nilimgomea. Nilitaka kwenda hospitalini. Nilimwambia Sugira nilihitaji kwenda kumwona rafiki aliyelazwa Hospitali Kuu ya Kigali. Nilimsimulia namna Devota alivyoyaokoa maisha yangu mwaka 1994, na kwamba yeye mwenyewe ni yatima asiye na mtu wa kumtunza.

"Oh, inahuzunisha sana. Kwa nini hukuniambia kabla?" Sugira aliuliza. "Mama yangu angeweza kufanya chochote anachoweza kuwasaidia watu kama hao."

"Hapana Sugira, usimsumbue mama yako kwa matatizo ya Devota. Tafadhali."

"Ninamfahamu mama yangu. Haiwezi kumghasi.

Mama amepitia mengi kwenye maisha yake. Familia yake yote iliuawa wakati wa mauaji ya kimbari dhidi ya Watusi. Atafurahi kumsaidia mhanga mwingine wa mauaji ya kimbari."

Kufahamu kwamba Sugira pia alikuwa na mchanganyiko wa makabila kuliupoza moyo wangu. Nilitaka kumkumbatia Sugira kwa nguvu, lakini nilijizuia. Alinisindikiza kwenda hospitalini kumwone Devota. Hali yake ilitetereka zaidi. Matuamini yangu juu ya kupona kwa Devota yalififia.

Wakati wa jioni tulikwenda hadi Kicukiro kuzungumza na Gatarina, mama yake Sugira. Nikifahamu kwamba naye, alikuwa mhanga, nilimsimulia namna wanamgambo wa Kihutu walivyowaua baba na dada zangu, na jinsi Devota alivyonikuta kwenye mto wa damu. Sikuacha kitu, ukijumlisha na ukweli sikuwa nafahamu mahali alipo mama yangu Mhutu. Mama yake Sugira aliolewa na Mhutu. *Pengine hawaoni Wahutu wote kama wauaji,* niliwaza. Akaniambia nijilaze kifuani kwake na kunikumbatia kwa nguvu.

"*Impore,*" alisema.

Hakuna mtu amewahi kuniambia neno hilo la ajabu la Kinyarwanda ambalo lisingeweza kamwe kutafsirika kwenda lugha nyingine. Lilimaanisha zaidi ya *nayashiriki maumivu yako.* Pengine linaweza kutafsiriwa kama *Nautakia moyo wako amani na furaha.* Familia upande wa baba yangu walikuwa wamenisaidia pakubwa, lakini hawakuweza kuyafuta machozi ya roho yangu.

Sugira alipiga magoti chini, akainyanyua mikono yake, na kusema, "Mama, wewe ni mtu pekee unayeweza kumsaidia Devota na mtoto wake Mbabazi. Tafadhali, kubali kuwa mama yake katika siku hizi ambazo zinaweza kuwa siku zake za mwisho."

Siku zote nilimwona Sugira kama kijana wa Kihutu, mpole na mwenye akili, lakini siku ile alinionesha taswira nyingine yeye ni mtu wa namna gani. Gatarina alikubali kutusindikiza kwenda hospitali kesho yake.

Jioni yake, nilizungumza kwa utulivu na ba'mkubwa Kamanzi. Tulizungumza kuhusu mvua, misimu, na habari nyingine za dunia. Sikumshirikisha changamoto za maisha yangu. Sikumwambia chochote kuhusu mjomba Gasana, wala kuhusu Shema, wala kuhusu afya ya Devota. Sikuona haja ya kumghasi kwa chochote. Muda mfupi baadaye, Birungi akatukaribisha mezani.

"Muda mrefu umepita tangu tulipokula chakula cha jioni pamoja. Ni jamaa gani huyo mwenye kuuchukua muda wako wote?" ba'mkubwa Kamanzi alinitania, huku akiongeza mboga za majani kwenye sahani yake.

"Si mwinginewe bali Devota."

"Bila shaka. Vipi anapata nafuu?"

"Hapana."

"Pole kwa kukwambia tena. Wahutu walimwambukiza virusi vya UKIMWI. Unapaswa kumhesabu Devota miongoni mwa wafu."

"Hapana, mpenzi wangu usiseme hivyo," Birungi alimwambia ba'mkubwa Kamanzi, akimwekea mikono yake mabegani kwake.

"Devota yungali hai," nilisema. "Wajibu wangu ni kumtunza, mengine nawachia Mungu. Zaidi, tunapaswa kumfikiria mtoto wake, Mbabazi."

"Hapana Karabo, nilikwambia kamwe siwezi kumpokea mtoto wa muuaji wa Kihutu nyumbani kwangu." Alitulia kwa nukta chache kabla ya kuongeza, "Devota ni wetu, lakini siyo Mbabazi."

"Samahani. Nakwenda kulala," nilisema.

Chuki ya ba'mkubwa Kamanzi ilimfanya awe chumvi inayoyeyukia kwenye moyo wa binadamu. Alipaswa kufahamu uungwana huanza na hisia za kweli za nafsi, kabla ya mtu kuuona mdomoni na machoni.

Kulipokucha, nilikwenda shuleni kama kawaida. Ilipotimu mchana, Sugira alinifuata na kuniambia mama yake ametujia. Tuliingia kwenye gari lake na kwenda hospitali. Baada ya kusalimiana na Devota, Gatarina alitoa chakula kwenye chombo na kukipakua kwenye sahani. Aliketi kitandani, akamwambia Devota amwegemee begani kwake, akamlisha. Devota alinitazama kwa mshangao mkubwa kutokana na namna Gatarina alivyomtendea. Nilimwambia ni mama yake Sugira. Baada ya kumlisha Devota, hatukukaa sana kwa sababu tulitakiwa kurejea shuleni.

Tukiwa njiani, nilimweleza Gatarini juu ya Mbabazi na mazingira aliyokuwa akiishi nyumbani kwa Kabibi. Vile vile, nilimweleza kwamba Devota aliniomba nimpeleke kwenye kituo cha watoto yatima, lakini sikulipenda wazo hilo.

"Unadhani Devota atakubali nikijitolea kumsaidia Mbabazi?" aliuliza baada ya ukimya kidogo.

"Labda," nilijibu.

"Tafadhali zungumza naye na niambie kama akikubali."

Baada ya siku mbili, nilimweleza Devota kuwa Gatarina angependa kumtunza Mbabazi. Alikubali. Nilimtaarifu Gatarina. Jumamosi iliyofuatia, akamchukua Mbabazi hadi nyumbani kwake.

Hali ya afya ya Devota ilizorota siku baada ya siku. Ugonjwa mmoja uliukaribisha ugonjwa mwingine. Wakati homa ilipotoka, kuhara kulimvaa. Kila siku asubuhi, Gatarina alikwenda hospitalini na kumlisha Devota. Tayari, Mbabazi alishajiunga na shule ya awali. Alikuwa thabiti na mchangamfu. Kwake, Gatarina alikuwa bibi ambaye hakupata kuwa naye kabla.

Siku ya Januari 15, 2001, nilipokwenda kulala, simu yangu iliita. Tayari ilishatimu saa nne kamili usiku, na sikuwa na mazowea ya kupigiwa simu muda kama huo. Nilipatwa hofu isijekuwa simu inanitaarifu juu ya kifo cha Devota. Ilikuwa sauti ya kiume, na pengine mtu huyo akiwa bwii. Ulimi wake ulikwamia mahali fulani katikati ya meno yake.

"Wewe ni nani?" niliuliza.

"Mpenzi...nimekukumbuka," alijibu.

"Wewe ni nani? Shema? Upo sawa?"

"Mpenzi wangu...nimekukumbuka... Tafadhali njoo. Ninakutaka. Ninakuhitaji—"

"Upo wapi? Shema, Shema—"

Simu ilikatika.

Moyo wangu ulinienda mbio kutokana na simu ya Shema, lakini hatukuweza kuongea. Alikuwa amelewa. *Pengine yupo katika hatari,* niliwaza. Niliipiga namba aliyokuwa amenipigia, haikupatikana. Nilitembea kona zote za chumba changu nikijiuliza nifanye nini. Shema hakuna na mtu yeyote duniani. Simu yake ilikuwa kwangu niende kumwokoa. Sikulala usiku kucha, nikiwaza pengine atanipigia tena.

Ilipotimu saa kumi na moja alfajiri, simu yangu iliita tena.

"Shema, upo wapi? Upo sawa?"

"Karabo, ni mimi, Kabibi. Nilitaka kukwambia Devota amefariki."

"Nani? Devota? Hapanaaaa. Hapana, siyo kweli."

Kitu kizito kiliusambaratisha mgongo wangu, na kitu kingine kilinikwama kooni kikanizuia kupiga kelele.

Nilikiinamisha kichwa changu, na kujaribu kulia, lakini kwa mara ya kwanza, machozi yalinigomea.

"Karabo, umenisikia nilichokisema?"

"Ndiyo. Ninakuja hospitali."

Nilimpigia simu Sugira kumwambia Devota amefariki.

Ba'mkubwa Kamanzi aliusukuma mlango wa chumbani kwangu kuufungua.

"Nini kimetokea?"

"Imekwisha. Devota ameniacha. Hapana, kwa nini Mungu aruhusu hili? Devota alikuwa familia yangu. Alikuwa mama yangu vile vile dada yangu. Hawezi kuniacha mimi peke yangu duniani humu."

Ba'mkubwa Kamanzi alishika tama kama mwenye kutafakari namna ya kunifariji.

"Futa machozi yako, mpenzi. Sisi tupo. Sisi ni familia yako."

"Hapana, hakuna anayeweza kumbadili Devota. Anawezaje kuniacha? Na Mbabazi, mtoto wake? Anawezaje kumuacha kwenye dunia hii ovu? Na kaka yake Muhire? Hii siyo siku wala saa ya kufanya hivyo. Devota hawezi kufa."

Nilikimbilia nje nikapande basi kuelekea katikati ya jiji. Nilipofika nje, nikajiona ningali nimevaa gauni la kulalia. Nikarudi ndani, nikavaa suruali na shati nyeusi.

"Karabo, nisubiri," ba'mkubwa Kamanzi alisema. "Wacha nikupeleke kwa gari."

Nilijitupa garini mwake, tukaondoka. Hatukuzungumzishana. Nilikuwa naomboleza.

Mwili wa Devota ulifunikwa kwa mashuka ya bluu. Niliyafunua mashuka ili niuonge uso wake mkavu na mtulivu. Nikaiweka mikono yangu kwenye mashavu yake ya baridi, nikambusu pajini kwake na kumwambia kwa kunong'ona sikioni kwake:

Sasa nimeelewa. Pumzika kwa amani, Devota. Huna tena hofu ya maisha. Huna tena maumivu. Huna tena huzuni. Vyote vimekwisha.

Tayari Sugira na wazazi wake, Kamana na Gatarina walikuwa wamewasili. Walikuja na Mbabazi. Gatarina alikifunika kichwa chake kwa kilemba cheupe. Mikononi mwake alishika rozari na kitabu cha sala za Kikristo. Alimsogelea Devota. Kamana alisimama pembeni ya ba'mkubwa Kamanzi, lakini hawakuangaliana. Kitambo kifupi baadaye, wauguzi walituambia walitaka kuupeleka mwili wa Devota chumba cha kuhifadhia maiti.

"Tafadhali, tupeni dakika chache tusali kabla hamjauondoa mwili wake," Gatarina alisema.

"Samahani, ninatakiwa kwenda kazini," ba'mkubwa Kamanzi alisema.

Gatarina alituongoza kwenye sala iliyotanguliwa na wimbo wa Kinyarwanda unaoitwa ""Nyir'ibambe ndaje unyakire," ambao tafsiri yake ni:

Bwana wangu, ninakuja nyumbani kwako, tafadhali, nikaribishe. Nimekuwa mbali nawe kwa muda mrefu, na sasa ninarejea nyumbani.

Wauguzi waliporejea walituuliza endapo sisi ndiyo ndugu wa pekee wa Devota. Tulisema ndiyo. Wakatupatia hati ya kifo na kuuchukua mwili wake kuupeleka chumba cha kuhifadhia maiti. Mbabazi alichunguza kila kitu kilichokuwa kikitokea. Ingawa alionesha kujawa huzuni, hakulia. Baada ya kumsindikiza Devota kwenye chumba cha maiti, Kamana alitukaribisha nyumbani kwake ili tukafanye mipango ya mazishi.

"Labda mmoja wetu aende gerezani akamjulishe Muhire," nilisema.

"Ndiyo, lazima Muhire afahamishwe kuwa ndugu yake

wa pekee amefariki," Kamana alisema. "Lakini hatupaswi kumsumbua juu ya gharama za mazishi. Devota ni mama yake Mbabazi. Sisi ni familia yake. Tutamwandalia mazishi ya heshima."

Uungawa wa wazazi wa Sugira ulishinda maelezo. Wakamwambia Sugira anisindikize kwenda gerezani kumfahamsha Muhire. Ilikuwa kazi ngumu sana.

Tulipowasili gerezani, tuliwaambia wasimamizi tunamtafuta Muhire. Mmojawao alikwenda kumwita.

"Karabo, muda mrefu kweli. U hali gani?"

"Nipo sawa."

Nikamtambulisha Sugira kwa Muhire, wakasalimiana. Muhire alinikonyeza kuniuliza kama Sugira ni mpenzi wangu. Nilimwambia hapana.

"Karabo, kwa nini macho yako yana huzuni? Usihofu. Kila kitu kipo sawa hapa. Nimekwishayazowea maisha ya jela."

"Hapana. Tuli... Tulitaka... Tumekuja ku... kukwambia kwamba... Devota amefariki."

"Ki vipi? Devota amefanya nini?" Muhire aliuliza.

"Amekwenda kuishi na Mungu," nilimjibu.

"Mmmh, hicho ndicho nilichokitarajia," Muhire alisema kwa tabasamu la dhihaka. "Naye, pia, amekwenda kama wengine. Mwambie akawasalimie wazazi na ndugu zetu."

Mimi na Sugira tulimkodolea macho tukiwa kimya.

"Tunajiuliza kama unaweza kupata ruhusa uambatane nasi kwa ajili ya mazishi," nilisema.

"Kufanya nini? Nikamfufue? Siwezi kuomba ruhusa," alisema kabla ya kuuliza, "Mbabazi yupo wapi?"

"Usihofu, Mbabazi yupo nami."

Nisingeweza kumwambia Mbabazi anaishi na watu asiowafahamu.

"Ahsanteni kwa kuja kunifahamisha. Sasa ninaweza kurejea kwenye huzuni yangu. Una kipande cha karatasi na kalamu?"

"Ndiyo, hivi hapa."

Aliniandikia namba ya rafiki yake Karega na kuniomba nimfahamishe. Akaongeza endapo tungehitaji msaada, Karega angetusaidia.

Tulirudi nyumbani kwa Kamana kuwapa mrejesho juu ya mazungumzo yetu na Muhire. Kamana na mkewe waliandaa mazishi ya Devota. Gatarini alimwomba Kabibi kuwafahamisha majirani wa Devota. Pia niliwafahamisha wahanga kadhaa wa mauaji ya kimbari dhidi ya Watusi. Gatarina akaandaa orodha ya vitu vyote tulivyovihitaji, nikamsindikiza kwenda kuvinunua.

Siku ya mazishi, akili yangu ilikataa kuwaza kuwa ni Devota ndani ya lile jeneza, akizungukwa na maua mengi meupe. Wanawake, mimi nikiwemo, tulivaa *imishanana* ya jadi nyeupe, huku wanaume wakiwa ndani ya suti nyeusi na mashati meupe. Ba'mkubwa Kamanzi hakuja kwenye mazishi. Shema alikuwepo. Aliupokea ujumbe niliokuwa nimemtumia kwenye namba aliyoitumia kunipigia. Tulikwenda kwanza kanisani kabla ya kwenda kwenye makaburi ya Gatenga. Kamana alinitaka niseme neno. Niliwaeleza namna Devota alivyoyaokoa maisha yangu, lakini kitu kilinikaba kooni na kunizuia kuyasimulia madhila aliyokumbana nayo. Haikuwa siri tena kuwa Devota alifariki kwa UKIMWI. Suala la kuwa wahanga wa mauaji ya kimbari dhidi ya Watusi wangeendelea kufa kwa miaka mingi ijayo lilipa maumivu tumboni. Jeneza liliposhushwa kaburini, Mbabazi alipiga yowe na kukimbilia msituni kuyaficha macho yake. Nilimfuata. Tukaketi juu ya jiwe, na nikamwambia akilaze kichwa chake kifuani kwangu. Tulilia machozi mengi tukimwuliza Mungu kwa nini amemchukua

Devota. Gatarina alitufuata na kutuambia tuingie garini. Tulipotoka makaburini tulikwenda Gikondo nyumbani kwa Devota. Huko tuliomboleza kwa wiki nzima kabla ya kuikabidhi nyumba kwa mmiliki.

Siku niliyorudi shuleni, nilikuwa na lengo moja muhimu: kwenda kwa mshauri wa Masuala ya Wanafunzi na kumwomba nipewe chumba chuoni. Kwa bahati nzuri, vyumba vilivyokuwa vikikaliwa na wanafunzi wa shahada za uzamili wakati wakiandika tasnifu zao vilikuwa wazi. Alinionesha chumba chenye vitanda vidogo viwili, kimoja kwa ajili yangu na kingine kwa ajili ya Karigirwa. Nilifurahi sana. Nikaenda kumpa Sugira hizo habari.

"Kwa nini unataka kuondoka nyumbani kwa baba yako mkubwa kwa ajili ya chumba chuoni?" aliuliza.

"Sugira, nishakuwa mtu mzima wa kuishi peke yangu. Ni wakati sasa mie kuondoka nyumbani kwa ba'mkubwa Kamanzi."

Nilimpenda ba'mkubwa Kamanzi. Alinipa kila kitu— malazi, chakula, mavazi, shule… Pengine ningeweza kuwa na maelezo kidogo kuhusiana na chuki yake dhidi ya Wahutu, lakini kamwe nisingeweza kumsamehe kwa kutomsaidia Devota alipokuwa na uhitaji mkubwa. Aliniambia sababu kubwa ya yeye kutohudhuria mazishi ni mimi kujihusisha na rafiki zangu wa Kihutu, akiwazungumzia wazazi wa Sugira, ambao walionesha kuwa waungwana kuliko alivyokuwa.

Nikiwa nyumbani usiku, niliungana na ba'mkubwa Kamanzi sebuleni kwa ajili ya mazungumzo.

"Nimepewa chumba chuoni," nilisema.

"Kwa nini umeomba chumba chuoni wakati unayo nyumba?"

"Itakuwa bora kwangu. Itanifanya niwekeze muda mwingi kwenye masomo na kushiriki kusoma na wenzangu."

"Unahitaji kuutumia usiku chuoni?" Birungi aliuliza. "Huwezi kushiriki kusoma na wenzako nyakati za mchana?"

"Ba'mkubwa, ma'mkubwa, ninayo shukrani kubwa kwa kila kitu mlichonifanyia. Lakini wakati umefika sasa kwa mimi kusimama kwa miguu yangu."

"Unamaanisha umekua sasa kiasi cha kujisimamia mwenyewe?" ba'mkubwa Kamanzi aliuliza. "Mpendwa wangu, mzazi daima ni mzazi. Haiwezi kubadilika. Labda unazo sababu nyingine."

Sikutaka kumdanganya, lakini nisingeweza kumwambia ukweli wote.

"Mimi ni mtu mzima sasa. Mtazamo wangu wa maisha unaweza kutofautiana na wenu. Ninao rafiki zangu, wakiwemo wale msiowakubali. Kuna aina fulani ya uhuru ninaouhitaji ambayo msingeweza kunipa."

Ba'mkubwa Kamanzi alinitolea macho, mdomo wake ulicheza kana kwamba anataka kuongea kitu. Alijikuna kichwani na kusema, "Nimeelewa. Nenda kaishi chuoni, lakini kumbuka kuwa chumba chako ndani ya nyumba hii daima kitakusubiri."

Kulipopambazuka, nilikupanga begi langu na kwenda kuishi chuoni. Nililazimika kunakili masomo waliyosoma wenzangu kipindi ambacho sikuwepo. Sugira alinipa saa moja kila siku kunisaidia kuwafikia wenzangu.

6

Wiki mbili baadaye, nilimpigia Shema kwa namba aliyoitumia kunipigia.

"Haloo."

"Haloo, jina langu ni Karabo. Ninaweza kuongea na Shema?"

"Oh, mambo vipi, Karabo? Ninaitwa Murenzi. Shema aniambia kuhusu wewe. Hayupo poa. Alipata ajali."

"Ajali? Alipataje? Yupo wapi? Naweza kuongea naye?"

"Hapana. Sipo naye. Nitakuwepo nyumbani kwenye saa kumi na moja hivi jioni."

Shema alikuwa peke yake kwenye chumba kidogo alichonielezea pasipo mtu mwingine wa kumtazama. Awe anataka ama la, nilipaswa kuwa pembeni yake. Nilimweleza Murenzi ningempigia baada ya saa za kazi.

Baadaye mchana, nilimwomba Murenzi anipeleke kwa Shema. Alinikatalia. Nilimsisitiza.

Moyo wangu ulivunjika vipandevipande kadri tulivyokuwa tukishusha na barabara ya Gakinjiro kwenda Cyahafi. Kulikuwa na watoto wenye mavazi machafu na chakavu wakicheza kwenye matope kwenye vijinjia baina ya nyumba kuu kuu. Mama zao walikuwa ndani ya kanga zilizochoka walizojifunga hadi usawa wa kifua tu. Vigae vya mkaa vikipikiwa ugali wa mhogo vilizuia njia yetu.

Tulipowasili mahali pao, Murenzi aliufungua mlango mdogo wa bati. Tuliingia kwenye pagale kubwa likiwa na vyumba vingi. Kuta zake zilionesha kujengwa kwa zege, lakini baada ya kukaa muda mrefu ziligeuka rangi na kuonekana kama zilikandikwa kwa udongo. Murenzi aliusukuma mlango mdogo ambao ulitengenezwa kwa vyuma chakavu na kunikaribisha ndani ya chumba chao. Nilimwona Shema akiwa amejilaza kwenye kijigodoro kidogo, ndani ya chumba hicho finyu. Alikuwa na majeraha mengine, kubwa zaidi likiwa usoni pake juu ya nyusi. Akageuzia uso wake ukutani.

"Unafanya nini hapa?" aliuliza.

Nilitaka kumbusu shavuni kwake. Machozi yalinilenga, lakini nilipaswa kuzidhibiti hisia zangu. Murenzi aliniambia kuwa Shema alianguka. Sikuamini hilo. Pengine alikuwa akipigana na watu. Nilipolitazama jicho lake lililovia, nilielewa pengine mpinzani wake alimsukumia juu ya ardhi ngumu.

"Ulikwenda hospitali?" niliuliza.

Ilikuwa wazi hawakwenda.

"Msikilize huyu mtoto tajiri," Murenzi alisema. "Hakuna haja ya kwenda hospitali kwa sababu ya majeraha madogo haya. Yatapona taratibu."

Kwenye kona ya chumba kulikuwa na dumu chafu na sufuria nyeusi kama lilivyokuwa jiko la mkaa. Hakukuwa na sahani, wala uma, wala visu.

"Haya majeraha yanaweza kukuletea tetenasi, ambayo itapelekea uumwe zaidi," nilisema. "Tafadhali, twende hospitali."

"Kama Shema akikubaliana nawe, unaweza

kumsindikiza," Murenzi alijibu. "Ninafanya kazi usiku na mchana. Ninakwenda kwenye kazi yangu ya ulinzi usiku."

"Sawa, nitaita teksi ituchukue. Lakini inabidi umsaidie kutembea hadi barabarani."

"Siendi kokote," Shema alisema. "Karabo, nani amekupa haki ya kutuamrisha?"

"Tafadhali Shema, fanya hivyo kwa manufaa yako mwenyewe," nilisema.

Alibaki kimya kwa nukta chache.

"Futa hayo machozi. Sawa. Twende. Labda una pesa nyingi za kuchezea."

Nilimwita dereva teksi. Murenzi alimsaidia Shema kutembea hadi barabarani.

Tulipowasili hospitali, walimtibu vidonda, wakaweka dawa na kumfunga plasta kulikokuwa kukitoka damu. Walimwandikia vidonge vya kukausha vidonda na kuzuia bakteria. Sikutaka kumrudisha Shema kwenye pagale lake Cyahafi, lakini sikuwa na namna. Kwa kujilazimisha niliita teksi iliyotuleta iturudishe Cyahafi. Nilimwomba dereva tupitie chuoni; nilitaka kuchukua kitu kitakachosaidia kumtuliza Shema na kunipa mimi dakika zaidi nikiwa naye.

Chuoni, nilichukua redio yangu na kaseti ya nyimbo za mahaba za Kifaransa. Kwenye mkoba wangu, niliweka mashuka, sabuni na vitu vingine viwili vitatu. Nilikwenda mgahawani nikanunua sharubati na vitafunwa. Ndipo nikarejea garini.

Tulipowasili Cyahafi, dereva teksi alimsaidia Shema kutembea hadi chumbani kwake. Nilimwomba Shema aniruhusu nikisafishe chumba chao.

"Tumetoka hospitali," Shema alisema. "Si nd'o ulichokitaka? Sasa waweza kwenda. Tafadhali, unapotoka funga mlango na sukumia ufunguo chini ya mlango."

"Ndiyo. Nitaondoka si punde. Lakini sitoondoka hadi uniruhusu nikusaidie uoge na kula kitu."

Nilitoa redio na kaseti kutoka kwenye mkoba na kuweka nyimbo za mapenzi za Kifaransa.

"Kama usiponiimbia hizi nyimbo, sitokwenda kokote."

"Karabo, hubadiliki," Shema alisema akitabasamu.

"Unataka Kanali Kamanzi anifukuzie nje ya Rwanda?"

Niliweza tu kuwaza moyo wake ulikuwa ukimwomba aendane na matukio. Nilimsaidia kutoka nje hadi kwenye bafu dogo. Nilibeba karai lenye maji na tochi. Tukiwa bafuni humo, ambako hakukuwa na bomba wala sinki la kuogea, nikavaa glovu na kumwogesha mpenzi wangu. Hakukuwa na kitu cha kufichana. Baada ya kuoga, tulirejea chumbani.

"Usihofu," alisema. "Sihitaji kuvaa nguo."

"Naelewa. Wacha nikufulie hizi nguo uzivae kesho."

"Karabo, tafadhali. Mimi si mtu hohehahe zaidi ulimwenguni. Tazama pale, nina sanduku limesheheni nguo ambazo sizivai. Lakini sitaki tu kuvaa kitu chochote sasa. Sogea, tafadhali. Ngoja nikwambie kitu."

Niliketi kwenye godoro. Aliniambia nijilaze pembeni yake.

"Bado upo mbali nami," alisema. "Sauti yangu haiwezi kufika huko."

Akiifuatisha redio, aliimba wimbo wa *"Est-ce que tu es seule ce soir?"* ulioimbwa na Frédéric François, hadi kwenye sehemu aliyosema: *"Même si a vie nous sépare."* Ndani ya dakika chache, mikono yake ilikuwa kwenye nywele zangu ikishuka chini hadi shingoni na kifuani. Nisingeweza kumzuia. Ingenipelekea kuwa na miezi mingi zaidi ya upweke. Usiku ule, sikuweza kurudi chuoni. Murenzi aliondoka kuelekea kwenye kazi yake ya usiku kama mlinzi, huku mimi na Shema tukililinda penzi letu usiku kucha. Tayari nilishatimiza miaka ishirini na miwili, na nikiwa chuo kikuu. Hakuna mtu angenipinga kwa kuupoteza usichana wangu katika umri huo. Nilikivaa kifua cha kiume cha Shema na kulifurahia umbo lake lililojazia misuli.

"Karabo, nakutaka," alisema. "Nimesisimka, lakini mwili wangu unateseka."

Niliutoa mdomo wangu kutoka mdomoni mwake na kwenda chini shingoni na kifuani kwake. Sikutulia nilipokifikia kitovu chake. Niliendelea hadi katikati ya miguu yake nimtafute Shema mdogo mwenye kunitaka. Nilimnyonya hadi alipofikia ukubwa wa kuujaza mdomo wangu. Shema alipiga kelele, akiniita majina yote matamu, mpenzi wangu, mahabuba wangu, kipenzi changu, laazizi wangu, na Karabo. Niliionja juisi yake ya chini na kuimeza kukazia makubaliano ya penzi letu. Kukihitimisha kitendo kile, nilichukua taulo na kumsafisha mpenzi wangu, kisha tukayafumba macho yetu, tukijilaza kitandani, kila mmoja karibu zaidi na mwenzie.

Kwenye saa nane hivi usiku, Shema aliniuliza juu ya mahali nilipoihifadhi tochi.

"Unatafuta nini usiku wote huu?" niliuliza.

"Nimeshindwa kupata usingizi. Nakuomba unipe kifurushi hicho kidogo kwenye mfuko wa nyuma wa begi langu."

Nikaamka nikichukue kifurushi.

"Ni nini hiki, Shema?"

"We' nipe. Nitakwambia ni nini."

"Hapana, niambie. Ni nini?"

"Ni bangi. Inanisaidia kulala vizuri."

"Shema, unatumia dawa za kulevya?"

Sikuyaamini macho na masikio yangu.

"Bangi ni nyepesi. Siyo mbaya."

Shema alitumia dawa za kulevya. Hakuweza kulala pasipo kuvuta bangi. Ilikuwa ishara ya uraibu. Niligoma kumpa. Alijaribu kuinuka mwenyewe, lakini alikuwa na maumivu makali kwa sababu ya majeraha.

"Ngoja nikusaidie ulale," nilisema. "Bangi yangu ina nguvu zaidi."

Niliutomasa uso wake, nikazipapasa nyusi zake, na kumsimulia hadithi ya Nyashya na kaka yake Baba walioishi peke yao msituni bila wazazi. Baba alikuwa akienda kuwinda na kurejea nyumbani akimwimbia mdogo wake ile amfungulie mlango.

Nyashya wa Baba, nifungulie,
Nimemwua swala, kwa ajili yako na mimi,
Nimemwua digidigi, kwa ajili yako na mimi,
Na kubwa kwa zote, tutatumia pamoja.

Shema alipitiwa usingizi. Nikaiweka mikono yangu mwilini mwake na kukilaza kichwa changu kifuani kwake.

Kulipokucha, baada ya kuoga na kuvaa, nilimpa vidonge na kuvitunza vilivyobakia kwa minajili ya kumpa jioni nitakaporejea. Nilikuwa na hofu angetumia bangi badala ya vidonge.

Nilipofika chuoni, nilikwenda chumbani kwangu kubadili nguo, na kwenda darasani. Wakati wa chakula cha mchana, kama kawaida, Sugira alinialika niungane naye kwenye mgahawa wa chuo. Sikuwa na ujasiri wa kutazamana naye. Nilikuwa na hisia kwamba angeweza kunisoma kutoka usoni kwangu kuwa nimelala usiku wote na mwanaume.

"Ulilala vema? Umeanza kuyazowea maisha ya kampasi?" aliuliza.

"Ndiyo, nililala vema. Ahsante."

Sikutaka aniulize maswali mengine kuhusiana na usiku wangu usiosahaulika. Miezi mingi ilipita pasipo mimi kupata hisia za kuusisimua mwili wangu, na kukilaza kichwa changu kwenye kifua cha Shema kulinipa raha niliyoihitaji baada ya kifo cha Devota.

Jioni ilipowadia, nilirudi kwa Shema ili nikampe dawa. Aliniomba nibaki naye tena usiku, lakini nilikataa. Nilipaswa kurudi chuoni kujisomea kwa sababu tulikuwa katika maandalizi ya mitihani.

—→

Siku chache kabla ya Aprili 7, 2001, tulikuwa tukijiandaa na kumbukumbu ya mauaji ya kimbari dhidi ya Watusi. Chuoni kwetu, maandalizi yalifanywa na chama cha wanafunzi-wahanga wa mauaji ya kimbari, ambapo nilikuwa mwanachama. Juma moja kabla ya kuanza kipindi cha kumbukumbu, tuliwaalika wataalamu wa ushauri kutoka Kituo cha Ruhuka. Walituongoza juu ya namna ya kukabiliana na kumbukumbu zinazofufuliwa na kipindi cha kumbukumbu. Walisema, "Dalili za msongo wa mawazo zinajumuisha hisia za upweke na mawazo mabaya juu ya ulimwengu. Mtu mwenye msongo wa mawazo huyakatia tamaa maisha na kukwepa kufanya maamuzi yatakayompelekea kwenye maisha bora. Baadhi ya watu wenye msongo wa mawazo hutumbukia kwenye matumizi ya dawa za kulevya na ulevi kujikwepesha na changamoto za maisha."

Kulikuwa na majina mawili kichwani mwangu, Muhire na Shema. Nilimwendea Dokta Baziga, mmoja wa wanasihi, na kumwomba ushauri. Alinishauri niwashawishi hao rafiki zangu wawili kutembelea Kituo cha Ruhuka kwa msaada wa kitaalamu. Ulikuwa wajibu mgumu.

Majira ya jioni, ba'mkubwa Kamanzi aliniita tujadiliane juu ya kumbukumbu ya wanafamilia wetu waliouawa wakati wa mauaji ya kimbari dhidi ya Watusi. Birungi alinisalimia kwa kunilaki. Uso wake na umbo vilibadilika. Alikuwa mjamzito. Ba'mkubwa Kamanzi akaungana nasi sebuleni.

"Unaendeleaje na masomo?' aliuliza, akinikumbatia.

"Vizuri sana."

"Lazima iwe. Hupati hata muda wa kututembelea."

"Nisamehe. Nitakuja."

Sikuwa nimewatembelea kwa muda mrefu. Mara chache nilizoondoka chuoni, ningeona bora niende kwa Shema, ama nimtembelee Mbabazi nyumbani kwa Kamana.

"Karabo, mwaka huu, sote tutakwenda Nyanza kuwakumbuka ndugu zetu waliouawa na Wahutu. Tutapita tu Biryogo kuweka mataji ya mauaji kwenye ardhi iliyowahifadhi baba na dada zako kabla ya kwenda Nyanza."

"Ninaelewa. Ninajiuliza lini tutayafukua mabaki ya baba na dada zangu ili tuwape maziko ya heshima."

"Sijui kwa kweli. Unadhani ninaweza kuandaa kufukuliwa kwa miili zaidi ya mia mbili iliyozikwa kwenye kabuli moja na baba yako? Na hata kama ningetaka, nisingeweza kufanya hivyo pasipo kuzishirikisha familia zote zinazohusika."

"Najua. Siyo rahisi."

Ba'mkubwa Kamanzi akaniambia nimsaidie kuandaa orodha ya watu ambao tungeambatana nao kwenda Nyanza. Aliorodhesha majina ya baadhi ya wanafamilia na marafiki na kuniuliza kama kuna majina mengine ya kuyaongeza.

"Ndiyo. Unaweza ukawaandika Kazuba, Mutoni, Sugira na wazazi wake, Kamana na Gatarina, na vile vile mjomba Gasana na familia yake."

Nilikwepa kumtaja Shema, maana ba'mkubwa Kamanzi angeniuliza nilifahamuje mahali alipo.

"Karabo, tatizo lako ni nini? Mjomba wako Gasana

hawezi kubughudhiwa na kumbukumbu ya Watusi. Na vile vile hao wengine uliowataja. Bila shaka huwazungumzii wale Wahutu waliokusanyika wakati wa kifo cha Devota."

Nilibaki kimya. Sikutaka kumkosea heshima. Nilimwacha aandae orodha yake. Kila wakati aliponiuliza mawazo yangu, niliafikiana naye. Angeweza kuamua nani wa kwenda Nyanza, lakini asingenipangia nani wa kwenda Biryogo kuweka mashada ya maua kwenye ardhi iliyoihifadhi familia yangu mwenyewe.

Nilipotoka nyumbani kwa ba'mkubwa Kamanzi, nilikwenda kuwafahamisha mjomba Gasana na wazazi wa Sugira. Wote waliniahidi kuungana nami siku ya Aprili 7.

Usiku wote wa tarehe sita kuamkia tarehe saba, sikuweza kulala. Kulipopambazuka, nyimbo za Nyiranyamibwa zilichezwa redioni, na kumbukumbu yangu inakikumbusha kipindi cha vifo vya baba na dada zangu.

Ilipotimu saa 4:00 ausubuhi, baada ya kuwa nimekwishavalia gauni langu jeusi na kuchana nywele, mtu alibisha hodi mlangoni. Alikuwa Sugira. Alinipa kadi iliyoandikwa: Usilie peke yako, nipo pamoja nawe. Nitakupatia mabega yangu uyaegamie. Niache niubebe mzigo wa huzuni yako."

Maneno hayo yaliufariji moyo wangu. Wajihi wa Sugira, akiwa na pua kubwa bapa na uso wa duara, haukuwa na chochote cha kufanya kuhusiana na uzuri wake wa ndani. Alivalia suti ya kijivu na shati la zambarau, huku mkononi akiwa na kichane cha maua waridi meupe.

"Kaza moyo, twen'zetu," alisema. Nimekuja na teksi itupeleke Biryogo."

"Ahsante sana. Subiri kidogo. Nakuja."

Nilirudi ndani, nikautupia mtandio wa zambarau kwenye gauni langu refu jeusi na kuvalia miwani ya jua.

Tulikuwa wa kwanza kuwasili Biryogo, mahali ambapo

miili ya baba na dada zangu wawili inapumzika kwa amani.
Watu wengi waliungana nasi baadaye. Miongoni mwao
walikuwepo jirani zetu wa zamani; watoto wa Muvunyi;
Zurufati and watoto wake; na wengineo wengi. Marafiki
wengi wa ba'mkubwa Kamanzi na wale wachache wa baba
na mama walikuwepo pia. Tulikuwa na Watusi na Wahutu,
lakini Mhutu niliyetarajia kumwona, mjombwa wangu
Gasana, hakuwepo. Haikuwa mara yake ya kwanza kukicha
matukio ya kuyaenzi maisha ya wahanga wa mauaji ya
kimbari dhidi ya Watusi. Bwana Kamana na mkewe Gatarina
walikuwepo. Mama yake Sugira aliiheshimu kumbukumbu
ya ndugu zangu kwa vazi la jadi la *imishinana*. Baada ya dakika
chache, Shema na Murenzi waliwasili wakiwa ndani nguo
zao za kizamani za jinsi. Walisimama wakiwa wamejitenga
na watu wengine kana kwamba hawakutaka kuchangamana
na watu wa daraja la juu. Niliwapungia mkono, nikidhani
ningepata wasaa wa kuzungumza nao baadaye. Ba'mkubwa
Kamanzi alitoa hotuba yake ya kuwakaribisha na
kuwashukuru wahudhuriaji kabla ya kumwachia Jukwaa
Fidele, rafiki wa zamani wa kazini wa baba. Alizungumzia
sana kuhusu utu wema wa baba, uungwana, na uaminifu
na vile vile namna baba alivyowapenda vilivyo mkewe na
watoto wake. Wanakwaya walimalizia kwa kutuongoza
katika sala. Ukawadia wasaa wa kwenda Nyanza.

"Ni watu gani hawa unaowaalika kuambatana nasi
kwenda Nyanza?"

"Nina—"

"Karabo, tafadhali, mimi sitaki. Yeyote asiye Mtusi
hapaswi kuja. Watuache tuomboleze wenyewe. Unasikia?"

Wakati nikijiandaa kupandisha sauti na kumjibu
ba'mkubwa Kamanzi, nikamng'aza Gatarina kwamba
amekisikia kila kitu alichokisema ba'mkubwa.

"Karabo mpenzi, tafadhali usibishane na baba yako

mkubwa," alininong'oneza sikioni. "Usimwongezee simanzi. Tunakwenda nyumbani, tutakuweka kwenye sala zetu."

Tukiwa Nyanza, tulifanya misa ya wafu kabla ya kuweka mashada ya maua kwenye makaburi ya wanafamilia wetu, tukianza na bibi mzaa baba. Watu wengi waliutumia muda wao kuzungumzia uungwana wa familia yetu na madhila waliyoyapitia.

Chuoni kwetu, usiku wa *Kwibuka* ulikuwa tarehe tisa ya Aprili 2001. Sugira, pamoja na kutokuwa kwake mwanachama wa chama cha wanafunzi-wahanga wa mauaji ya kimbari dhidi ya Watusi, aliungana nasi. Baada ya uwashaji mishumaa, ulioambatana na nyimbo za maombolezo, mwendesha shughuli akatuongoza katika wakati wa Kwibuka. Kila mmoja wetu akazungumzia juu ya wapendwa wake waliouawa wakati wa mauaji ya kimbari dhidi ya Watusi. Ilipofikia zamu yangu, nilisema:

"Kwa kumbukumbu ya baba yangu, Kalisa, ambaye damu yake inatembea kwenye mishipa yangu, kama ambavyo ninatamani ungerudi tuendelee na maongezi yetu kabla ya kifo chako. Mwanamke uliyempa moyo na maisha yako hakurudi. Hata kaka yake aliyerejea anavutiwa tu na maziwa na asali ya Rwanda, lakini pasipo kuujali mwunganiko ulioapa kuuimarisha. Nilikutana na ndugu zako. Wamenilinda dhidi ya njaa na kiu, lakini siyo kutoka kwenye uzito wa moyo wangu. Baba, ninayahitimisha maongezi yetu hapa ili niwape fursa kaka na dada zangu ambao ninashiriki nao simanzi na maumizi, wazungumze na wapendwa wao."

Wanafunzi wengine wakatoa heshima kwa wapendwa wao. Nikamwona Sugira akiyafuta machozi machoni kwake. Katika wote waliohudhuria, ni yeye pekee aliyefahamu nimechanganya makabila. Je, aliumizwa na kile nilichokisema? Nilijiuliza. Baada ya jioni ya Kwibuka, nilimsindikiza hadi kwenye mlango wa chuo.

"Sugira, natumaini hujaumizwa na kilichosemwa kule."

"Kwa nini?"

"Usinielewa vibaya. Unatoka kwenye familia ya watu waungwana. Lakini wale walioziua familia zetu waliimba kwamba dunia ni mali ya Wahutu pekee yao. Usiyaweke moyoni watu wanapowazungumzia Wahutu."

"Karabo, usihofu," alisema, akiiweka mikono yake mashavuni kwangu. "Mimi ni Mhutu. Watu wengine hunisisitiza hivyo. Watu wengine hunitaka nikipige kichwa changu na kuishiriki aibu ya wale waliowaua Watusi. Lakini hiyo siyo sababu ya mimi kumwaga machozi."

"Mmmh?"

"Kile ulichokisema ndicho kimeyasukuma machozi kunitoka machoni kwangu. Nilipokuwa mdogo, nilipenda kuilaani ile siku baba yangu alipomwoa mwanamke wa Kitusi. Lakini leo, nauchukia ukweli kuwa mama yangu aliolewa na Mhutu."

"Kwa nini?"

Siku zote nilimtazama Sugira kama Mhutu, pamoja na ukweli kuwa mama yake alikuwa Mtusi. Nchini Rwanda, watoto huchukua kabila la baba zao. Akaendelea na ushuhuda wake.

"Siku zote tulipowatembelea babu na bibi upande wa baba, baadhi ya ndugu zetu walisema, 'Wana tabia kama mama yao; hawa si wetu.' Na mtu mwingine angesema, 'Acha kujali kuhusu hawa watoto wa mwanamke wa Kitusi; amewalea Kitusi.' Hatukukubaliwa kwa asilimia mia moja na familia yetu ya Kihutu. Daima tulirudishwa kwenye utambulisho wetu wa Kitusi."

"Oh, Sugira, nimeguswa. Wewe nami tuna mengi yanayofanana."

"Bado sijakwambia kila kitu. Wakati Wahutu walipokuwa wakiwaua Watusi, mama yangu alifichama kwenye dari ya jiko letu. Kila usiku, baba yetu aliungana naye darini na kukesha naye usiku mzima, wakipambana na panya. Nyakati za mchana, kila wanamgambo wa Kihutu walipokuja kumtafuta, baba aliwaambia mama alikwenda kuwasalimia ndugu zake na pengine tayari alishakufa. Siku moja, mwanamgambo wa Kihutu, aliyemtilia shaka baba huenda anadanganya, alimpiga kwa panga. Anaishi na kovu hilo kwenye mguu wake wa kushoto."

Nilitaka kumkumbatia Sugira.

"Sugira, jikaze," nilisema.

"Karabo, leo, wakati ni fedheha kuwa Mhutu, ninaitwa Mhutu kama baba yangu, na hakuwa anayejali kuwa mama yangu ni Mtusi. Siku moja, binamu yake mama yangu, ambaye ninamwona kama mama yangu mdogo kabisa, aliniambia sipaswi kutembea huku na kule nikiionesha pua yangu kubwa bapa. Alidhani anakuwa muwazi kwangu. Hakutambua aliniumiza moyo wangu."

"Pole sana kwa yote uliyoyapitia, Sugira."

"Ninatumaini siku moja watu wataniita mimi Sugira. Nimechoka kuwa Mhutu, ingawa si kwa asilimia mia. Nimechoka kuwa Mtusi, ingawa si kwa asilimia mia. Mimi si Mhutu wala Mtusi. Mimi ni binadamu mwenye aina moja tu ya damu. Mimi sina damu mbili zinazopigana ndani ya mwili wangu."

Nilijihusianisha na kile alichokuwa akiniambia Sugira. Sote tulitiwa kitanzi na ugomvi wa Wahutu-Watusi. Pengine mwanaume kama yeye angeweza kunielewa mimi zaidi, lakini tayari moyo wangu ulikuwa umemwangukia Shema, ambaye alikwama kwenye moja ya misimamo mikali ya historia yetu. Giza lilikwishaingia. Sugira akanipiga busu la kwa heri na kuondoka zake.

Siku tatu baadaye, nilimtembelea Shema. Niligonga mlango, lakini hakuitikia. Murenzi alikuwa ameniambia alimwacha Shema nyumbani. Nikagonga tena kwa nguvu zaidi.

"Nani? Unataka kuuvunja mlango wangu? Toka huko. Sitaki kufungua."

"Shema, ni mimi. Ni mimi, Karabo."

Alibaki kimya. Nikamwomba zaidi kunifungulia mlango.

"Karabo, tafadhali. Tutaongea siku nyingine."

Kwa nusu saa niliendelea kubisha hodi na kuongea kwa nguvu, "Shema, upo na nani chumbani humo? Kwa nini hutaki kunifungulia?"

"Eh? Bado tu upo? Sipo na mtu yeyote," alijibu, kabla ya kuufungua mlango.

Alivalia bukta nyekundu. Kifua chake kikiwa wazi kilionesha mbavu zake utadhani mwenye utapiamlo. Uso wake ulichakaa, macho yake yalikuwa mekundu kama damu, na nywele zake zikiwa chafu zaidi. Shema alijifungia ndani wiki nzima ya kumbukumbu pasipo kula kitu.

"Karabo, sitaki kuyaona hayo machozi," alisema. "Yafute tafadhali."

Alinipa mkono na kurudi kujilaza kwenye godoro. Sikumkatisha. Nilichukua ndoo nipige deki kwa kipande cha shimizi, kilichoazimwa kutoka kwa mmoja wa majirani, na kukisafisha chumba kilichokuwa kichafu na chenye kunuka. Nilipomaliza, nilikwenda pembeni yake alipojilaza. Hakunigusa wala kuniongelesha.

"Shema, unanipenda kama ninavyokupenda?"

"Kwa nini unaniuliza swali hilo?"

"Usijibu kwa swali. Niambie, unanipenda?"

"Kama nikikwambia ninakupenda? Tutafanya nini na penzi letu?"

Maneno ya Shema yaliuchoma moyo wangu utadhani ni singe yenye ncha kali. Sikukielewa alichokimaanisha.

"Shema, hunipendi?" niliuliza tena.

"Karabo, ukweli ni kwamba daima nimejaribu kukufuta kwenye kumbukumbu za moyo wangu, lakini siwezi kufanya hivyo. Natamani ningeweza kukimbia mbali nawe na kulisahau tabasamu lako, lakini njia zetu pengine zimepangiwa kukutana milele. Karabo, ninakupenda kwa moyo wangu wote, kwa nafsi yangu, na kwa roho yangu yote. Ninataka kukupenda, kukupenda tena na kukupenda zaidi, lakini..."

Kitu kilichomkwama kooni kilimzuia. Macho yake yalikuwa tayari kulia, lakini machozi yake yalishamkauka kwa muda mrefu.

"Lakini nini?" niliuliza.

"Tafadhali, nielewe," alisema. "Wahutu waliwaua wazazi wetu; sisi ni yatima. Maisha hayajanipa mimi fursa sawa na yaliyokupa wewe. Mimi nipo peke yangu na mpweke kwenye hii dunia. Nipo lakini siishi. Sina maisha ya baadaye. Kama mtu yeyote angeniuliza nini ni dira yangu, ningesema naisubiri kwa hamu siku ambayo kifo kitabisha hodi mlangoni kwangu."

Shema alikata tamaa kuhusu maisha. Pengine ilikuwa wasaa mzuri wa kuzungumza naye juu ya wataalamu wa Kituo cha Ruhuka, lakini sikujua nianzaje.

"Unaishi," nilisema, nikiiweka mikono yangu mabegani kwake. "Endapo hutaki kuishi kwa ajii yako, tafadhali ishi kwa ajili yangu. Nitapambana na hii dunia yenye kukuletea majonzi maishani mwako. Nitaishinda vita na kukurejeshea tabasamu usoni kwako."

Shema alitabasamu, na kuniambia nikilaze kichwa changu kifuani kwake.

"Tatizo lako ni kubwa zaidi kuliko langu," alisema. "Inawezekanaje mwanafunzi wa chuo kikuu awe na mahusiano na mvulana wa mtaani kama mimi?"

"Nawe utarudi shule. Ninakuahidi."

"Tafadhali, sitaki tena. Ni nani huyo Msamaria mwongo mwenye kunisaidia kwa muhula mmoja, na kunitelekeza muhula wa pili?"

"Hili niachie mimi. Unataka kurudi shule? Nitakuonesha ni namna gani."

"Sitaki. Hebu tuache kuzungumzia huu upuuzi."

"Upuuzi?"

"Ndiyo. Kama unanipenda, niache niogelee kwenye maisha ya umasikini. Ndiyo mustakabali wangu."

Tuliitumia siku nzima pamoja. Nilimpikia, na tukala pamoja na kulala kidogo pamoja. Baadaye jioni, nikarudi chuoni.

Asubuhi iliyofuatia, nilimpigia simu Dokta Baziga, mtaalamu wa unasihi, ili nizungumze naye juu ya maongezi yangu na Shema.

"Usimlazimishe kufanya jambo. Wewe mtie tu moyo azungumzie hisia zake. Kidogo kidogo, atafunguka na kukwambia matamanio yake ya kweli. Wakati huo ukifikia, usimkimbize kwa mtaalamu wa unasihi. Mwache afikirie zaidi nini angeweza kufanya kuzitimiza ndoto zake. Tafadhali, wala usimpe ushauri ama suluhu ya matatizo yake."

"Ki vipi? Shema ana mtazamo mbaya juu ya dunia. Kamwe hawezi kuwa na suluhu ya matatizo yake kama tusimpomsaidia."

"Zoezi la kumwuliza maswali juu ya maisha yake, na kujaribu kuyatafuta majibu, litampa nafasi ya kuisikiliza sauti yake ya ndani. Atajaribu, na kuna wakati atashindwa kutokana na msongo wa mawazo aliokuwa nao. Na pale atakapoelewa anaweza kuhitaji kuongea na mtu."

Nilikuwa na dhamira, na niliapa kuitimiza. Kuishi chuoni kulinipa uhuru ambao nisingeweza kuupata endapo ningekuwa nikiendelea kuishi na ba'mkubwa Kamanzi, ambaye tayari alikuwa akisherehekea kuzaliwa kwa mtoto wake wa kwanza, wa kike, Neza. Nilikuwa na muda na nafasi zaidi ya kuwa na Shema na kumsaidia kuzishinda changamoto zake za maisha. Nilishinda naye. Nililala naye. Na nilimruhusu mwanaume wa pekee maishani mwangu auvunje usichana wangu na kuliunganisha penzi letu kwa damu ya bikra yangu. Kadri muda ulivyokwenda, Shema alianza kupiga hatua, kwa kufanya vitu vichache kama kuoga na kusugua meno kila siku asubuhi. Kila kitu kilikuwa zaidi kwa ajili ya mapenzi yetu na ukombozi wa roho ya mwanaume wangu.

7

Asubuhi ya Septemba 3, 2003, nikiwa chuoni, Sugira alinikimbilia akiwa mwenye shauku kubwa.

"Hongera sana, wewe sasa ni mpwa wa waziri," alisema.

"Waziri yupi?" niliuliza.

"Mjomba wako Gasana. Ameteuliwa kuwa Waziri wa Maji na Misitu."

"Ulitakiwa zaidi umpongeze yeye, sio mimi."

Sikupata msisimko wa habari hizo. Mjomba Gasana aliipata nafasi hiyo kutokana na unafiki wake. Yale aliyoyasema hadharani hayakuakisi tabia yake halisi wala alichokisema sebuleni kwake. Nilishahitimisha kuwa naye ni mchumia tumbo aliyeufanyia kazi utawala ambao ulidumisha yale aliyopingana nayo.

"Hujaufurahia uteuzi?"

"Sugira, tafadhali, tuzungumzie mambo mengine."

"Sawa. Nilitaka kukuomba jambo. Una ratiba gani Ijumaa usiku. Naweza kukupeleka mahali?"

"Unataka tumtembelee mama yako Ijumaa usiku?"

"Hapana, tafadhali, haihusiani na mama. Ni kwamba ninataka kukutoa *out.*"

"Kideti?"

"Ndiyo maana yake."

"Tutakwenda wapi?"

"Nitakwambia. Ni *surprise.*"

Nyakati za Ijumaa usiku ziliachwa kwa ajili ya michezo ya mapenzi na Shema. Lakini nilikuwa na shauku na kilichokuwemo kichwani mwa Sugira. Alitaka kunipeleka wapi?"

"Sawa, nitakuwa kwa ajili yako."

Wazo la kuwa Sugira alikusudia kuupeleka urafiki wetu hatua nyingine liliniachia maswali. Chagua baina ya Sugira na Shema lingekuwa ni sawa na kutangaza vita kali kati ya moyo na kichwa. Shema alikuwa mfalme mwenye bashasha ambaye moyo wangu ulimhusudu. Kwa upande mwingine, Sugira alifanikiwa kuishawishi akili yangu anazo sifa zote za mwanaume mzuri. Shema alikuwa mpenzi wangu, Sugira alikuwa rafiki yangu mkubwa, na niliwahitaji wote. Nikiwa na Sugira, nilijisikia huru kuzungumzia juu ya hofu na furaha yangu. Nikiwa na Shema, nilijisikia huru juu ya hisia zangu za mapenzi. Nikiwa na Sugira nilijiona sahihi na mwenye sababu ya kufanya mambo. Nikiwa na Shema, nilijiona mwoga na nisiye na hatia. Ikanikumbusha juu ya mwimbaji aliyepata kuimba, "Mrembo zaidi anaitwa Fanta na mpole zaidi anaitwa Amina," na kama ilivyokuwa kwake, moyo wangu uliteterea.

Wiki ilikwenda haraka. Ilipotimu saa kumi na mbili jioni siku ya Ijumaa, niliyatandaza magauni matatu kitandani kwangu, nikiwa sijui gauni lipi nilivae kwenye mtoko. Gauni fupi jekundu, gauni refu jeusi lililo wazi kifuani, ama gauni refu jeusi lenye fito nyeupe. Niliyavaa yote moja baada ya jingine na kujitazama kwenye kioo. Nilikwama kuipata maana halisi ya mtoko kwangu na Sugira. Gauni refu jeusi lililouonesha ulimbwenbe wa shingo ndefu kama swala, ndilo lililoshinda. Nililipendea kwa namna lilivyoonekana kama usiku wenyewe. Nilitaka nijifiche kwenye ukiza wake ili niweze kuung'amua upande mwingine wa mtoto wa Kihutu mwenye akili atokaye katika familia ya kitajiri. Mzimu wa mapenzi yangu kwa Shema haukuacha kunikumbusha kwamba siruhusiwi kumfikiria mvulana mwingine zaidi ya Shema. Nilijiona kama laghai kidogo.

Ilipotimu saa moja kamili, mtu alibisha hodi mlangoni kwangu. Sugira alikuwa na kichane cha maua waridi mekundu mikononi mwake. Nilipomtazama usoni mwake, nilitambua aliutumia muda wa kutosha kutengeneza nywele zake. Nilihisi alijipaka poda usoni kwake, huku nikiwa na shauku zaidi ya kuyafahamu marashi aliyojipulizia. Sugira alikuwa mrefu, lakini si mwembamba. Uso wake ulikuwa mpana na wenye siha, ambao kuna wakati ulinisikuma nirudi nyuma. Lakini siku hiyo, akiwa ndani ya suruali nyeusi na fulana nyeusi ya kola, iliyofunikwa kwa koti jeusi, alinitamanisha. Alinibusu kwenye mashavu yangu yote na kunipatia maua. Nilivaa viatu vya kisigino kirefu. Alikuja akiendesha gari la baba yake, Mercedes-Benz. Akanifungulia mlango na tukaodoka zetu.

"Tunakwenda wapi?" niliuliza.

"Siyo mbali, kuwa mpole, utaona," alijibu.

"Kwa nini unataka kuniua kwa udadisi?"

Baada ya umbali mfupi, nilianza kukisia. Nilishindwa kuelewa kwa nini Sugira amechagua eneo lile. Dakika chache baadaye, tuliwasili. Aliegesha gari na kufungua mlango. Furaha na kitete viliutandika moyo wangu. Sikuwahi kufikiria mie kuwa hapo *Kona ya Wapendanao* nikiwa na mwanaume, na zaidi Sugira. Ulikuwa ni mgahawa-baa uliopambwa na kona tofauti zenye meza za wawili wawili, kiasi kwamba hakuna ambaye angekwenda peke yake ama na watu zaidi.

Wageni wote walikuwa katika pea. Sugira aliushika mkono na kunivuta kwake. Sikujisikia amani. Nilitaka kumwambia tubadili mahali, na pengine twende mahali kwenye kelele nyingi za muziki wa Kiafrika. Nilijiuliza juu ya mada ya mazungumzo yetu. Hisabati na Fizikia zisingeweza kuwa sehemu ya mazungumzo tukiwa *Kona ya Wapendanao*. Hatukwenda *Kona ya Wapendanao* kujadiliana historia ya Rwanda na namna tulivyoteseka kutokana na kile kinachoitwa ukabila. Hakuna mtu anayevaa nguo nzuri ya usiku na kwenda *Kona ya Wapendanao* akiwa na mwanaume kujadili jinsi mama yake huyo mwanaume alivyo mtu mzuri. Mhudumu alituonesha meza iliyokuwa konani karibu na chemchemi. Akatuletea orodha ya vinywaji. Sikujua kitu cha kuchagua. Nilitaka kuufuata ushauri wa Karigirwa na kuagiza mvinyo laini mweupe, lakini mdomo wangu ulijawa nishai kuyasema maneno hayo.

"Umechagua?" Sugira aliuliza.

"Ndiyo."

Nisingeweza kujifanya msichana hasa wa jiji. Nilipaswa kuwa mimi. Sikutaka kuwa sawa na wale wasichana wenye kutinga viatu vya kisigino kirefu, halafu waanguke katika hatua zao za kwanza.

"Unakunywa nini?" mhudumu aliuliza.

"Chai ya limao."

"Una Uhakika?" Sugira aliuliza, kabla ya kuagiza mvinyo mwekundu.

Mhudumu alituletea vinywaji. Ulipowadia wasaa wa kuagiza chakula, kama msichana niliyezaliwa Rwanda, niliagiza kuku choma, lakini nikataka kuonesha umaridadi kidogo, badala ya kuagiza na chipsi, niliagiza mbogamboga. Sugira aliagiza chakula kiitwacho *sizzling beef or pork*. Hiyo inakuwa nyama ya ng'ombe ama nguruwe inayowekwa kwenye chombo chenye kuwaka moto unapoletewa. Suala la vyakula lilishatatuliwa, lakini suala la maongezi yetu ndilo lililonitatiza.

"Unapapendaje mahali hapa?" aliuliza.

"Ni pazuri sana."

Ukimya ukatawala kwa dakika chache, kabla ya kuendelea na maongezi.

"Nitakupeleka kwenye maeneo mengine mazuri ya Rwanda."

"Ahsante."

"Unapenda kwenda sinema?"

"Sijawahi kwenda, lakini nadhani nitapenda."

"Nitakupeleka."

Usiku ulikuwa mrefu sana. Sugira alinitazama, baada ya kula, alizidi kuivuruga hali kwa kunifuta mikono. Nilimsukuma kwa hasira. Moyo ulinidunda nilipomwona mwanaume yeyote mrefu, mweusi. Akili yangu ikanikumbusha Shema asingekuja sehemu ya starehe kama hii. Ingawa nilijaribu kuyaficha macho yangu, tayari Sugira aliweza kunisoma usoni kwangu kuwa sikuwa sawa. Baada ya kitambo cha ukimya, Sugira alilipia bili, akaushika mkono wangu na kuniongoza kwenda garini.

Tulipofika chuoni, aliliegesha gari lake na kulifunga ili kunisindikiza chumbani kwangu.

"Kwa nini una haraka hivyo?" aliuliza.

"Nimechoka. Ninakwenda kitandani, nijifunike na kulala papo hapo."

"Lini tutakwenda kutazama sinema?"

"Wikendi hii nitatingwa na kusoma," nilijibu. "Tutaangalia wiki ijayo."

Ukweli ni kwamba, sikuwa nafahamu kilichokuwa kikinitokea. Niliondoka chuoni nikiwa mwenye furaha na tayari kumfahamu vizuri Sugira, lakini badala ya kuufurahia wakati, moyo na akili yangu vilikuwa vikipambana kunikumbusha juu ya Shema. Nilimkumbuka.

"Samahani. Tafadhali, niache nikalale. Tutaonana Jumatatu."

"Sawa. Usiku mwema."

Hakuondoka. Pengine alikuwa akingoja busu la kwa heri. Alinikaribia, akakivuta kidevu changu, na kunibusu. Nikichefushwa na ladha ya mate yake, nilikimbilia chumbani kwangu. Ni mchezo gani Sugira alikuwa akiucheza? Nilijiuliza. Alishashinda nafasi ya rafiki wa kipekee. Nini zaidi alichokitaka? Pengine akili yangu ingeweza kusema ndiyo kwa moyo wake wa hisani na ubongo wake wenye akili, lakini moyo wangu haukuwa umevutiwa na uchangamfu wake.

———

Saa 5:00 asubuhi ya kesho yake, simu iliita. Karega alinipasha habari njema. Muhire alikuwa ameachiliwa kutoka jela. Nikavaa jinsi yangu ya bluu na fulana, kisha nikachukua teksi hadi kwenye gereza kuu la jiji la Kigali. Tulisubiri kwa dakika chache ndipo Muhire alipotoka. Alibeba begi jeusi mgongoni kwake, na mikononi mwake akiwa na Biblia kubwa nyeusi. Alinikumbatia. Uso wake ulionesha utulivu.

"Twende zetu," Karega alisema. "Karibu sana nyumbani kwangu, Karabo.

Aliishi kwenye nyumba ndogo iliyokuwa na vyumba viwili, iliyokuwa na milango mingine ya kupangishwa iliyopo Muhima. Sebule yake ilipambwa kwa viti vya kuegamia ambavyo hujulikana Kigali kama *Je commence la vie* vikiwa na rangi nyeusi, maziwa na kahawia. Upande mwingine wa chumba, kulikuwepo sehemu ya kulia chakula, meza ndogo ikiwa imezungukwa na viti vine. Kuta zilipambwa na mabango, likiwemo moja lililoandikwa: "BWANA ndiye mchungaji wangu; Sitapungukiwa na kitu. Katika malisho ya majani mabichi hunilaza, Kando ya maji ya utulivu huniongoza…" Karega alitukaribisha maziwa na chakula maarufu cha Kinyarwanda kiitwacho *Imvange*, ambacho ni mchanganyiko wa viazi, maharage na aina kadhaa za mboga za majani.

"Karabo, mimi sasa ni mtu aliyebadilika," Muhire alisema. "Nimejifunza mengi kutoka gerezani."

"Ki vipi? Unaweza kujifunza nini gerezani?" niliuliza.

"Nilikwenda jela nikiwa na hasira kubwa. Nisingeweza kudhani ningeweza kufungwa kwa sababu tu ya kumpiga mpumbavu wa Kihutu. Nilipowasili gerezani, mtu wa kwanza aliyenisalimia alikuwa katibu wa zamani wa jumuiya nilikozaliwa. Wakati wa mauaji ya kimbari dhidi ya Watusi, Habiyakare alikuwa kiongozi wa wauaji huko Kibuye. Aliniuliza nilichokuwa nikikifanya gerezani, na wakati nikiunyanyua mkono wangu ili nimnyuke, wafungwa wengine walinizuia. Ingawa ilinichukua majuma mengi kuweza kumwamini Habiyakure, sasa ninaweza kuthibitisha kwamba ni mmoja wa marafiki zangu wakubwa."

"Unamaanisha nini? Unathubutu vipi kuwa una urafiki na mchochea mauaji ya kimbari?" niliuliza.

"Karabo, kuna mambo ya kutisha mno yanayoendelea gerezani; mengine ninaweza kukusimulia, lakini mengine, sitokwambia kwa kina. Pamoja na ukweli kuwa nilimtukana na kumnyali, Habiyari alinikinga kutoka kwa wafungwa wengine waliotaka kunibaka. Wacha nisikwambie kwa kina. Zaidi ya hilo, sikuwa na mtu mwingine duniani, hakuna aliyenitembelea, na gerezani hatukupewa kila kitu. Habiyakare alinipa kila kitu alicholetewa na mkewe.

Sikukosa kitu, kuanzia sabuni hadi dawa ya meno. Aliweza hata kunipa pesa ninunulie kitu nilichokitaka kutoka kwenye mgahawa wa gereza."

"Lakini hiyo haiwezi kuubadili ukweli kuwa ni muuaji," nilisema.

"Ndiyo. Ni kweli Habiyakare aliwauwa Watusi wengi na analitambua hilo. Lakini ninaweza kushuhudia alilijutia. Alitetemeka, na machozi yalimbubujika mashavuni kwake kila wakati alipokumbuka kile alichokifanya wakati wa mauaji ya kimbari dhidi ya Watusi."

"Wanamgambo wengi wa zamani wa Kihutu wanasema wanajutia walichokifanya," nilisema. "Habiyakure amekufanya kuwa *Murokore*, nikimaanisha Mkristo uliyezaliwa upya?"

"Ndiyo, pia amechangia. Karega aliwahi kunihubiria, lakini nilikuwa mgumu mno kumsikiliza. Maisha gerezani yalikuwa kama handaki lenye mwanga mwishoni."

"Umeacha kuvuta bange?"

"Ndiyo, bila shaka. Tazama mahali dawa za kulevya zilikonipeleka. Gerezani. Endapo mtu niliyempiga angekuwa mfu, ningekaa jela maisha yangu yote. Ningeitwa mwuaji kama wale niliokuwa na hasira nao."

Ilinipa amani kufahamu sasa Muhire havutie tena bange. Lakini sikuwa na hakika juu ya kukubali kwa akili kuwa Muhire aliyetoka gerezani, akiwa na Biblia mikononi mwake, anasema amewasamehe Wahutu.

"Karabo, niambie kuhusu Mbabazi. Yupo wapi?" aliuliza.

"Yu mzima."

Nilimweleza jinsi wazazi wa Sugira walivyotusaidia Devota alivyokuwa akiugua na walivyomchukua Mbabazi kuishi naye.

"Sugira ni nani?"

"Yule jamaa niliyekuja naye gerezani kukutaarifu juu ya kifo cha Devota."

"Unanikumbusha mtu mmoja. Shema hajambo? Namaanisha yule mwanajeshi Kijana aliyekuwa akiishi nyumbani kwa baba yako mkubwa."

"Hajambo," nilijibu. "Aliondolewa jeshini. Pengine atavutiwa kukusikiliza wewe. Unapaswa uzungumze naye juu ya madhara yatokato na uraibu wa dawa za kulevya."

"Anavuta bange? Inahuzunisha. Bado yupo kwa Kanali Kamanzi?"

"Hapana. Anaishi Cyahafi na rafiki yake."

"Ninapaswa kuzungumza naye. Sisi, wahanga wa mauaji ya kimbari, lazima tuimarishe undugu wetu, na kurejesha miunganiko ya kifamilia. Watu wazima lazima wawe kama wazazi kwa vijana, tunapaswa kuwa kaka na dada kwa wahanga walio peke yao na wapweke, tunapaswa kuwa watoto kwa wazazi waliowapoteza watoto wao."

"Kabisa. Nitamshawishi akutembelee."

Aliendelea kunisimulia juu ya maisha ya gerezani. Pia, nikamsimulia juu ya mapambano ambayo Devota alikuwa nayo kabla ya kifo chake. Nyakati za alasari, nikaaga. Niliamua kwenda kwa Shema na kuitumia Jumapili kujisomea.

Akiufurahia uzuri wa mawingu ya bluu ya Rwanda, Shema alikuwa amekaa kwenye stuli ndogo mlangoni mwa chumba chake. Akiwa ndani ya suruali ya khaki na shati la bluu, alionekana kuwa mtulivu sana. Nikaonelea nitumie fursa ya bashasha lake kushauri tufanye matembezi.

"Unataka kunipeleka wapi?" aliuliza.

"Ni *surprise*."

Nilitaka niitumie fursa ya wakati wake bora na kumwonesha kungali na utamu wa maisha.

"Sawa. Twende," alisema.

Tulipandisha barabara inayotoka Gakinjiro kwenda Gitega. Sikuwahi kwenda Kituo cha Sinema cha Mayaka hapo kabla, zaidi ya kuyasoma tu matangazo yake.

Tuliwasili dakika chache kabla ya kuanza kuoneshwa kwa filamu ya *Titanic*. Watu wengi walikuwa wamenisimulia juu ya filamu hiyo, na nikawa mwenye furaha kuitazama nikiwa na *Jack* wangu mwenyewe.

"Sikuwa najua unayajua maeneo kama haya," Shema alisema. "Wewe ni msichana wa jiji, kabisa."

"Hee, kumbuka nimekulia Biryogo."

Jibu langu lilionekana kutia mantiki, ingawa nilikulia Biryogo, baba yetu hakuturuhusu kuzuru maeneo kama Kituo cha Mayaka.

"Najua hilo. Wewe si kama mimi niliyekulia jirani na mageti yaliyoandikwa *chiens méchants*, lakini usisahau leo nipo huru zaidi kuwashinda Wabiryogo.

"Natumaini utaipenda filamu, *Titanic*. Nimesikia ni filamu nzuri sana. Ni simulizi ya mapenzi."

Alitabasamu na kunibusu shavuni. Tulinunua tikiti zetu na kuingia ndani. Taa zilizimwa. Wakati Jack na Rose wakianza mapambano yao ya mapenzi, mimi na Shema pia tuliingia kwenye meli yetu wenyewe ambayo ingetuchukua hadi sayari nyingine ambako hata sindano isingeweza kuzizuia ndoto zetu. Kwa nini Mungu hakuwapa Waafrika uwezo wa kuunda meli kama *Titanic?* Nilitamani ningemchukua Shema hadi mbali katikati ya bahari. Ningekuwa bora kumshinda Rose. Nisingemwacha Shema afe. Ningekufa naye, ama kupona naye.

"Sasa ni zamu yangu, nakukaribisha kwenye sherehe ya *Kimansuro*, " Shema alisema baada ya filamu.

Nilikubali. Tulikwenda kwenye sherehe ya Kimansuro iliyofanyika kwenye hoteli ndogo ambayo jina lake sikuweza kulikumbuka. Shema aliagiza bia kadhaa. Mimi niliagiza soda ya *Coke*. Wasichana waliokuwa karibia uchi walicheza utadhani lengo lao lilikuwa kuwakaribisha wanaume kwenye michezo ya ngono. Shema akaniambia niweke mguu wangu juu ya goti lake. Kuufurahia muziki, alinivuta na kunibusu kwa mahaba. Baada ya chupa ya bia, aliagiza nyingine, na nyingine hadi nilipoacha kuzihesabu. Kila funda lilifuatiwa na busu.

Kwenye kona karibu na baa ya Muchoma, mwanaume aliyekuwa na umbo kubwa alituongelesha kwa vurugu. "Oyaa, *masela*, tazameni, hii hapa ni balaa," alisema, akimnyooshea kidole Shema. "Amekuja na malaya wake."

"Unasemaje? Nani uliyemwita malaya?"

Shema aliinuka na kumpa fundisho shababi huyo mwenye tabia ya kishenzi.

"Nilimaanisha huyo kahaba uliye naye."

Shema alimdunda ngumi usoni kwake.

"Mwanaharamu wewe. Tufanye nini na watu hawa. Hawawezi kuelewa kamwe kuwa wakati wao umekwisha."

"Shema, tafadhali," nilisema. "Wacha kupigana. Twende zetu."

Mwanaume huyo alikuwa chakari. Alijazia misuli kumzidi Shema. Tusi moja likapelekea jingine, ngumi kutoka kushoto hadi kulia, kutoka kulia hadi kushoto. Baada ya dakika chache, Shema alikuwa chini, damu ikimbubujika usoni kwake. Polisi waliwasili na kumchukua huyo shababi. Shema alibebwa na gari la wagonjwa kwenda hospitalini pasipo hata kuzilipia bia alizokunywa. Alipiga kelele kuwa Mhutu alitaka kumwua. Kwa mujibu wa Shema, mtu yeyote mwovu atakuwa tu Mhutu. Tulikesha hospitalini. Walimtibu majeraha na kumpa dawa za kutuliza maumivu.

Tulirejea Cyahafi asubuhi ya kesho yake. Shema asingeweza kunidanganya zaidi juu ya majeraha yake yaliyokuwa yakijirudia. Ingawa mimi sikuwa mtu wa kusali, nilihitaji kuongea na Mungu. Nilimwuliza Muumbaji endapo anamjua Shema. Nilimwomba Bwana amtazame yatima. Shema alikuwa mtu mwema. Ni vile tu alihangaika kukubaliana na ukweli wa kile kilichotokea kwenye maisha yake, na mbaya zaidi, aliamua kuegukia dawa za kulevya ambazo zilimvuruga zaidi.

→

Siku moja nilimweleza Shema juu ya uzoefu wa Muhire akiwa gerezani na namna alivyobadilika.

"Ni jambo zuri kuwa hatimaye Muhire ameachiliwa," Shema alisema. "Hakupaswa kwa kumpa Mhutu fundisho zuri."

"Kwa sababu sheria hairuhusu mtu kushambulia watu wengine kwa sababu yoyote," nilijibu. "Anatambua na kujutia makosa yake. Ninadhani hatofanya hivyo tena."

"Alikuwa na chaguo? Wale walioua familia zetu wanatembea huru kwenye hii nchi. Pale tunapogusa mmoja wao, polisi hututupia jela. Najiuliza kama hii serikali ni ya Watusi, kama baadhi ya watu wanavyoamini, ama ni kwamba imevamiwa na Wahutu."

"Shema, hicho unachokisema si kweli. Wahutu, Watusi, na Watwa wanapaswa kuishi kwa muafaka kwenye nchi hii. Zaidi, wale waliowaua watu wetu wamekamatwa na kuletwa kwenye mkono wa sheria."

"Mmmh, lini umeanza kuzungumza kama wanasiasa wadanganyifu? Popote ninapokwenda, ninakutana barabarani na wauaji wa Kihutu wakizurura kwa uhuru utadhani hakuna kilichotokea."

99

"Nini kinachokwambia ni wauaji? Imeandikwa kwenye mapaji ya nyuso zao?"

"Karabo, tafadhali acha kuniuliza mimi maswali hayo. Ni wewe unayeongea ama mtu mwingine? Unawezaji kuwatetea Wahutu baada ya yote waliyoitendea familia yako? Huwezi kumtambua Mhutu ukikutana naye njiani? Na unaniuliza mimi nawajuaje kama ni wauaji? Unamfahamu Mhutu hata mmoja asiye muuaji?"

"Siwatetei," nilisema. "Tuachane na haya mazungumzo."

Nilipaswa kuishia hapo. Haukuwa wasaa mzuri kumwambia Shema kwamba, mimi pia, nilitaka niweze kuwachukia Wahutu kwa moyo wangu wote, roho, na akili, lakini pia nimwambie kuwa kuwachukia Wahutu ingekuwa sawa na kuichukia sehemu ya nilivyokuwa. Kila mara Shema alipowazungumzia Wahutu, Utusi ndani yangu ulikubaliana naye, lakini Uhutu ndani yangu ulijisikia fedheha na hatia. Nilifahamu vema kuliko yeyote maana ya umoja na maridhiano. Kwangu, haikuwa kuhusu umoja na maridhiano baina ya Wahutu na Watusi, bali umoja wa nafsi zangu mbili zinazokinzana.

Baada ya siku chache, mimi na Shema tulimtembelea Muhire. Nilifurahi sana kufahamu Muhire ameungana na Karega kwenye shughuli zake za useremala huko Gakinjiro. Alikuwa akijifunza kutoka kwa Karega namna ya kufanya kazi ili kujikimu kimaisha.

Tuliwasili dakika chache baada ya wao kurejea kutoka kazini kwao. Walikuwa wangali katika mavazi ya useremala. Walitukaribisha tuketi, na vinywaji.

"Pole, rafiki yangu," Shema alisema. "Haikuwa haki kukupeleka jela."

"Shema, nilijifunza mengi kutokana na uzoefu huo. Yale tunayokabiliana nayo maishani hutufanya kuwa bora ama kuharibika. Ninachopaswa kufanya ni kuhakikisha ninachokuwa somo kutokana na uzoefu nilioupata ambalo litanifanya kuwa mtu bora."

Niliyafurahia maneno ya busara kutoka kwa Muhire na nilisubiri kuona Shema angeyachukuliaje.

"Mmhhh, maisha ya jela yamekufanya uwe mtu bora ama uharibike?"

"Sijui. Ninachokijua ni kuwa nimetoka nikiazimia kulenga kile kilicho chema na kuepuka yote yaliyo mabaya."

"Hukuwa mtu mwema kabla ya kuwekwa gerezani?"

"Rafiki yangu, niliwekwa jela kwa sababu nilimpiga mtu."

"Hapana, Muhire. Ulimpiga mwanaharamu wa Kihutu."

"Mwanaharamu ama Mhutu, haina tofauti. Nilimpiga binadamu."

"Muhire, nini kimekutokea? Labda hukuwa gerezani bali parokiani. Kwangu mimi, wale wote wanaotaka kunihubiria nisiwachukie Wahutu, nitawaambia waishie zao huko na waniache niende motoni."

"Nafahamu kwa nini unafikiri hivyo. Ni kwa sababu ya maumivu yaliyosababishwa na wanamgambo wa Kihutu walioiua familia yako. Nami pia nilipitia nyakati hizo. Siku moja, utatambua kuwa Mhutu na mwuaji ni maneno mawili tofauti ambayo hayana chochote yanachofanana. Lakini kwa sasa, tuachane na haya mazungumzo kwa ajili ya siku nyingine. Sawa?"

"Ndiyo, acha kuyaongelea sasa," nilisema.

Kwa mujibu wa kile alichonieleza Dokta Baziga, endapo wangeendelea kubishana, Shema na Muhire wangeipoteza fursa ya kuujenga urafiki wao, ambao ungempa Muhire fursa ya kushawishi mtazamo na tabia za Shema. Ili kubadili mada, nilimwuliza Muhire juu ya kazi yake mpya.

"U seremala sasa?"

"Ndiyo, hakuna maana ya kuishi duniani humu kama mfu unayetembea."

"Hilo ni kweli. Unaweza sasa kutengeneza samani?"

"Ndiyo, lakini ningali na mengi ya kujifunza. Hakuna kitu kiletacho raha kama kukibadili kipande cha mbao kuwa fenicha iliyoundwa vema. Ni sawa na uumbaji. Kwa nyongeza, pesa kidogo ninayoipata inanisaidia kujikimu. Kama nikiendelea kuwa kijana mzuri na kufuata masomo ya mwalimu wangu Karega, kesho ninaweza kuhesabiwa miongoni mwa wafanyabiashara matajiri wa jiji la Kigali."

Shema alibaki kimya hadi dakika niliyomuaga Muhire na rafiki yake Karega.

Tulipotoka Muhima, Shema alirejea kwake Cyahafi ilhali mimi nikirejea chuoni.

Chumbani kwangu, nilimpigia simu Karega nikimwomba kuzungumza na Muhire. Nilimwomba achukue jukumu la kumsaidia Shema. Nilimwomba awe rafiki wa Shema, na kila mara, amtie moyo abadili moja ya mitazamo yake. Muhire alinikatisha nikiongea.

"Niambie ukweli. Nimenusa harusu ya mahusiano ya kimapenzi baina yako na Shema. Nipo sawa?"

"Muhire, siwezi kukuficha wewe. Ninampenda Shema ile mbaya, na ananipenda. Lakini ninahuzunishwa na ukweli kuwa uchungu wa maisha yake umefungia milango yote ya baraka. Shema anaishi maisha ya ovyo. Kimsingi, anajikongoja badala ya kuishi."

"Naelewa. Nitatafuta muda nimpigie ama nimtembelee. Tutazungumza kama wanaume."

"Unapaswa kuwa makini. Hapaswi kujisikia kama unamlazimisha kubadilika."

8

Siku moja ya Jumapili ya mwezi Februari 2004, niliamka nikiwa najisikia vibaya na maumivu makali ya kichwa. Nilikwenda duka la madawa la karibu na kununua dawa za kutuliza maumivu. Magari upande mwingine wa barabara yalipunguza mwendo. Wakati nikijiuliza kwa nini, pikipiki ya polisi ilipita ikipiga honi zilizopasua ngoma za masikio yangu. Pengine tayari nilikuwa nikitembea katikati ya barabara. Nilipotambua ulikuwa msafara wa Rais, niliruka na kuangukia mtaroni. Nilipatwa maumivu makali ya kichwa utadhani mtu kanipiga kwa rungu.

"Mama," nilipiga kelele.

Vijana wa mitaani waliokuwa wakivuta vitu fulani walicheka.

"Msikieni msichana huyo," mvulana mmoja alisema. "Anamwita mama yake. Yeye si kama sisi tulioisahau maana ya neno hilo."

Ilikuwaje neno "Mama" liteleze kutoka mdomoni mwangu? Nilijiuliza. Mama ambaye nisingeweza kumkimbilia nyakati zangu za huzuni. Nilitaka kuwaambia wale wahuni kuwa hawakuwa sahihi. Sikuwa na mama wa kumwita. Mtu mmoja alikatisha mawazo yangu na kulivuta shati langu; moyo ulinidundia kichwani.

"Haloo, Karabo, unanikumbuka?" aliniuliza.

"Hapana. Sikukumbuki."

"Mimi ni Mugabo, binamu yako."

"Sawa. Habari yako?"

"Mie mzima. U hali gani?"

"Mzima."

Nilimjua ni nani. Hakuwa amebadilika sana, isipokuwa kwa madhila yaliyoonekana usoni kwake. Niligeuka niende duka la madawa. Sikuwa na nguvu ya kuongea naye.

"Karabo, usiondoke. Tuzungumze kwa muda mfupi."

"Samahani. Napaswa kwenda," nilijibu.

"Nina ujumbe kutoka kwa mama yako," alisema.

Alipomtaja mama yangu, nilisimama na kumgeukia. Nilikuwa na hofu ya kukisia alichotaka kukisema.

"Unao ujumbe kutoka kwa mama yangu? Yupo wapi?"

"Hatuwezi kuzungumzia katikati ya barabara. Tafadhali, tutafute sehemu tulivu zaidi."

"Tafadhali, niambie. Yungali hai? Yupo wapi? Amerejea Rwanda?"

"Karabo, nitayajibu maswali yako yote. Hatuwezi kuongelea hapa. Tutafute mahali patulivu tunapoweza kuketi. Nitakwambia kila kitu na kukupa ujumbe wake."

Sikutaka kuketi chini na binamu yangu huyo ambaye nilimwona kama mtoto wa muuaji wa Kihutu, mjomba wangu Rwasibo. Nilikiogopa kile alichotaka kuniambia kuhusu mama. Sikuwa na hakika kama nilitaka awe hai ama mfu. Tukaketi kwenye benchi kwenye kituo cha mabasi.

"Tafadhali, niambie sasa."

"Karabo, tumepitia mambo ya kutisha tukiwa kwenye kambi ya wakimbizi huko Kongo. Mama na dada yangu, Ngabire wameuawa. Baba yangu ameungana na wanajeshi.

Mtu pekee ambaye maisha yangu yana deni naye ni mama yako."

"Waliuawa? Ki vipi? Na baba yako, amejiunga na jeshi gani?" niliuliza.

"Waliuawa wakati wa vita Kongo. Inasemekana kuwa bomu lililowaua lilidondoshwa na wanajeshi wa jeshi jipya la Rwanda ambao walitufuata Kongo. Baba alijiunga na jeshi la zamani."

"Tafadhali, nakuomba," nilisema. "Usiniambie mimi uliyoyapitia huko Kongo. Sivutiwi nayo kabisa. Mama yangu yupo wapi? Amekupa ujumbe gani?"

Alikiinamisha kichwa chake kana kwamba anayazuia machozi.

"Mama yako anaishi Malawi na mumewe na watoto."

"Mumewe? Watoto? Unazungumzia kitu gani?"

"Mama yako aliolewa tena. Anaishi Malawi. Lakini—"

"Sawa. Inatosha," nilimkatisha. "Ahsante kwa habari. Kwa heri. Tafadhali, kamsalimie ukikutana naye tena."

Niliinuka na kukimbia.

"Karabo, tafadhali, pokea hii barua aliyokuandikia," Mugabo aliniita.

Alinikimbilia na kunirushia barua mgongoni kwangu. Niliichukua na kwenda zangu. Nilisahau nilikuwa nakwenda duka la madawa. Nilitaka kurudi chuoni. Nilisikia kwa mbali sauti za magari na watu wakikimbia kichwani mwangu. Nilipata maumivu makali sana ya mgongo na sehemu zote za tumbo langu zilipigana zenyewe kwa zenyewe. Pengine nilikuwa nawehuka. Nilipoufikia mtaa wa wahuni walionidhihaki nilipoita *Mama,* nilisimama.

"Nyie jamaa, mimi sina mama," niliwaambia.

"Oyaa, nawe ni mla makombo kama sisi?' aliuliza mmojawao. "Unaonekana kama mtoto mwenye majibu."

Niliwatupia barua. Hakukuwa na kitu cha mimi

kukisoma. Moyo wangu ulikuwa mzito kuliko sayari nzima ya dunia. Dunia iliniwia kubwa, lakini sikuweza kutosha ndani yake. Akili yangu haikuweza kufikiria kile alichoniambia Mugabo. Mama anawezaje kusahau kirahisi hivyo? Anawezaje kuoana na mmoja wa Wahutu aliokimbia nao? Nilitaka nimpigie baba na kumwambia alifanya kosa kubwa kwa kumwoa mwanamke wa Kihutu. Hakustahili kuwa mama yangu. Alifaa tu kuwa mfu. Fumbo lililokuwa gumu kwangu lilifumbuka kirahisi. Sikuwa na la kufanya na Wahutu. Niliwasili chuoni, nikaneda kitandani, nikauchukua mto wangu mwekunndu, na kuililia familia yangu.

———

Siku ya Jumapili, simu yangu iliita. Sikuitambua namba. Nikaipokea.

"Karabo, hujambo? Kitambo sana. Umetusahau."

"Hapana. Sijawasahau."

"Karabo, kuna kitu kinakukaba kooni," ba'mkubwa Kamanzi alisema. "Tatizo ni nini? Kwa nini usitutembelee?"

Labda ningemkimbilia na kulia kifuani kwake, lakini nikaona lisingekuwa wazo zuri. Angenikumbusha sipaswi kutegemea lolote jema kutoka kwa mama yangu wa Kihutu.

"Leo, nataka nijisomee," nilijibu. "Ninajiandaa na mtihani."

Alisisitiza, na hatimaye nikakubali.

Niikumbuka harufu ya kusisimua ya miti mikubwa ya Kiyovu. Nilibisha hodi na mlinzi akanifungulia. Neza alinitabasamulia. Birungi alinisabahi kwa busu shavuni. Dakika chache baadaye, ba'mkubwa Kamanzi aliingia.

"Hujambo, mpenzi?" alimwambia Birungi, na busu juu.

Akanigeukia na kusema, "Tulikumiss. Bila shaka masomo yamekubana zaidi."

"Ndiyo, siyo rahisi. Ninaandika tasnifu yangu."

"Oh, imekwenda haraka. Yaani tayari u mbioni kumaliza shahada ya kwanza. Unaandika kuhusu nini?"

"Ninaandika juu ya madhara ya mwingiliano wa kisiasa na kijamii wa makundi yote ya kikabila katika kuzuia migororo Rwanda."

"Inaonekana ni mada kubwa. Kwa nini uliichagua?"

"Kama mwanasayansi ya siasa, ninavutiwa kusoma uhusiano baina ya mwingiliano wa kimakabila na uzuiaji wa migogoro. Lakini wengi wa maprofesa wangu wamenivunja moyo. Wananiambia inapaswa kuwa tasnifu ya shahada ya uzamili. Lakini ninataka kuifanya. Pengine ninaweza anza na tasnifu nyepesi and kuiboresha zaidi nitakapokuwa nikichukua masomo ya uzamili."

"Una akili kama baba yako Kalisa," ba'mkubwa Kamanzi alisema.

Birungi alitupatia vinywaji na vitafunwa.

"Hivi karibuni, kuna mtu alinipigia kunifahamisha kwamba familia za wale waliozikwa kwenye kaburi la pamoja na baba na dada zako wanataka kufanya maziko ya heshima ya wapendwa wao," ba'mkubwa Kamanzi alisema.

"Oh, walijuaje kuwa kila ndugu yao alizikwa kwenye kaburi la pamoja?"

"Mamlaka za mitaa zimetoa tangazo kuzitafuta familia zote. Wanapanga kuifukua miili na kufanya maziko mwezi Aprili mwaka huu. Tunapaswa kushiriki kwenye vikao vya Mipango."

Nilifurahi kufahamu hatimaye baba yangu na dada zangu watapata mazishi ya heshima waliyoyastahili. Sikuwa na sababu ya kungoja. Mama alikuwa na familia nyingine

ya Kihutu. Baba na dada zangu walinitegemea mimi pekee.
Nilisita kuzungumza na ba'mkubwa Kamanzi kuhusiana
na mama yangu, lakini niliona yeye ameonesha kuwa bora
kwangu kuliko mwanamke aliyeninyonyesha maziwa yake.

"Ni... Nin habari mbaya."

"Ni nini, Karabo?"

"Ni... Ni kuhusu...kuhusu mama."

"Amepatwa na nini?"

"Hakuna kitu. Ni mzima. Anaishi Malawi."

"Malawi? Alifikaje huko?" aliuliza, kabla ya kuongezea
kicheko, "Wahutu hao waliotalii Afrika."

"Sifahamu alifakaje huko. Ninachofahamu ni kuwa yu
mzima. Ana... Ana mume mwingine na watoto."

Ba'mkubwa Kamanzi alinisogelea, akanikumbatia huku
nikikilaza kichwa changu kifuane pake.

"Acha kulia," alisema. "Tafadhali, yafute machozi
yako."

Nilitaka kumweleza kila kitu juu ya maumivu ya moyo
wangu, lakini sikuwa na maneno ya kuulezea uzito wa
simanzi yangu. Ningemwambia kuwa sikuwa na furaha
kwamba mama yangu angali hai? Sikuwa na furaha kwa
sababu ameolewa na mwanaume mwingine? Pengine si
lolote kati ya hayo. Mama alisahau mkataba wa upendo
aliosainiana na baba. Hakuna aliyeniambia juu ya
mwanaume huyo mwingine aliyeoana naye, lakini iliniwia
rahisi kuelewa amemchagua miongoni mwa Wahutu
aliokuwa nao kwenye kambi ya wakimbikizi huko Kongo.
*Vipi kama ameolewa na mmoja wa wanamgambo wa Kihutu
aliyewaua mumewe na watoto wake?* Nilitafakari. Ba'mkubwa
Kamanzi alinifuta machozi lakini macho yangu yalimwaga
machozi zaidi.

"Nani amekupa habari hizo?" aliuliza.

"Binamu yangu Mugabo ambaye alikuwa naye Kongo."

"Karabo, hebu acha kujichanganya na hao Wahutu unaowaita ndugu zako," ba'mkubwa alisema. "Lengo lao ni kuumiza moyo wako."

Nilikubali. Pengine ba'mkubwa Kamanzi alikuwa sahihi. Tukaafikiana juu ya kufukuliwa na kuzikwa baba na dada zangu wawili Fifi na Dudu. Nilimuaga, na mkewe na mtoto wao, nikarudi chuoni.

Kwenye majinamizi yangu, zinilirejea kumbukumbu za kale, nyakati za chai kwenye familia yetu huku mama na baba wakitabasamu. Nikaufungua ukurasa wa sasa, uliomwonesha mama na mwanaume mwingine mchafu wa Kihutu. Nilimpayukia nikimwambia aachane na mwanaume huyo ili kumwokoa baba mikononi mwa wauaji wa Kihutu.

———

Jumatatu iliyofuatia, Sugira alinitafuta kona zote za chuo. Aling'amua moyo wangu umevunjika vipande vipande. Kwa msisitizo, aliniuliza juu ya huzuni yangu. Hatimaye nikamweleza juu ya kukutana kwangu na binamu yangu Mugabo.

"Ameandika nini kwenye hiyo barua?" Sugira aliuliza, akiielezea barua ambayo mama aliniandikia. "Kwa nini harudi Rwanda?"

"Sijui. Sikuisoma barua. Niliitupilia mbali."

Alikata jani kutoka kwenye mti wa mgunga na kusema, "Kama hutojali, nina wazo."

"Niambie."

"Ninashiriki maumivu yako. Lakini unapaswa kufahamu kwa nini mama yako alifanya vile alivyofanya."

"Nini zaidi ninahitaji kukifahamu, na kwa nini?" niliuliza. "Unataka mimi nifahamu yeye ni mwema kiasi gani kwa watoto wake wapya? Ama kwa kiasi gani anampenda mume wake mpya?"

"Hapana, simaanishi hivyo. Pengine kuna sababu zingine za kwa nini hakurejea Rwanda. Unapaswa kufikiria uwezekano wa mambo mengine. Vipi kama mjomba wako Rwasibo alimshinikiza ndoa hiyo?"

"Huo ni uwezekano, lakini hauwezi kubadili ukweli kwamba..."

Nilishindwa kuelewa kivipi mama aliambatana na wauaji wa Kihutu waliowaua watoto wake hadi msituni Kongo, na baadaye Malawi. Nisingeweza kuelewa ni kwa namna gani aliamua kuoana na huyo Mhutu, hata kabla ya kurejea Rwanda na angalau kutoa heshima za mwisho kwa baba.

"Sijali kuhusu sababu zote zilizomfanya aolewe tena na kwa nini hakurudi Rwanda. Yeye ni kama mfu tu kwangu."

"Kwa nini usizungumze na mjomba wako Gasana? Pengine anazo taarifa zaidi za kwa nini mama yako amefanya hivyo alivyofanya."

"Nani? Umesema mjomba Gasana? Ana tofauti gani na mama, ama na familia yao yote?

"Pengine mjomba wako hajapata fursa ya kukushirikisha taarifa zote anazoweza kuwa nazo kuhusiana na mama yako na nduguzo upande wa mama."

"Sitaki kumsikiliza anachotaka kukisema."

"Vipi kuhusu binamu yako Mugabo? Anaishi wapi?"

"Labda anaishi na mjomba Gasana. Ukweli ni kuwa sitaki kukutana na ndugu yeyote upande wa mama. Wote ni walewale."

"Karabo, kama hutojali, nitakusindikiza," Sugira alisema. "Ninadhani itakuwa vema kwako ukipata taarifa zaidi. Usihofu, endapo zitakuvunja moyo wako, nitakupa bega uliegamie."

"Sugira, achana na hizo. Hili ni jambo zito. Usifanye utani."

Tulirejea madarasani kwetu. Akili yangu ikaniambia niuzingatie ushauri wa Sugira. Endapo taarifa zaidi nitakazozipata hazitonipa fursa ya kuelewa kwa nini mama alifanya vile alivyofanya, angalau nitakuwa nimethibitisha hukumu yangu juu yake.

Baada ya siku mbili, nilimwomba Sugira anisindikize nyumbani kwa mjomba Gasana. Alinikubalia kama alivyokuwa ameniahidi.

Mjomba Gasana alikuwa amehama kutoka Kacyiru hadi Nyarutarama. Aliishi kwenye nyumba ya kisasa, ya ghorofa mbili. Tulibonyeza kengele na mlinzi alitufungulia. Kila nilipokwenda nyumbani kwake, nilishangazwa na ukwasi wa mjomba wangu. Lakini siku ile, ile nukta nilipoingia nyumbani kwake, chuki iliupasua moyo wangu. Inawezekanaje mjomba Gasana aifaidi Rwanda pasipo kuwashawishi ndugu zake mwenyewe kurejea nchini?

"Karibuni, wanangu," mjomba Gasana alitukaribisha. "Kitambo sana."

Kwa bahati, mkewe hakuwepo.

"Shikamoo mzee Gasana," Sugira alisabahi.

"Vipi kuhusu masomo? Yanakwendaje?"

"Vema," Sugira alijibu.

Alituuliza tungependa kunywa nini, nasi tukachangua sharubati ya embe. Ni Mugabo pekee aliyeniokoa kutoka kwenye mazungumzo yaliyokera kuhusu hali ya hewa, misimu na masomo. Alishuka ngazini na kunisalimia kwa bashasha hasa.

"Oh, Karabo, nimefurahi umekuja kututembelea."

"Ahsante."

"Vipi mambo?" Mugabo aliuliza.

"Poa tu."

Mugabo alimkumbusha mjomba Gasana vile alivyomwambia siku tumekutana, na namna nilivyosononeshwa na kile alichoniambia. Mjomba Gasana aliniuliza kwa nini nilipatwa huzuni kusikia kuhusu mama. Sikumjibu.

"Uliisoma barua aliyokutumia?" aliuliza.

"Hapana. Sikuisoma," nilijibu. "Mugabo alikwishanieleza kila kitu ambacho ningekisoma kwenye ile barua."

"Hapana. Hivyo si kweli," Mugabo alisema. "Sikuwa nafahamu kilichoandikwa kwenye barua."

"Mjomba, kitu ninachofahamu ni kwamba mama angali hai. Anaishi Malawi na ana mume mwingine na watoto. Yupo sawa."

"Karabo, hili si jambo jepesi kwa mama yako," mjomba Gasana alisema. "Yeye ni mkimbizi. Ninaamini unaelewa inamaanisha nini hivyo."

"Eh? Mkimbizi? Kwa nini? Anakimbia nini?" niliuliza.

Mjomba Gasana alinielezea kuhusu hali ya kutisha ambayo wakimbizi wa Rwanda wameiishi na kwamba mama asingeweza kuwatelekeza watoto wake wapya. Nilisimamia kuwa aliwachagua watoto wake badala yangu. Mugabo hakukubaliana nami. Alinielezea yale waliyokumbana nayo huko Kongo, kabla mama hajakutana na mume wake wa Kihutu.

"Pengine sote tungekuwa tumekufa huko Kongo kama Hagira asingemwoa mama yako," Mugabo alisema, macho yakimtoka machozi.

"Ki vipi? Tafadhali, nielezee."

"Hagira alikuwa miongoni mwa watu wenye ushawishi kwenye kambi ya wakimbizi. Kila mmoja alimwogopa. Lakini siku kambi yetu ilipovamiwa, alilazimika kuyaokoa maisha yake. Alitukuta njiani tukiwa tunakimbia risasi.

Mama yako alipata ugumu kulivuka daraja lililokuwa limetengenezwa kwa fito. Hagira alitusaidia kuvuka daraja, na kuanzia hapo tukaendelea na safari pamoja."

"Na akawaje mume wa mama yangu?"

Mgongo wangu uliniuma huku macho yangu yakipambana na machozi. Kilichouumiza zaidi moyo wangu wala hakikuwa madhila waliyokumbana nayo huko Kongo, bali ukweli kuwa mama yangu alipaswa kushiriki baa la wauaji wa Kihutu waliowaua mumewe na watoto wake.

"Karabo, wacha niishie hapa," Mugabo alisema. "Siwezi kusimulia kila madhila tuliyoyapitia Kongo. Hapana, siwezi kukwambia baadhi ya mambo."

"Tafadhali, niambie. Usihofu kuhusu machozi yangu."

"Ni...nilimchukia sana pia Hagira. Niliuchukia ukweli kwamba ali...alimpa mama yako mateso yale yale aliyokuwa akiyakimbia."

"Unamaanisha nini? Alimfanya nini mama?"

"Karabo, tafadhali, usinifanye niseme. Nini ambacho hukielewi? Ali...Alimlazimisha..."

Mugabo hakuimalizia sentensi yake.

"Alimbaka?" niliuliza.

"Ndiyo. Tafadhali, usiniulize ki vipi? Ndiyo hivyo, sasa wanaishi pamoja na watoto wao watatu."

Nilikimbilia bustanini, nikaketi kwenye nyasi, nikaliruhusu fuvu langu liyamwage machozi yote yaliyobakia ndani yake. *Hiyo ndiyo sababu mama hajarejea Rwanda?* Nilijiuliza. Nisingeweza kukabiliana na ukweli kuwa mama yangu aliyapitia madhila yale yale ya kubakwa kama aliyoyapitia Devota wakati wa mauaji ya kimbari dhidi ya Watusi. *Kwa nini angali akiishi na huyo mbakaji katili?* Ubongo wangu haukuweza kunishauri. Moyo wangu ulikuwa umepondeka. Miguu ilinitikisika, na mikono yangu ikanitetema. Kama mbingu isingekuwa mbali, ningekuwa nimeipiga kwa kichwa changu. Miti kwenye ile bustani ndogo ya Nyarutarama ilinitazama kwa hasira, lakini nyasi zikayashiriki maumivu yangu. Mjomba Gasana akatoka.

"Wacha kulia, Karabo," alisema. "Yafute machozi yako. Mama yako hajambo."

"Ki vipi?"

"Sasa wamekuwa familia. Wanateseka tu kwa maisha yao duni ya kikimbizi, lakini hawajambo. Tunapaswa kumshukuru Mungu hakuyapoteza maisha yake huko Kongo."

"Pengine ingekuwa vizuri zaidi," nilisema. "Unadhani yupo hai? Hapana. Mama yangu alikufa, ingawa angali akiuvaa mwili wake wa kibinadamu."

"Usiseme hivyo. Ninatumai siku moja atarejea Rwanda."

"Lini? Nini kinachomzuia yeye kurejea kama anapenda? Sielewi."

"Mume wake anaogopa kurejea Rwanda. Anahofia atatiwa jela."

"Bila shaka. Anapaswa kurejea Rwanda na kukumbana na sheria. Anapaswa kuadhibiwa kwa Watusi aliowaua, na kwa kumbaka mama yangu. Lakini kwa nini mama hamuachi?"

"Asingetaka kuwaacha watoto wake."

"Hao watoto ni matunda ya uovu wa mwanaume aliyemfanya mama mateka wake."

Sugira alitoka na kuketi pembeni yangu. Alimwambia mjomba anapaswa kuelewa kuwa dada yake amewekwa mateka na huyo Hagira, na akaongeza kwamba mjomba Gasana anapaswa kufanya lolote linalowezekana kumrejesha mama Rwanda.

"Sugira, siwezi kumtenganisha Musanabera na familia yake. Namaanisha mumewe na watoto wake. Karabo, unapaswa kuelewa kwamba sasa mama yako ameolewa na mwanaume mwingine."

"Hapana, hajaolewa," Sugira alisema. "Mugapo amesema huyo mwanaume alimbaka. Tafadhali, msaidie mama yake Karabo."

"Nyie wote mngali wadogo," mjomba Gasana alisema akitabasamu kinafiki. "Kuna mambo mengi msiyoyaelewa."

"Kama yepi, kwa mfano?" niliuliza.

"Natamani ungeweza kuwatembelea hao wakimbizi wa Kihutu. Utaweza kuyaelewa maumivu yao."

"Mjomba, Samahani, sikuelewi," nilisema. "Kwa nini kila mara unaongelea mateso ya wakimbizi wa Kihutu, ilhali hujali juu ya yale waliyoyapitia Watusi? Nitazame mimi, hao unaowatetea waliwaua baba na dada zangu, na kama haitoshi, wamemfanya mama yangu mateka wao— hivi unaelewa hilo?"

"Karabo, usiongee nami kwa sauti hiyo," mjomba Gasana alisema. "Tafadhali, usinikosee heshima. Sidaiwi nawe maelezo yoyote."

"Samahani. Sikumaanishi kukuvunjia heshima," nilimjibu. "Nilitaka kukukumbusha kuna Wanyarwanda wanaopaswa kuhukumiwa kwa yale waliyoifanyia nchi yetu. Tafadhali usiwatetee. Ningependa uwaonee huruma wale ambao wazazi na ndugu zao waliuawa kwa sababu tu waliitwa Watusi."

"Tafadhali, tuachane na haya mazungumzo," mjomba Gasana alisema.

"Ahsante, mjomba," nilisema kabla ya kumgeukia Sugira. "Twende. Tumepata kila kitu tulichokitaka kutoka hapa."

Hakuna aliyetusindikiza kwenda mlangoni.

Tukiwa njiani kurejea chuoni, mimi na Sugira

hatukuzungumzishana. Huruma ya kile alichokipitia mama haikuushawishi moyo wangu kumsamehe. Hakuwa tena mama aliyenifundisha mimi namna ya kuwa mwanamke mwenye tabia njema. Alijikabidhisha mwenyewe kwa Wahutu. Aliwaruhusu wale waliomwua mumewe kumfanya mateka wao. Amemsaliti baba. Amenitelekeza mimi.

Chuoni, nilikimbilia chumbani kwangu, nikajimwagia maji ya vuguvugu, nikavalia gauni la kulalia, na kujilaza kitandani. Kabla sijayafumba macho yangu kulala, simu iliita.

"Hee mpenzi, busu kwako," Shema alisema. "Vipi mambo?"

"Nipo poa."

"Una hakika? Una tatizo gani?"

"Hakuna kitu. Labda kwa sababu tayari nipo kitandani."

"Hapana, siyo kweli."

"Nimechoka."

"Nimechoka pia, lakini sauti yangu haijapooza kama yako."

"Nawe umechoka pia? Kwa nini?" niliuliza.

"Niambie kama unataka nije na kukwambia kitu gani kimenichosha. Nitakuwa hapo chini ya dakika tano."

"Unataka kuja chuoni? Mmmh? Labda kesho. Ninataka kulala. Lakini nina shauku. Tafahdali niambie nini kimekuchosha?"

"Nina habari njema."

"Hey, niambie tafadhali."

"Siyo kwenye simu. Usijali. Wewe lala. Nitakuja kesho."

"Hapana. Nitakuja nyumbani kwako kesho mchana. Sawa?"

"Vizuri sana. Uwe na usingizi mzuri, mpenzi."

Nini ambacho Shema anataka kuniambia? Nilijiuliza. Masikio yangu hayakuwa tayari kumsikiliza. Yalitingwa na sauti ya mama akinung'unika na kupiga yowe huku akisukumiza kuni motoni kupunguza moshi uliomwumiza pua. Pembeni yake, watoto wake walilia kana kwamba wanakufa kwa njaa, na upande mwingine wa nyumba, mwanaume mweusi mwenye macho mekundu alikuwa akinywa pombe ya ndizi, *urwagwa,* akimwita mama kwa majina yote mabaya ya *abatindi.* Machozi yalimjaa mama, na aliulalamikia moshi. Kujipoteza na hayo yote, aliimbia sifa kwa Mungu, akimwomba amwokoe na madhila anayoyapitia. Kwenye taswira nyingine ya ufahamu wangu ama kutofahamu kwangu, baba na dada zangu walimeremeta kwenye kanzu nyeupe, wakiketi pembeni ya Muumbaji. Baba aliniomba niendee kumwokoa mama kutoka mikononi mwa shetani. Nilijibu kwa kukataa, nikisema mama alichagua mwenyewe madhila hayo na kwamba anapaswa kukubali matokeo yake. Usiku wote, nilikuwa ndotoni ama kwenye majinamizi yaliyonifanya kusafiri kutoka Rwanda hadi pande zote za ulimwengu, kabla ya kurejea Rwanda. Niliweza kuwasikia wanamgambo wa Kihutu wakiwa na bunduki na mapanga wakiliita kwa nguvu jina la baba yangu. Nilimwona mama akikimbia akiwa na Wahutu, na mmoja wao akizivua nguo zake kuudhalilisha uanamke wake. Kwa nini alikimbia nao? Kwa nini hakujitelekeza afe ili aambatane na baba kwenye ulimwengu usioonekana ambao hakuna maumivu?

Niliposhituka kutoka kwenye jinamizi, tayari jua lilinipungia mkono kupitia dirishani.

9

Ilipotimu saa nane mchana, nilikwenda kwa Shema kama nilivyoahidi. Nilikuwa na shauku ya kufahamu kile alichotaka kuniambia. Nilibisha hodi na Shema akafungua. Niliruka kwa furaha namna mapambo chumbani kwake yalivyobadilika. Godoro halikuwa tena sakafuni bali kitandani, lilifunikwa na shuka la bluu na duvee jekundu. Konani, walificha chini ya meza ndogo guduria, ndoo, sufuria na vyombo vingine vya nyumbani. Meza ilifunikwa kwa kitambaa cheupe

"Wao, kila kitu kimebadilika hapa. Ni kama mapinduzi ya jumla."

"Ahsante mpenzi wangu. Tunajifunza kuwa vizuri."

"Vitu vyote hivi umevinunua lini?"

"Nimevichukua kutoka karakana ya Muhire na Karega."

"Oh, wamekupatia?"

"Hapana, tumevitengeneza."

"Umetengeneza? Nawe ni seremala?"

"Najaribu. Tafadhali, nenda taratibu. Nitakueleza zaidi. Unataka kunywa nini?"

"Ahsante. Niambie, nini ulichotaka kuongea nami jana?"

Aliivuta ndoo iliyokuwa uvunguni mwa meza ndogo. Ndani ya ndoo, alitoa chupa yenye sharubati ya nanasi. Sauti ilininong'oneza kichwani mwangu kuwa hatimaye Shema ameshawishika kuanza kuishi badala ya kuwa ilimradi. Uso wake ulionekana msafi na wenye kutakata. Aliongea nami akijawa bashasha, na siyo kukimbilia kunirukia kama kawaida ya michezo yetu ya kitandani.

"Nd'o ushafika," Shema alisema, akinipa bilauri yenye sharubati.

"Ahsante. Shema usiniue kwa udadisi. Nini ulitaka kuniambia jana?"

"Usiwe na shauku kupitiliza. Wala siyo muhimu kivile. Nilitaka kukwambia nimerudi shule."

"Shema, unasoma? Ngoja nikukumbatie."

"Tafadhali, ongezea na busu."

"Unajifunza useremala shuleni?"

"Hapana. Nimechagua fani nyingine ya ustadi. Ninajifunza ufundi cherehani na ubunifu wa mitindo kwenye chuo cha Kijapani kilichopo Kacyiru. Niliwaendea Mfuko wa Kusaidia Wahanga wa Mauaji ya Kimbari, na nikatekwa na ukarimu wao kwangu. Walikubali kunilipia ada ya masomo. Sasa ninacho kitu cha kuisifia hii serikali."

"Oh Mungu wangu, lazima nikubusu tena Shema. Niseme nini? Natumaini umeacha kuvuta bangi."

"Oya, sina tatizo na bangi. Sijaimeza injili yote ya Muhire. Usiniulize kama pia nimewasamehe Wahutu. Napaswa kuishi vema ili nikamilishe kushindwa kwao."

"Hilo ni kweli. Lakini endapo hutoacha kuvuta bangi, itakuzuia kuyafikia maisha mazuri unayoyastahili."

"Nitaacha siku moja lakini siyo leo. Sivuti sana. Ni bangi tu, isipokuwa kwa siku moja ama mbili nilipojaribu dawa zenye nguvu zaidi."

Sikumsisitizia. Jambo la muhimu zaidi ni kwamba

angalau alipiga hatua kuelekea maisha mazuri. Malengo ya Shema yalikuwa makubwa kuliko kuwa tu fundi cherehani. Alilenga kuwa mbunifu wa mitindo mwenye kuheshimika. Kama kawaida, midomo yetu ikazisherehekea habari njema. Macho yake yaliuvinjari uso wangu na kuufanya moyo wangu kudensi kifuani pangu. Tabasamu lake, likiwa na fizi nyeusi na meno meupe marefu, lilinipumbaza. Nisingeweza kuuzuia mwili wangu kujiachia kifuani pake. Aliunyonya mdomo wangu na kuzipapasa sehemu za mwili wangu zenye kuamsha ashiki. Nisingeweza kumzuia. Niliiacha mikono yake isafiri mwilini mwangu.

"Karabo, kuna jambo jingine nataka kukwambia."

"Mmmh?"

"Sijawa mpenzi bora, lakini sasa nataka tuwe ndege wawili kwenye kiota chetu wenyewe. Sote kwa pamoja tutaufurahia ubluu wa mawingu na ubluu wa maji. Utaniruhusu nikupende kutoka kidoleni hadi utosini?"

"Shema, unalijua jibu langu. Kama itatuwia vigumu kuwa ndege na kuruka angani, tutakuwa samaki na kuogelea majini, na kuzama chini kabisa tukiishi kwa magugu-maji."

"Mpenzi wangu, wacha tufanya agano kuwa tutakuwa pamoja daima. Tule kiapo kwamba hakuna kitu na hakuna mtu atakayetutenganisha kamwe. Huna baba wala mama. Sina mtu. Huna kaka wala dada. Sina pia. Tupo sisi pekee duniani humu. Ninaye wewe, unaye mimi. Tafadhali, niambie kuwa utakuwa nami daima."

"Ndiyo," nilisema huku sauti ikinikwama kooni.

"Macho yako hayakubaliani nawe," Shema alisema, akiipangusa pua yake.

"Niwie radhi. Natakiwa kwenda. Nina miadi ya kukutana na msimamizi wangu. Ninapaswa kufanyia kazi tasnifu yangu."

"Mmmh? Unataka kuondoka? Karabo, niambie ukweli... Ni nini?"

"Hakuna kitu. Nataka tu kwenda. Tafadhali, nisindikize mlangoni."

"Tafadhali, Karabo, usinifanyie hivi. Nitazame. Ninakutaka... Tafadhali."

Alinisukuma nirudi kitandani. Sikuwa kwenye hali tena. Shema alistahili kuufahamu ukweli kuhusu mama. Nisingeweza kumweleza ukweli. Pengine maamuzi bora zaidi yalikuwa kuusitisha uhusiano wetu. Pengine, kwa kuwa aliweka nia kuyabadili maisha yake, angeustahimili utengano wetu. Nilikuwa mithili ya shina la mti. Kunitomasa kwake hakukunisisimua tena. Alikata tamaa ghafla, akavaa shati lake, akainuka kutoka kitandani na kuketi kitini.

"Shema, nisamehe tafadhali. Ndiyo. Nina vitu vingi vinanisumbua kichwani mwangu. Tafadhali usifadhaishwe nami."

"Ni sawa. Ondoa hofu."

"Unaweza kunisindikiza mlangoni?"

"Ndiyo, ukiwa tayari."

Macho ya Shema yalikuwa mekundu utadhani damu, mwili wake ulitokwa jasho. Alinawa uso wake, akaufungua mlango, na kupendekeza anisindikize hadi chuoni.

Tulipokuwa tukipandisha Gakinjiro, nilimwonesha magari na watu waliovaa mavazi yenye kufurahisha, aliitikia tu kwa kichwa akimunyamunya.

Tulipofika chuoni, nilimwahidi kumtembelea wikendi itakayofuatia. Alisema *"ndiyo"* ya manung'uniko akiyafikicha macho yake. Nililisubiri busu la kuagana, lakini alinipa tu busu la kudonoa shavuni. Nilikimbilia chumbani kwangu na kuubana mto wangu mwekundu. Nilipaswa kumlilia Shema. Nilililia penzi letu. Kila kitu kilikuwa kwa sababu ya mapenzi. Kila kitu kilikuwa kwa ajili ya mapenzi. Dunia iliitia shubiri kwenye sahani ya Shema. Asingeweza kuuhimili uhaini kutoka kwa mtu aliyemwamini kupindukia. Maisha pasipo Shema yangeenda kuwa sawa na kifo pasipo jeneza.

$\longrightarrow$

Nilipoamka kulipopambazuka, kulikuwa na simu nane nilizozikosa kwenye rununu yangu. Moyo wangu ulitaka kumpigia Shema, lakini kichwa changu kilikuwa kimechanganyikiwa hasa. Nikaazimia kusimamia maamuzi yangu. Shema aliuhitaji muda kwa ajili ya maisha yake mwenyewe. Nikaenda darasani.

Majira ya mchana, Sugira alinialika kupata naye chakula cha mchana kwenye mgahawa wa chuo. Hakuniuliza kwa nini nilikuwa mnyonge. Aliifahamu nusu ya hadithi. Hakuwa na wazo kuwa tatizo langu kubwa halikuwa kuhusu mama bali mapenzi yangu kwa Shema.

"Karabo, ningependa kukupa ushauri kidogo," Sugira alisema baada ya kitambo cha ukimya.

"Endelea," nilisema.

"Itakusaidia endapo utazungumza na mtu."

"Nizungumze na nani? Unamaanisha nini kusema hivyo?"

"Huzuni imeandikwa kila pahala pa uso wako. Unatakiwa kuiondoa huzuni hiyo kwenye mfumo wa mwili wako."

"Usijali Sugira. Nipo sawa."

"Hapana, si sawa. Usifiche kitu. Nina maoni yangu lakini sijui kama utanisikiliza."

"Rafiki yangu, kwa wakati huu, ninataka tu kuusikiliza moyo wangu."

"Ninakuelewa. Lakini weka akilini mwako jambo moja;

mama yako ataendelea kuwa mama yako daima. Ame
mwema ama mwovu, angali mama yako."
"Sugira, sitaki kuzungumza kuhusu mama. Siyo sasa."
Alibaki kimya. Tukarejea darasani.
Ilipowadia jioni, sikuweza kulala. Moyo wangu ulikuwa
na nongwa; kichwa changu kilinitatiza. Nilielekea kuwa
chizi. Pengine nizungumze na wahanga wengine wa
mauaji ya kimbari. Pengine nizungumze na ba'mkubwa
Kamanzi. Hakuna mtu ambaye angefurahia kuisikia habari
ya mwanamke wa Kihutu ninayemwita mama yangu.
Mwanamke aliyemwacha mumewe na watoto wake wauawe
na wanamgambo wa Kihutu. Mwanamke aliyewafuata
wanamgambo hao hao wa Kihutu hadi misitu ya Kongo.
Mwanamke aliyekubali kuwa mateka wa mwanamgambo wa
Kihutu anayemwita mume wake. Kwa nini nilishughulishwa
na mwanamke huyo? Kwa nini nilitaka kuyashiriki majonzi
na maumivu yake? Mwanamke huyo huyo aliyenitenganisha
mimi na maziwa yake alikuwa mbioni kunitenganisha mimi
na kifua cha Shema.

Siku iliyofuatia, sikuwa na nguvu ya kwenda darasani.
Baada ya kuoga, niliketi kitandani nikiomboleza simulizi
yenye mabalaa ya maisha yangu. Baada ya nukta chache,
wazo likajia kichwani mwangu. Niliitafuta kadi ya
mawasiliano ya Dokta Baziga wa Kituo cha Ruhuka;
haikuwapo mezani. Nikatoa kila kitu kutoka kwenye pochi
yangu; kadi haikuwepo. Niliomba salama ya Mtakatifu
Antoni wa Padua kabla ya kupekua tena na kuikuta kwenye
mfuko wa nyuma wa pochi yangu. Nikampigia Dokta
Baziga. Akanikaribisha ofisini kwake Kinyinya. Hakuwa
Shema niliyekuwa nikimpeleka kwa tabibu, bali mimi
mwenyewe.

Milango ya Kituo cha Ruhuka ilikuwa mithili ya peponi
mwenye kuchoshwa. Maua ya bustanini yalipambwa na

amani na uangavu. Ndege waliimba mitini. Dokta Baziga alitoka akiwa na tabasamu kubwa. Alinikaribisha na kuniongoza kwenye chumba kidogo. Kuta zake zilipakwa rangi nyeupe, na zaidi ya meza na viti viwili, hakukuwepo kitu kingine chochote ndani ya chumba hicho, wala hata michoro ama picha ukutani.

"Ungependa chai?" Dokta Baziga aliniuliza.

Hakuwa na haraka ya kunisikiliza nini nilichotaka kukisema.

"Ndiyo."

Alileta kikombe cha chai na chupa ya maji.

"Shule inakwendaje? Sasa upo mwaka wa mwisho?"

"Ndiyo. Ninaandika tasnifu."

"Vizuri sana. Ulitaka kuongea nami... Endelea."

"Ndiyo, lakini sijui nianzie wapi."

"Usihofu. Haihitaji kuwa na muundo maalumu. Niambie kile unachoweza kukisema."

"Dokta, unafahamu mimi ni mhanga wa mauaji ya kimbari dhidi ya Watusi. Sawa?"

"Ndiyo, ninafahamu."

"Pengine hufahamu kuwa mama yangu angali hai. Mimi ni miongoni mwa wale wanaoitwa *imvange*. Mama yangu ni Mhutu."

Nilimwambia juu ya msiba ambao Wahutu waliisababishia familia yangu. Nilimwambia ingawa sehemu yangu inampenda mama na kumwonea huruma kwa yale aliyoyapitia, ninailaani siku aliyotuacha. Nilimweleza Dokta Baziga namna wanamgambo wa Kihutu walivyowaua baba na dada zanfu na namna nisivyokuwa sehemu ya kundi lolote la kikabila Rwanda. Watusi ambao ninashiriki nao mateso hawanikubali kwa asilimia mia moja, na Wahutu, ukiwajumlisha na wale nilio na undugu nao, hawakuonesha huruma juu ya maumivu waliyoisababishia familia yangu ya

Kitusi. Nilimweleza juu ya uhusiano wangu wa kimapenzi usiowezekana na Shema. Sikuweza kuendelea. Alinipatia leso niyafute machozi na kunitia moyo nimwambie zaidi. Dokta Baziga alinisikiliza kwa umakini wake wote. Alinipa muda niliouhitaji kuomboleza huzuni yangu.

"Ndicho kinachonivuruga," nilisema. "Sipo popote. Ninashiriki mateso ya Watusi, lakini pia majuto ya Wahutu."

"Kutokana na kile ulichonieleza, umevunjwa moyo na watu tofauti katika maisha yako, akiwemo mama yako. Ndiyo?"

"Ndiyo, mama hakunivunja moyo. Alimsaliti baba yangu. Aliambatana na Wahutu anaowaona ndugu zake na kuoana na mmoja wao, wakati baba yangu na dada zangu wangali wakihitaji kutambuliwa kwa utu wao."

"Umeniambia alivutwa kwenda Kongo na kaka yake mwenyewe, na kwamba mumewe anayeishi naye alimbaka kabla ya kumwoa. Sivyo ilivyotokea?"

"Ndiyo, lakini hiyo haiubadili ukweli kuwa alichemka. Hakuwapigania familia ya baba kama mabinti zake na wifi zake. Kama aliweza kutoroka kambi ya wakimbizi ya Kongo, asingekuwa Malawi. Na leo? Kwa nini harudi Rwanda? Kwa nini harudi basi hata awape baba na dada zangu mazishi wanayoyastahili? Hebu fikiria juu ya maswali ambayo ndugu wa baba yangu wanayo kuhusu maisha na vifo vya ndugu zao Rwanda. Asingeweza kurudi angalau alie nao? Ametutelekeza sisi sote. Kinachomvutia kwa sasa ni familia yake mpya ya Kihutu."

"Ninakuelewa. Unasema mama yako alikuwa mtu mwema mwenye ukamilifu wa maisha."

"Ndiyo."

"Karabo, ningependa kupendekeza zoezi kwako," Dokta Baziga alisema. "Wakati wa mazungumzo yajayo, utaniambia umejifunza nini kutoka kwenye hilo zoezi. Siku hiyo, tutazungumza juu ya maelezo mengine ya mashaka yako. Usiwe na shaka. Siyo zoezi gumu. Utumie muda wako kukumbuka kila kitu kuhusu mama yako kabla ya siku aliyoondoka. Kwa mfano, mazungumzo uliyokuwa ukiyafanya naye tangu ukiwa mtoto, hadithi alizokusimulia, na kila kitu alichokufanyia na namna ulivyokuwa ukijisikia. Mwelezee mama alivyokuwa kabla hajaondoka. Usifikirie chochote kilichotokea baada ya kuondoka kwake. Nenda na ukalifanye zoezi. Andika kila kitu kwenye karatasi. Tutakutana Jumanne ijayo kama itawezekana."

"Jumanne ijayo itakuwa ngumu kwangu. Labda Ijumaa ya juma lijalo."

"Hakuna tatizo. Tuonane Ijumaa saa kumi."

Nilikunywa maji zaidi na kuondoka. Ingawa Dokta Baziga hakuwa amejibu swali langu lolote, kumsimulia hadithi yangu pasipo kuacha chochote ilinifariji. Amenipa zoezi la kulifanya, ama tuseme maagizo ya daktari.

Nikiwa njiani kurudi chuo, niliwaza kuhusu zoezi. Kichwani mwangu nilikumbuka kuhusu mama, nyakati za kifamilia usiku ambazo zilihitimishwa kwa sala, halafu baba akimwita mama chumbani kwao, ambapo mama angechelewa kidogo ili atusimulie hadithi za kutupatia usingizi.

Nilipofika chuoni, nilichukua kijidaftari kitupu ili niandike kila kitu. Tulikuwa familia yenye furaha.

Wiki nzima, niliufanya mkutano wangu na Dokta Baziga kuwa siri. Pengine watu wangeniona ninawehukwa kwa kwenda kuzungumza na tabibu. Sugira alinisihi nizungumze na mama yake. Alidhania ninaumizwa na mahangaiko ya mama. Nilimuahidi ningeutafuta wasaa wa kuzungumza na Gatarina. Alikuwa mwanamke mwenye hekima na upendo mkubwa. Pengine angepata kitu cha kuniambia kuhusu mama, lakini asingeweza kuipata kanuni ya kutatua mlinganyo wa mapenzi yangu kwa Shema. Ijumaa ya miadi yangu na Dokta Baziga, nilirejea Kituo cha Ruhuka. Alinikaribisha, akanihudumia maji ninywe.

"Hujambo?" aliniuliza.

"Sijambo. Nilifanya zoezi. Hili hapa."

Nilimpa kile kijidaftari ambacho ndani yake niliandika kumbukumbu zangu zote kumhusu mama.

"Ulikuwa ukijisikiaje wakati ukilifanya zoezi?"

"Sijui. Nilicheka. Nililia. Ninamkumbuka mama. Ninaikumbuka familia yangu."

"Kama ukiweza kukikusanya kilichosalia kwenye familia yako, wapi ungeanzia?"

"Unamaanisha nini?" niliuliza.

"Umeanzia mengi ya sifa za familia yako. Unaweza usimudu kurudisha kila kitu, lakini kuna jambo moja ama mawili unayoweza kuyarejesha."

"Sina kilichosalia, Dokta. Sina familia. Hata mama, ambaye angeweza kuungana nami tuunde familia yetu ndogo, ameichagua familia yake mpya kuliko mimi."

"Endapo ungepata nafasi ya kukutana na mama yako, lipi lingekuwa ombi lako kwake?" Dokta Baziga aliuliza tena.

"Hakuna kitu. Potelea mbali. Sijui kama angekuwa na uwezo wa kunipa ambacho ningemwomba."

"Unaweza kuniambia nini ambacho ungekiomba?" Dokta alisisitiza.

"Kama nilivyokwambia mara ya mwisho, mama yangu aliusaliti mkataba aliokuwa nao na baba. Aliolewa na mwanaume mwingine na kuzaa watoto wengine. Walau angekuwa amerudi Rwanda na kumpa baba mazishi ya heshima."

127

"Uliniambia anaweza kuwa alilazimsihwa kuyafanya yale aliyoyafanya, lakini huelewi kwa nini hakujaribu kutoroka na kurejea Rwanda kama ilivyokuwa kwa Wanyarwanda wengine wengi."

"Kabisa."

"Pengine anataka kurejea wa watoto wake. Huwa hata unawafikiria? Vipi kama nao wanayahitaji mapenzi ya mama huyo huyo unayemtaka?"

"Hapana. Kamwe. Inaniumiza kichwa. Siwezi kukubaliana na kwamba amewachagua hao kuliko mimi. Hunielewi Dokta. Unanielewa kweli?"

"Ndiyo, wewe, pia ni bintiye. Unamhitaji kama mama yako, awepo na kukupa nafasi. Pengine kunaweza kuwa nafasi ya kuwa naye pasipo kumtenganisha na watoto wake wengine, ambao vile vile aliwabeba tumboni mwake kwa miezi tisa."

Dokta Baziga alinipa leso niyafute machozi yaliyokuwa yakinitoka. Hayakukauka. Niliinuka, na kumuaga Dokta Baziga.

"Karabo, ninayaelewa maumivu yako. Sikuombi ufanye maamuzi. Ninakuuliza maswali ili ujaribu kutafuta majibu wewe mwenyewe."

"Ndiyo. Lakini nimechoka. Mazungumzo haya hayatupeleki kokote."

"Tumia muda wako kuyafikiria. Wakati ujao tutazungumzia mashaka yako mengine, ikiwamo mahusiano yako na Shema."

"Sawa."

Tukapeana miadi mingine ya Ijumaa ya juma litakalofuatia. *Makutano yangu na Dokta Baziga yana umuhimu huo?* Nilijiuliza. Sikuwa na majibu ya maswali yake. Kuungana tena na mama kulikuwa mbali kama mwezini. Moyo wangu ulitoneshwa na simanzi ya kile wanamgambo wa Kihutu walichoifanyia familia yangu. Sikuweza kuichanganya taswira ya mhanga wa mauaji wa kimbari dhidi ya Watusi, na ya yule msichana aliyezaliwa na mwanamke wa Kihutu aliyekuwa akiizuru Afrika kupitia kambi za wakimbizi wa Kihutu. Kuwamo kwa damu ya Kihutu ndani yangu kumeniletea misiba mingi maishani mwangu, lakini kunitenganisha na Shema ndiko kungekuwa msiba mbaya zaidi.

Simu yangu iliita nikiwa njiani kurejea chuoni. Sikuipokea kwa kuhofia pengine ingekuwa simu kutoka kwa Shema. Nukta chache baadaye iliita tena. Ilikuwa simu kutoka kwa ba'mkubwa Kamanzi.

"Karabo, kwa nini hupekei simu zangu?" aliuliza.

"Nisamehe. Nilitingwa na masomo."

"Si kweli. Ninatumaini hutingwi na hao Wahutu wanaokujaza na habari za mama yako."

Sikumjibu. Daima anayo namna ya kuumiza moyo wangu kwa maneno yake makali kama mkuki ukicharangao kifua changu na kuniacha vipandevipande. Baada ya nukta chache, aliniuliza kwa nini simjibu.

"Kwa sababu sikubaliani na ulichokisema."

"Sawa, nataka kukupa habari nyingine, labda nzuri lakini za kuhuzunisha."

"Habari gani? Kumetokea nini?"

"Jana, nilikwenda kwenda kikao cha kupanga kufukuliwa kwa mabaki ya baba na dada zako. Mazishi yamepangwa kufanyika Aprili Saba, siku ya kwanza ya wiki ya kumbukizi. Lakini zoezi la kufukua miili litaanza Aprili Mosi."

"Unasema? Mazishi yamepangwa kufanya tarehe moja?"

"Karabo, umenisikia nilichokisema? Una uhakika upo sawa? Nimesema mazishi yamepangwa kufanyika tarehe saba."

"Sawa, nimeelewa."

Mgongo na tumbo viliniuma utadhani ninataka kujifungua. Macho yangu yalitaka kulia lakini machozi yaligoma kutoka.

"Tafadhali uje nyumbani Jumapili ijayo ili tupange tukio hili muhimu."

"Ndiyo, ba'mkubwa, nitakuja Jumapili mchana."

Kimsingi, siyo simu zote kumi nilizozikosa zilitoka kwa ba'mkubwa Kamanzi. Nane zake zilitoka kwa Shema. Ujumbe wake mfupi uliuchana moyo wangu.

"Karabo, kitu pekee ninachotaka kukwambia ni kwamba mapenzi hukomboa na kuponya, lakini huweza kuharibu na kuua. Endapo unataka mapenzi yangu kwako yanikomboe, yatafanya hivyo. Kama unataka yaniharibu, yatafanya hivyo."

Nilitazama kulia na kushoto, lakini nisingeweza kujikimbia mwenyewe. Niliteleza, nikakaribia kuanguka mbele ya pikipiki.

"Oya, mrembo, una shida gani?" mwendesha pikipiki aliniuliza.

"Samahani."

"Nini kinachokutatiza msichana mrembo kama wewe? Amekumwaga?"

"Hapana. Sijisikii vizuri."

"Nenda kamwombe msamaha, atakusikiliza. Asipokusikiliza, mimi pia ni mwanaume. Sitojali kuushika uzuri huo mikononi mwangu."

Pengine si mama wala Shema wanaopaswa kulaumiwa kwa msiba ambao Rwanda imeupitia, niliwaza. Mama alilazimishwa kuambatana na Wahutu, ambao anashiriki nao jina lakini si fedheha. Kutokuwa na hatia kwa Shema kulifutwa na damu ya nduguze iliyomwagwa, inayolilia haki. Pengine Shema alikuwa sahihi, mapenzi ndiyo tiba pekee tuliyoihitaji sote.

Nilijifanya mjinga mwenyewe. *Mimi ni nani hata niyajue maradhi yao?* Mimi mwenyewe, nilitoka kwa Dokta Baziga kwa ajili ya dozi ya tiba yangu. Nilikuwa na nguvu za kutosha kuwasaidia mama na Shema? Nilitulia kutokana na wehu kichwani mwangu na kwenda zangu chuoni.

Nilipowasili chumbani kwangu, nilimwona mtu akiwa ameketi mbele ya mlango. Sikuweza kukimbia.

"Una tatizo gani?" Shema aliuliza, akinisalimia mkononi. "Macho yako ni mekundu."

"Hakuna kitu. Unafanya nini hapa." Nilimwuliza.

"Nimekupigia mara nyingi nikaambulia patupu. Umeusoma ujumbe wangu?"

"Ndiyo."

"Karabo, kwa nini una huzuni hivi?"

"Nipo sawa. Unaweza ingia ndani."

"Ahsante."

Nilimhudumia sharubati ya machungwa. Sikuwa na nguvu za kumwondoa Shema kutoka chumbani kwangu. Mwili wangu wote ulitamani kumrudia na kujilaza kifuani pake. Nilitaka kumjibu ujumbe wake. Nilitaka kumwambia kuwa hatma ya mapenzi yetu ipo mikononi mwake. Alipaswa kunieleza endapo mapenzi yetu yalikuwa yakitupeleka kwenye ukombozi ama uharibifu. Niliogopa kwamba miale ya mapenzi yetu ingeiunguza mioyo yetu ambayo tayari ilishaunguzwa na madhila ya maisha yetu. Moshi wake ungeacha ubaridi wa milele kwenye viungo vya miili yetu. Niliketi kitandani mithili ya kigori mwenye soni, mbele ya mvulana ampendaye kwa siri.

"Ahsante kwa juisi, ni tamu," Shema alisema kuuvunja ukimya. "Lakini hujaniambia kwa nini upo mithili ya kifaranga kilichochapwa na baridi."

"Unajua, tunakaribia wiki ya kumbukizi."

"Aah. Ni kweli. Lakini upo dhaifu kuliko kawaida."

"Tunapanga kuifukua miili ya baba na dada zangu na kuizika Aprili Saba."

"Na mama yako? Yeye hayumo nao kwenye kaburi la pamoja?"

"Eh? Mama? Ndiyo, yupo nao pia," nilisema huku nikiongeza sharubati zaidi kwenye bilauri ya Shema.

"Jipe moyo, mpenzi. Ninafurahi tutawapa mazishi ya heshima wanayoyastahili. Labda siku moja nami nitayapata mabaki ya familia yangu."

"Kabisa. Utu wa familia zetu unapaswa kutunzwa. Lakini ninaiogopa siku nitakayowaona katika mifupa na miili iliyoharibika. Ningali na kumbukumbu ya siku nimewaacha wakifa kwenye mto wa damu."

Kumwambia Shema mama alikuwa amekufa haukuwa uwongo wa asilimia mia moja. Nilitaka kumzika, siyo kwa sababu sikumpenda, bali kwa sababu kwangu alikuwa sawa na mfu. Dunia zetu zilikuwa mbali kutoka kwa kila mmoja. Kuunganika kwetu tena hakukuwezekana.

Nilijiegemeza kifuani kwa Shema. Alininyanyua miguu yangu kunisaidia kujilaza kitandani. Akajilaza pembeni yangu. Akili yangu haikutana, lakini moyo wangu ulitamani. Mikono yake ilizichezea nywele zangu, lakini haikwenda shingoni na kifuani kwangu. Nyimbo na mashairi ya kubembeleza vikausindikiza usingizi wangu. Shema aliniambia namna gani alinipenda na angefanya kila kitu kunifanya mtu mwenye furaha zaidi duniani.

Baada ya saa chache, niliamka kutoka kwenye ndoto zangu. Shema hakuwa pembeni yangu.

"Shema," niliita kwa nguvu.

"Ndiyo, mpenzi, nipo hapa. Ulilala vema?"

"Umenifanyia nini? Umeniliwaza hadi nikalala."

"Ki vipi?"

"Kwa nyimbo zako na mashairi, wewe!"

"Mimi? Ki vipi? Sijakuimbia."

"Hukuwa ukiniimbia mimi? Hukuwa umejilaza pembeni yangu?" niliuliza.

"Hapana. Nahisi ulikuwa ukiota. Lakini kama utanitaka nikuimbie, nitakuwa radhi kabisa kufanya hivyo. Ulikilaza kichwa chako kifuani pangu na kuyafumba macho yako. Nikakusaidia kukulaza vizuri kitandani kwako na kurejea kuketi kwenye kiti changu, nikiustaajabia uzuri wako ukilala."

Nikakumbuka nilikuwa nimeachana na Shema. Ilikuwa aibu kuangukia mikononi mwake.

"Ahsante Shema. Lakini sasa wacha ninawe uso na kwenda maktaba."

"Ukinitaka kuondoka, nitakwenda zangu. Lakini ninaweza kuifahamu sababu ya wewe kufanya uamuzi wa ghafla wa kwenda maktaba Ijumaa usiku? Huwezi kwenda kesho?"

"Nilikwambia ninaandika tasnifu yangu. Ninatakiwa kutumia muda mwingi maktaba."

"Sawa. Nawa uso wako na nisindikize getini."

Macho ya Shema hayakuafikiana nami, lakini nilipaswa kuusimamia uamuzi wangu. Nikiwa na Shema chumbani kwangu, kungekuwa ndoto ambayo ingegeuka kuwa kweli. Nilinawa uso wangu na kumsindikiza getini. Tulitazama kana kwamba sote hatukujua namna ya kuagana.

"Tafadhali, jipe muda uufikirie ujumbe wangu," Shema alisema. "Niahidi."

"Ndiyo. Nitaufikiria."

Aliniwekea mikono yake mashavuni kwangu, akanigeuzia uso wangu niyatazame macho yake, akauvuta mdomo wangu na kuupa busu lililodumu kwa sekunde mbili. Kabla hata sijaelewa kilichokuwa kikitokea, tayari nilikuwa nikiyanyonya mate yake.

"Karabo, nakupenda. Tafadhali, niambie wanipenda pia."

"Usiku mwema," nilimjibu.

"Usiku mwema."

Nilikimbilia chumbani kwangu, nikauchukua mto wangu mwekundu, na kuubana kwa nguvu. Sikujua nini cha kufikiria. Sikuzitambua hisia zangu.

10

Ilipotimu tarehe moja ya mwezi Aprili 2004, asubuhi na mapema, tulikwenda Biryogo kulikokuwa na kaburi la pamoja ambako wanamgambo wa Kihutu waliwazika baba, dada zangu na Watusi wengi wengine. Hatukuwa na mashada ya maua, bali majembe na makoleo. Kwa tahadhari, wanaume walichimba ili kuifukua miili, huku wanawake wakiandaa mashuka ya plastiki ambayo tungeyatumia kuyaweka mabaki ya ndugu zetu. Shema na Sugira na vile vile Muhire na rafikiye, Karega walikuwa miongoni mwa wanaume. Mugabo, binamu yangu wa Kihutu ambaye baba yake aliwaua Watusi wengi Nyamirambo, aliungana nao. Baada ya takribani saa nne, tuliyafikia mabaki. Hayakuwa na miili, mifupa yao ilikuwa imeachana, lakini nafsi na roho zao zililia utu wa majina yao.

Asubuhi ya siku ya tatu ya ufukuaji, nililiona gauni dogo jjekundu ya dada yangu Fifi, vile vile kaptula ya Bermuda ya dada yangu Doudou. Kumbukumbu zikavuta taswira ya baba na dada zangu wakiwa wamelala kwenye mto wa damu wakiwa ndani ya nguo zile zile. Nilimwonesha ba'mkubwa Kamanzi shati la baba. Alilichukua mikononi mwake kana kwamba anataka kulibusu.

"Tss, Wahutu hawatoweza kuepukana na hili," alisema kabla ya kuivaa tena miwani yake na kwenda umbali mdogo kutoka kwangu.

Baba zangu wengine – Rutayisire, anayeishi Kenya, na Mugenzi, anayeishi Uingereza – na ndugu zangu wengi wengine wa upande wa baba walitetemeka walipokuwa wakilitazama fuvu lililodhaniwa kuwa la baba.

Nilimsogelea Gatarina kumwuliza endapo amwemwona mjomba wangu Gasana.

"Hata leo hajaja," Gatarina alijibu. "Jana nilimpigia. Aliniambia ana kazi nyingi sana. Amemtuma Mugabo."

"Mmmh? Amekosa dakika chache kwa ajili ya kufukuliwa miili ya wapwa wake?" niliuliza. "Na tarehe saba, tutamwona kwenye kituo cha kumbukizi ya mauaji ya kimbari, akiwa katika miwani myeusi, nyuma ya Rais, akijitia kuhuzunishwa na msiba wa mauaji ya kimbari."

"Bila shaka, kama waziri, atamsindikiza Rais wa Jamhuri," Gatarina alisema.

"Niambie, anapaswa kuja kama waziri kwenye mazishi ya wapwa zake mwenyewe? Sitoweza kukielewa kinachoendelea kwenye kichwa na moyo wa wa mjomba wangu Gasana."

"Karabo, msahau mjomba wako. Wakati umtamfunza somo."

Wakati nikizungumza na Gatarina, nilimwona Shema akiwa ameketi chini ya mwembe mita mia hivi kutoka tulipokuwa. Akiinamisha kichwa chake katikati ya miguu yake. Nilitembea kumwendea, nikaketi pembeni yake, na kuiweka mikono yangu mabegani kwake. Macho yake yalikuwa mekundu mithili ya damu. Harufu ya mwili wake ilinielaza zaidi.

"Shema, nini kinaendelea? Usiniambie unavuta. Unachokivuta kina nguvu kushinda bangi."

"Nilikuomba usiniuliza zaidi kuhusiana na mmea," alisema, aliyauma meno yake na kusawajika uso. "Lazima nipate kitu; vinginevyo, nitayachukua maisha yangu mwenyewe ama yale ya watu wote wanaotembea huru mitaani pasipo kuzilipia damu walizozimwaga."

"Sikubaliani nawe. Unajiharibu mwenyewe kwa kuvuta bangi."

"Tafadhali, achana na mimi," alisema.

"Inuka," nilisema. "Tutembee kidogo."

"Tutembee?"

"Ndiyo, nipo maeneo yangu. Nataka kukuonesha bangi ya Biryogo. Hujawahi kuonja maharage ya Asusa, umewahi?"

Shema aliinuka na kwenda nami.

"Ni nani huyo mwanaharamu wa Kihutu? Unamjua?" aliuliza, baada ya kwenda hatua chache.

Niligeuka kutazama ni nani.

"Ndiyo," nilimjibu.

"Tafadhali, mwambie apotee. Sitaki kuiona sura yake kama ya nyani. Kwa nini anakuita jina lako?"

"Sijui," nilisema, kabla ya kumgeukia Mugabo na kumwambia, "Tafadhali, sina muda wa kuongea nawe. Nitaongea nawe baadaye."

"Nakwenda nyumbani," Mugabo alijibu. "Nilitaka kukupatia ujumbe wako. Barua yako."

"Subiri," nilisema.

Wakati nikitafakari cha kufanya, Mugabo alinitupia barua, lakini Shema aliitwaa kabla yangu. Nyuma ya bahasha, iliandikwa barua imetoka Malawi. Mikono ilinitetemeka. Ulimi wangu ulikwama katikati ya meno. Nilihisi maumivu ya tumbo kama vile ninataka kwenda msalani.

"Nani amekutumia hii barua?" aliuliza. "Huyo Mhutu aliyekuletea ni nani?"

"Huyo Kijana aliyeniletea barua ni... Jina lake ni

Mugabo. Nilisoma na dada yake darasa moja shule ya msingi. Ndiye aliyeniandikia barua. Ana... Anaishi Malawi."

"Karabo, tafadhali hupaswi kamwe kuwa na urafiki na hao Wahutu. Huna unachofanana nao."

"Mmmh? Shema, siyo Wahutu wote ni watu wabaya."

"Kama siyo watu waovu, kwa nini tupo hapa? Nani aliyewachinja ndugu zetu? Hawakumwua baba yako, mama yako, na dada zako? Unathubutu vipi kusema siyo watu wabaya?"

"Hicho sicho nilichokisema. Nini kinachokwambia Mugabo ni Mhutu? Nimekwambia nimesoma darasa moja shule ya msingi na dada yake. Sifahamu la zaidi kuhusiana na familia yao. Nakuomba. Tafadhali, nipe hiyo barua. Imetumwa kwangu, na siyo kwako."

Badala ya kunipa bahasha, Shema aliifungua na kuisoma barua. Nilijaribu kumpokonya barua kutoka mikononi mwake. Niliivuta, naye akaivuta, hadi karatasi ilipochanika vipande. Kwa nguvu zote nilizozitumia kuivuta, nilianguka chini na kukigonga kichwa changu kwenye jiwe. Nilihisi kama vile kichwa changu kimevunjika vipande vipande.

"Karabo," Shema aliniita kwa nguvu. "Samahani, unatoka damu..."

Watu wengi walikuja upande wetu. Ba'mkubwa Kamanzi alininyanyua, akanipakia garini kwake, na kuliendesha moja kwa moja hadi Hospitali Kuu ya Kigali. Kichwa changu kilikuwa kizito kikiielemea shingo yangu, lakini hakikuwa sababu ya moyo wangu kwenda kasi zaidi. Barua ya mama ilikuwa mikononi mwa Shema. Sikuweza kufikiria atakachokifanya baada ya kufahamu mtumaji hakuwa mtu niliyesoma naye hapo nyuma, bali mama yangu mwenyewe, ambaye alidhani aliuawa na wanamgambo wa Kihutu. Labda mama atakuwa ameeleza kwa kirefu sababu za alichokifanya. Pengine ametambua makossa yake na kuomba msamaha wangu. Pengine amesikia kuwa tunafukua mabaki ya baba na dada zangu na hivyo kuniandikia maneno ya kunitia moyo.

Tulipowasili hospitali, nilitibiwa majeraha. Muuguzi akanipatia vidonge vya usingizi. Nilipozinduka, kulikuwa na watu wengine chumbani. Niliuficha uso wangu usikutane na macho yenye maswali kutoka kwa Sugira na mama yake. Upande wa kulia, walisimama Muhire na Karega. Pengine sasa kila mmoja alifahamu juu ya uhusiano wangu wa kimapenzi, ambao umekwenda mrama. Baada ya muda mfupi, baba zangu Kamanzi na Rutayisire waliingia.

"Ahsanteni kwa kumtembelea," ba'mkubwa Kamanzi alisema. "Mnaweza kwenda sasa. Tunataka kubaki wenyewe na Karabo."

Nilikerwa na namna ba'mkubwa Kamanzi alivyowaondoa. Waliaga na kuondoka. Hakuwa na haki ya kuwakosea utu rafiki zangu. Ba'mkubwa Kamanzi aliwachukua watu wote waliokuwa na mwonekano wa Kihutu. Alionesha utu kwa wale wale Watusi wachache waliokuwa kwenye mzunguko wake wa maisha.

Akakivuta kiti karibu na kitanda changu na kusema, "Karabo, nimewaambia watoke kwa sasa tunataka kuzungumza nawe."

"Kuzungumza nami? Kuna tatizo?"

"Tuna wasiwasi juu yako," ba'mkubwa Rutayisire alisema. "Tunafahamu hizi nyakati si rahisi kwako. Lakini tafadhali, jipe moyo. Sisi ni wazazi wako na daima tutakuwa karibu nawe."

"Baba zangu, nipo sawa. Msihofu."

"Huhitaji kusema hivyo," ba'mkubwa Kamanzi alisema. "Hata katika umri wetu, haya tuliyoyapitia katika siku hizi za mwisho yametuvuruga. Tunashindwa kufikiria ilikuwaje Wahutu wakawaua wenzao kwa ukatili namna ile. Baba yake alimwoa Mhutu, lakini hawakuweza kuyaokoa maisha yake, ama ya watoto wa dada yao yao wenyewe."

"Yamekwisha sasa. Hakuna haja ya kuyaongelea," nilisema. "Jambo la muhimu kwa sasa ni kumpa baba na dada zangu mazishi ya heshima wanayoyastahili."

Moyo wangu ulikuwa mzito sana kuweza kuyahimili mazungumzo kuhusu Wahutu na Watusi.

"Sawa, unapaswa tu kufahamu sisi kama wazazi wako, tunayasikia maumivu yako," ba'mkubwa Kamanzi alisema. "Unahuzunishwa na kifo cha baba yako. Unahuzunishwa na usaliti wa mama yako. Sisi ndiyo tutakuwa baba na mama yako. Usihofu kuhusu kitu chochote."

Wakati macho yangu yakibubujika machozi, kifua changu kilipata nguvu kidogo ya kumjibu ba'mkubwa Kamanzi.

"Mama hakumsaliti baba. Mama alikwenda kuomba ulinzi kutoka kwa kaka yake. Hakuweza kurudi. Unajua ni kwa nini?"

"Hakurudi kwa sababu hakutaka kurudi," ba'mkubwa Kamanzi alijibu. "Alikuwa na ndugu zake wa Kihutu. Akaepushwa na mauaji."

"Tafadhali, niacheni nimzike baba yangu na acheni kumzungumzia mama," nilisema, hasira zikikipasua kifua changu. "Hamfahamu chochote kuwahusu. Hamjali juu ya simanzi yangu. Wanamgambo wa Kihutu waliwaua baba na dada zangu. Na kama haikuwatosha, walimchukua mama na kumfanya mateka wao. Nipo peke yangu na mpweke ndani ya hii Rwanda. Sina familia, na hamuwezi kuibadili."

"Tafadhali, Karabo, mwanangu," ba'mkubwa Rutayisire alisema. "Jaribu kutuelewa. Usituchukulie vibaya. Tunayashiriki maumivu yako."

"Baba zangu, ninawaheshimu nyote. Tafadhali niacheni peke yangu. Kama mnayahisi maumivu yangu, mlipaswa kuelewa kuwa mimi ni yatima kabisa nisiye na baba wala mama. Wanamgambo wa Kihutu walimwua baba yangu, na si punde tutayafanya mazishi yake. Vile vile, walimwua mama yangu; ingawa angali akisimama pasipo kuwa tayari kuzikwa, kwangu naye ni mfu kama wanafamilia wangu wengine. Tafadhali, niacheni."

Walipoondoka, muuguzi alikuja na kufunga mapazia. Nikayafumba macho yangu nilale.

Siku iliyofuata, niliruhusiwa kutoka hospitali. Ba'mkubwa Kamanzi alinibembeleza niende nyumbani kwake.

"Hapana, ba'mkubwa, nipeleke chuoni."

"Karabo, unapaswa kunisikiliza. Njoo ukae nasi katika kipindi hiki cha maombolezo. Hupaswi kuwa peke yako."

"Nisamehe. Sitaki kukukosea utii, lakini napaswa kurudi chumbani kwangu chuoni. Kule sipo peke yangu. Nipo na ndugu zangu, wanaoyashiriki maumivu yangu."

"Wanaoshiriki maumivu yako? Unawazungumzia akina nani?"

"Nawazungumzia yatima wengine, wahanga wa mauaji ya kimbari dhidi ya Watusi."

Nilikuwa na matatizo mengi mengine ya kushughulika nayo, ukijumlisha na ambacho Shema atakuwa amekifanya na barua ya mama.

Ba'mkubwa Kamanzi alinipeleka chuoni. Hakuna aliyekuwepo isipokuwa msichana ninayeishi naye chumba kimoja, Karigirwa. Moyo wangu ulitaka kumpigia simu Shema, lakini kichwa changu kikanishauri kutofanya hivyo. Pengine atakuwa ametopea kwenye kutumia dawa za kulevya baada ya kuisoma barua. Wazo kuwa Shema atalipuka lilinipa mshituko moyoni. Simu ilipoita ikaniondoa kwenye lindi la mawazo.

"Karabo, unaendeleaje leo?" Sugira aliuliza. "Bado upo hospitali?"

"Hapana, nimeruhusiwa. Nipo chuoni."

"Wapi? Nani anakuuguza huko? Ngoja nije."

"Usihofu. Nipo sawa."

Haikufika hata dakika kumi, alikuwa chumbani kwangu akiwa na mkoba wenye maziwa, sharubati na matunda. Akanitengenezea saladi ya mtunda na kunibembeleza nile.

"Sugira, hukupaswa kujisumbua hivi," nilisema.

"Kujisumbua? Ama kujibariki kwa kukufanyia kitu? Siwezi kukupa furaha ambayo moyo wako unaitamanai, lakini angalau ninaweza kukupa masikio yangu pale unapohitaji kuzungumza na mtu, na kifua changu pale unapotamani kuegamia kitu."

"Ahsante Sugira. Wewe ni rafiki mwema. Sijui nikwambieje. Wewe ndiye mtu pekee ninayezungumza naye pasipo kujifanya mtu nisiyekuwa."

"Ahsante kwa kuona hivyo. Ninamwomba Mungu anifanye rafiki ambaye daima utamhesabia. Wewe ni mtu muhimu maishani mwangu. Kila wakati ninapokuwa nawe, utulivu hunizunguka.

Nilikuwa na heshima kubwa juu ya Sugira. Kuna wakati alikuwa katika nafasi ya kaka ambaye sikupata kuwa naye, na wakati mwingine alishika nafasi ya rafiki wa karibu zaidi. Moyo na mwili wangu havikunisukuma kujilaza kifuani pake, lakini kichwa changu kiliniuliza kwa nini isiwe. Pengine angenisaidia kumsahau Shema. Pengine ningekuwa naye kama mpenzi ambapo nisingehitaji kuficha maelezo mengine ya maisha yangu. Kama ningeweza kumtafuta mchawi, ningemwomba ayaue mapenzi yote niliyokuwa nayo kwa Shema, na kuyahamishia kwa Sugira.

Siku iliyofuatia, niliungana na wengine Biryogo. Tuliyaweka mabaki ya ndugu zetu kwenye majeneza. Nilikuwa nimeisahau simu yangu chumbani kwangu chuoni. Niliwakuta tayari Kamanzi, Rutayisire na Mugenzi. Majira ya mchana, padri aliongoza sala na kunyunyizia maji ya baraka kwenye majeneza. Tuliwasha moto na kukesha kwenye mahema huko huko Biryogo, tukiimba nyimbo za maombolezo. Sugira, Muhire na Karega walikesha nasi, lakini Shema hakuonekana. Hata binamu yangu wa Kihutu, Mugabo, hakuja.

Tuliondoka Biryogo saa kumi na nusu alfajiri, ili tulale kwa saa moja ama mbili kabla ya kujiandaa kwa siku muhimu. Niliona simu tano kutoka kwa Shema. Hofu ilinichoma tumboni. Labda Shema alinipigia kuniwakia baada ya kuisoma barua ya mama. Nilizipuuza simu zake na kuiweka simu yangu kwenye meza ndogo chumbani kwangu.

Tukiwa katika mavazi ya zambarau, nyeusi na kijivu, tulielekea Kituo cha Kumbukizi ya Mauaji ya Kimbari. Wanawake walivalia *imishimanana* na wanaume wakiwa wamevalia suti nyeusi. Tuliwasilia saa moja na nusu asubuhi tukiwa na maua mikononi mwetu. Kama nilivyokuwa nimekisia, dakika chache baadaye, mjomba Gasana aliwasili akiwa amevalia suti ya kijivu na miwani myeusi. Alikwenda haraka kuketi kwenye viti vya watu mashuhuri vilivyokuwa vimetengwa kwa ajili ya mawaziri. Nilikwenda kuongea naye. Polisi alinizuia sikuruhusiwa kwenda walipoketi. Nilipiga kelele ili kuvuta nadhari ya mjomba wangu. Akampa ishara polisi aniruhusu kupita.

"Shikamoo mjomba. Nilitaka kukwambia familia yangu ni miongoni mwa tunaowapa heshima leo."

"Oh, sawa, rudi kule. Tafadhali, usibishane na polisi. Watakuonesha pa kusimama." Pengine kuna waziri mwingine aliyeyasikia mazungumzo yetu. Ili kuzuga, akamwambia, "Huyu ni binti wa dada yangu. Peke yake ndiye aliyepona kwenye familia yake. Ni miongoni mwa tunaowazika leo."

"Oh, inahuzunisha. Jipe moyo, mpendwa wangu," waziri mwingine alisema.

"Ahsante."

Mjomba Gasana hakushughulishwa na mazishi ya wapwa zake, lakini aliuona umuhimu kwa kuyatumia kama karata ya kutumbuliwa na mawaziri wengine. Pengine, pia alidanganya kuhusu mama yangu, dada yake. Mheshimiwa Rais wa Rwanda aliwasili baada ya saa chache. Aliwasha moto. Kwenye hotuba yake, Rais alikumbusha mazingira ya mauaji ya kimbari. Aliizungumzia chuki dhidi ya Watusi. Alizungumzia *Nguvu ya Wahutu,* uliokuwa wito wa Wahutu wenye msimamo mkali. Niliyaficha macho yangu, hadi alipoongeza:

"Hakuna Mnyarwanda anayepaswa kujionea aibu alivyo, kabila lake, jinsi yake, ama dini yake. Kamwe tena."

Baada ya hotuba ya Rais, tuliyaweka majeneza ya wapendwa wetu kwenye makaburi yao, huku wanaume watano waliovalia fulana zilizoandikwa *Kamwe tena* wakiyasoma majina ya wahanga wote tuliokuwa tukiwazika. Baada ya mazishi, kwaya ya Kanisa Katolizi ikaimba *"Nzataha Yeruzalemu,"* ambao unamaanisha *Nitarudi nyumbani Yerusalemu mpya.*

Baada ya tukio, ba'mkubwa Kamanzi aliwaalika ndugu na marafiki kwenye tukio la kijadi la *gukaraba* lililofanyika *gukaraba eneo la bar des soirées familiales.* Binamu yangu Mugabo, ndiye ndugu pekee upande wa mama aliyehudhuria. Mjomba Gasana aliondoka akiambatana na maafisa wengine waandamizi wa serikali pasipo hata kusalimiana na baba zangu. Mtu mrefu alitokea hatua chache kutoka mahali nilipokuwa. Miwani ya jua iliyaficha macho ake. Nilimsogelea na kusema, "Mambo?"

"Karabo, mambo vipi?" Shema aliuliza. "Nimekupigia simu mara nyingi nikaambulia patupu. Nilikuwa na wasiwasi juu yako."

"Sijambo. Usihofu."

"Tafadhali, nisamehe. Kila kitu kilikuwa makosa yangu."

"Hapana. Ilikuwa ajali. Usijilaumu."

Ameisoma barua? Nilijiuliza. *Labda anausubiria wakati sahihi ili anifundishe adabu.*

"Sijui ni nini hata kilinitokea. Ilikuwaje nikakusukuma?" aliuliza.

"Eh? Ulinisukuma?"

"Si ndiyo sababu hata ukaanguka?" Shema aliuliza.

"Karabo, labda upo sahihi. Napaswa kuacha kuvuta bangi. Nilikuwa moto. Hata sikumbuki nini kilitokea."

"Hukumbuki?"

"Hapana, halafu, kwa nini ulianguka?"

"Ulikuwa unaninyang'ana kikaratasi mikononi mwangu."

"Kikaratasi..." aliuliza. "Aah, ndiyo, nimekumbuka... Ilikuwa barua uliyotumiwa na mwanamke wa Kihutu anayeishi Malawi. Kwa nini hukutaka niisome?"

"Uliisoma? Nipatie," nilisema, nikimvuta shati.

"Yaani, kabisa. Sikuisoma," Shema alijibu. "Nisamehe. Nadhani niliipoteza. Nilikuwa na wasiwasi zaidi juu yako."

"Usihofu. Kama ni muhimu, ataniandikia tena."

Moyo wangu ulirejea kwenye sehemu yake ya kawaida katikati ya kifua changu. Shema hakuwa ameisoma barua yangu. Majaaliwa hayakunitaka kuzisoma barua alizokuwa akinitumia mama. Baada ya kunawa mikono yetu, tuliketi vitini ndani ya hema. Ba'mkubwa Kamanzi aliwashukuru wote waliofika kutuunga mkono. Alisimulia hadithi ya majonzi ya familia yetu. Baada ya kusimulia namna baba yake alivyouawa mwaka 1963, namna familia yake ilivyokimbilia nje ya nchi, na yale kaka zake waliyoyapitia mwaka 1973, alibaki kimya, aliuma meno yake na kuyageuza majonzi yake kuwa ghadhabu.

"Tulidhani yamekwisha. Tulinyanyaswa, lakini hatukuangamizwa. Tulikuwa wakimbizi, lakini si maiti.

Maafa yalikuwa yakitusubiria mwaka 1994. Nilimwonya kaka yangu Kalisa kuhusiana na ndoa yake, lakini hakunisikiliza. Mwaka 1978, alinitumia barua. Alikuwa akinitaarifu juu ya ndoa yake na Musanabera na kuniambia kwamba mapenzi yao yalikuwa na nguvu kuzishinda chuki zilizokuwa zikitembea kwenye mishipa ya damu ya Wanyarwanda. Alikosea. Hawakumwacha salama. Walimwua yeye na watoto wake wasio na hatia."

Vipande vya utumbo wangu vilivurugika. Ba'mkubwa Kamanzi alikuwa akiongea nini? Vipi kama alikuwa njiani kuyatapika yote? Shema aliitwaa mikono yangu kuituliza simanzi yangu.

Baada ya ukimya wa kitambo kifupi, ba'mkubwa Kamanzi aliongeza, "Potelea mbali, keshakwenda. Hakuyapokea mapenzi aliyoyatoa. Mapenzi hayakumwokoa. Mapenzi yalimwangamiza." Ba'mkubwa aliichukua leso kutoka mfukoni mwake na kuyafuta macho yaliyokuwa yamefichwa kwenye miwani ya jua. "Tafadhali nisameheni. Nawashukuruni kwa kuwa hapa katika nyakati hizi muhimu za familia yetu."

Nililia kwa kugugumia. Shema akaniambia nikilaze kichwa changu pajani kwake. Pengine hakukielewa kile alichokisema ba'mkubwa juu ya mama na baba. Baada ya dakika chache, ba'mkubwa Rutayisire alishukuru na kuwaruhusu wageni kwenda.

Ba'mkubwa Kamanzi aliniita, lakini kabla ya kuingia garini kwake, Shema alinikimbilia.

"Karabo, unakwenda chuoni?" aliuliza.

"Ndiyo."

"Unatakiwa kwenda kwa Kanali Kamanzi?"

"Kwa nini unauliza?"

"Nilitaka kwenda nawe. Kwa nini usipande nami kwenye teksi?"

Kama kawaida, kichwa changu kilinishauri kumkatalia, lakini tayari moyo wangu ulikwishasema ndiyo. Nilimuaga ba'mkubwa Kamanzi na kutembea nikiongozana na Shema. Dakika chache baadaye, teksi ilisimama mbele yetu nasi tukaingia.

"U hali gani?" Shema aliuliza, akinifikinya vidole vyangu.

"Hujui nina hali gani? Siwezi kuielezea. Najisikia mchungu kama limao ambalo haliwezi hata kutengeneza juisi. Sina maisha ndani yangu. Nimekwishakufa ndani yangu."

"Ndiyo. Ninakiona unachokimaanisha. Ni kama dunia inatuzunguka, nasi tukielea angani pasipo kuwa na kiota. Kamba ambayo ilituunganisha na dunia ilikatika siku ile tuliyopotezwa bila wazazi wetu wala ndugu zetu." Aliacha kuongea kwa muda mfupi kabla ya kusema, "Karabo, nikuulize swali?"

"Swali?"

"Ndiyo. Kuna kitu nimeshindwa kukielewa. Kwa nini Kanali Kamanzi amesema kuwa alimtahadharisha baba yako kuhusiana na yeye kumwoa mama yako?"

"Sijui. Yeye pekee ndiye mwenye kujua kwa nini. Unamjua alivyo, humjui?"

"Ndiyo, lakini sikuelewa alichokuwa akikimaanisha."

"Shema, nimekwambia sijui. Ba'mkubwa Kamanzi hakuwahi kukutana na mama yangu. Hajui lolote juu ya uhusiano baina ya baba na mama yangu. Sijali alichokisema juu ya ndoa yao. Tunaweza kubadilisha mada, tafadhali."

"Usikasirike. Yakwishe. Wala usiyafikirie."

Moyo wangu ulitulia vema kifuani kwangu. Shema hakuelewa alichokisema ba'mkubwa Kamanzi kuhusiana na familia yangu, na nilijua hakushawishiwa na majibu yangu. Pengine alinitegemea mimi kushangazwa na kitendo cha ba'mkubwa Kamanzi kutoikubali ndoa ya wazazi wangu. Nilielewa kila kitu. Dhambi pekee ya mama yangu ni kwamba alikuwa Mhutu.

Shema alinisindikiza hadi chuoni, na tulipowasili chumbani kwangu, aliniuliza majibu ya maswali ambayo hayakujibiwa kwa siku kadhaa.

"Karabo, pengine si siku nzuri ya kuzungumzia hili, lakini nilitaka kukukumbushia ujumbe niliokutumia. Ningali nikilisubiri jibu lako."

"Usihofu. Bado ninalifikiria."

"Baada ya miaka yote hii?" aliuliza, akiiweka mikono yake mikononi mwangu. "Tayari ni zaidi ya miaka tisa tangu tulipokutana kwa mara ya kwanza. Nilikupenda dakika ile uliyoingia nyumbani kwa Kanali Kamanzi. Ingawa maisha yangu hayakunipa muda na nafasi ya kutosha kukupenda, moyoni mwangu tayari nilikwishakuwekea siti ya mtu mashuhuri kwa ajili yako."

"Shema, ninakupenda pia, kwa vyote nilivyo. Kamwe usiyatilie mashaka mapenzi yangu kwako. Kutoka kwako nimepata kila kitu ambacho moyo, roho na mwili ulihitaji. Umenipenda kama malkia wa thamani wa dola ya Kalinga. Umenifundisha namna mapenzi yanavyoweza kumbadili mtu na kumfanya kuwa ndege arukaye angani pasipo kujali ni wapi mabawa yake yanampeleka. Lakini sasa ninataka kuirudisha miguu yangu ardhini. Utatembea nami kwenye hii ardhi iliyojaa milima na mabonde? Utakuwa tayari kuipandisha nami milima yote ya maisha yangu? Utasimama nami hata wakati nikisukumwa kutoka kushoto kwenda kulia na upepo wa miti yenye miiba duniani humu? Utashuka nami mabondeni na kamwe kutoniacha peke yangu."

"Ingawa unaongea kama mshairi, ningependa kukwambia, kwa mara nyingine tena, nilifanya maamuzi ya kuyabadili maisha yangu ili niwe bora kadri nitakavyoweza. Tafadhali niruhusu niipandishe milima ya maisha nikiwa nawe. Pindi utakapochoka, nitakubeba mabegani kwangu na tutatembea pamoja."

"Shema, hili ni jambo zito. Kuna milima si rahisi kuipanda, hususani pale mioyo inapokuwa imechoka."

"Hata hivyo, niambie. Kuna milima gani ya maisha unapanga kuipanda peke yako bila mimi? Kwa nini siijui? Tayari tumekwishayapitia mengi pamoja."

Nilitamani kuwa na ujasiri wa kulijibu swali lake, lakini wakati haukuwa sahihi. Lilikuwa suala la muda tu kabla ya Shema kuufahamu ukweli juu ya mchanganyiko wangu na kuhusu mama yangu, ambaye nilisema alifariki ilhali anaishi nchini Malawi na mumewe na watoto wa Kihutu. Sikuweza kumrushia Shema bomu hili la atomiki kwa wakati huu.

"Bado hatujaipanda milima yote ya maisha yangu. Sisi si watoto tena. Tunapaswa kuwa tayari kuyakabili magumu ya maisha mbele yetu."

"Sawa. Naamini nimeelewa. Unamaanisha kuwa siku si nyingi utahitimu chuo kikuu, nami, mpenzi wako, sina mpango wa maisha unaoeleweka, si ndiyo?"

"Hapana, hicho sicho ninachokimaanisha. Kuna maswali mengi yasiyo na majibu kuhusu mwelekeo wa mahusiano yetu."

"Tafadhali, ninaelewa. Kama unaaibishwa kuwa na mahusiano nami, kimsingi hilo ni tatizo kubwa. Sitokulaumu. Wewe si sababu ya mikosi yangu. Wewe hukunifanya mimi kuwa yatima nisiye na mzazi wala ndugu. Hukunifanya mimi kuwa masikini nisiye na kitu mfukoni. Yaishi maisha yako. Sitoweza kuisamehe nafsi yangu kwa kusababisha kufeli maishani mwako."

Shema aliinuka na kutaka kuondoka akiwa na uso uliosawajika. Nikalivuta shati lake.

"Shema hupo sahihi. Hiki sicho ninachokimaanisha. Tafadhali, nisamehe. Ninakupenda. Ndani yako, ninaziona hazina zenye thamani zaidi kuliko kitu chochote dunia hii inachoweza kunipa. Ingawa utajiri na elimu havitengenezi msingi wa maisha mazuri, ninafahamu unacho kila kitu unachokihitaji kupata dhahabu na almasi za dunia. Tatizo langu ni kuwa ninakupenda ile mbaya. Inanifanya mimi kuyumba kwenda kushoto na kulia na kuipoteza maana ya jinsi nilivyo. Ninataka kuthibitishiwa mwelekeo wa mapenzi yetu kote ndani ya moyo wangu na akili yangu, lakini moyo wangu unaitawala akili yangu."

Alisimama na kunitazama kadri nilivyokuwa niziyazungumzia mapenzi yangu kwake. Akataka kunikumbatia na kunibusu. Niligoma. Sikutaka kuruhusu kuifurahia tamaa ya mwili wangu katika siku ambayo niliyazika mabaki ya familia yangu. Nilimwomba aondoke huku nikimsihi kutoyatilia maanani yale niliyomwambia.

"Kwa nini nisiyawazie?" aliuliza.

"Kwenye ujumbe wako wa simu, uliandika mapenzi yanaweza kuharibu ama kuponya. Tutayaacha mapenzi yatufanyie vile ilivyopangwa kwa ajili yetu. Kama ni kifo, tutakufa."

"Karabo, tafadhali, niruhusu nikupende. Usihofu. Mapenzi yetu hayatoweza kutuharibu. Yatatuhuisha. Lakini endapo utaikata kamba ya mapenzi inayotuunganisha, nitaanguka na kubomoka, nawe hutobaki salama."

"Na pale utakapousaliti mkataba wa penzi letu? Nitafanya nini na maisha yangu?" niliuliza.

Aliiweka mikono yake mashavuni kwangu na kusema, "Hilo halitotokea kamwe. Hakuna kitu ama hakuna mtu atakayeweza kututenganisha. Ninakuahidi."

Akanipa busu la kudonoa na kwenda zake. Nikaubamiza mlango.

Hisia mchanganyiko zikanitawala kichwani. Nilikuwa nimewapa baba na dada zangu mazishi ya heshima waliyoyastahili. Lakini sikuwa nimejipa muda wa kuzisikiliza shukrani za roho zao. Nikiwa mchovu kupindukia, nilijilaza kitandani, nikiukumbatia mto wangu mwekundu, na kunong'ona, "Baba, nisamehe kwamba sikumngoja mama. Aliondoka. Aliusaliti mkataba wa mapenzi."

Niliutuliza moyo na kuutaka kumsikiliza baba akijibu. Alisema, *Mpenzi wangu, usijali. Ninampenda mama yako na nitampenda daima. Kunaweza kukawepo sababu za kwa nini yupo huko aliko. Ninamfahamu vema. Hawezi kamwe kuusaliti mkataba wa penzi letu.*

Majibu ya baba yaliniachia bumbuwazi. Sikuweza kulala. Niliinuka, nikakitafuta kijidaftari changu na kuanza kuandika kuhusu mama. Ndiyo iliyokuwa tiba aliyoniandikia Dokta Baziga. Sauti laini kutoka mbali iliniambia mama ananikumbuka pia. Alininong'oneza kwenye sikio la roho yangu huku ndani ya kina kirefu cha tumbo lake la uzazi akiwa bado ni Musanabera, mke wa Kalisa. *Hapana, mama hawezi kuwa mke wa Kalisa; siye tena. Hawezi kuwa mama wa watoto wa Kalisa; ambao wanamgambo wa Kihutu waliwateketeza. Sasa amekuwa mke wa Hagira, mke wa mbakaji wake wa Kihutu. Sasa ni mama wa watoto wao wa Kihutu.* Niliomboleza. Nilimchukia. Alikuwa mbali nami. Sikuweza kumwita. Sikuweza kuzivuta nywele zake. Sikuweza kukilaza kichwa changu kifuani kwake. Hakuwepo kwa ajili yangu.

Kulipopambazuka, mlio wa simu yangu ndiyo ulioniamsha. Sugira alikuwa njiani akija. Baada ya dakika chache, aliugonga mlango wa chumba changu. Nilifungua na kumkaribisha ndani. Nikampa sharubati ya embe.

"Hatukupata nafasi ya kuzungumza jana. U hali gani?" aliuliza.

"Nipo poa. Ahsante."

"Nina maswali mengi. Lakini kama hutopenda kuyajibu, ni sawa. Nitaelewa."

"Kwa nini nisiyajibu?" niliuliza.

"Kipindi hiki ni kigumu kwako. Pengine usingependa kujadili mambo mengine."

"Unataka tuzungumzie jambo gani?"

"Mambo mengi. Kwa mfano, uliangukaje ile siku?"

"Niliangukaje? Niliteleza."

"Karabo, ni nani yule jamaa uliyekuwa naye siku ile umeanguka?"

"Mmmh? Humkumbuki?"

"Sura yake siyo ngeni. Ni nani? Ni ndugu yenu?"

"Hapana. Siwezi kusema ni ndugu. Tuliwahi kuishi pamoja kwa ba'mkubwa Kamanzi. Alikuwa miongoni mwa walinzi wake."

"Bila shaka. Ndiye yule jamaa alikataa kupeana mkono nami ile siku ya kwanza nimekuja kwenu, si ndiyo? Lakini hujajibu swali langu. Yeye ni nani kwako?"

"Sugira, mimi sikuelewi unachotaka kujua."

"Karabo, niliona kila kitu," alisema akiyafikicha macho yake. "Baada ya wewe kuanguka jamaa alikuwa kama ndege aliyevunjwa mifupa."

"Na ni vipi hiyo inaelezea swali lako?"

"Sijamaliza bado. Picha lenyewe kubwa ilikuwa jana. Ulikilaza kichwa chako mapajani kwake kama vile mchezo ndiyo kwanza unaanza. Hakukuzuia, mikono yake ilizichezea nywele zako. Na wala hukuujali ukweli kuwa watu wengi, wakiwemo ndugu zako, walikuwepo—"

"Sugira, sitaki kulizungumzia hilo."

"Kwa nini hutaki? Nilipokujia, uliondoka naye kwa teksi. Ulikwenda wapi na jamaa yule, badala ya kuingia kwenye gari la baba yako mkubwa?"

"Sugira, wacha nikwambie ukweli," nilisema.

"Tafadhali, endelea."

"Ndiyo, upo sahihi. Shema alikuwa mpenzi wangu. Lakini tumeachana."

"Mmeachana? Kwa hiyo, nilichokiona jana ilikuwa kukumbushia, sawa?" aliuliza.

"Alikuwepo pale kama watu wengine waliokuja kutufariji."

"Siyo mbaya, lakini uhusiano wowote ulio nao kwake, ana macho ya mtu mbinafsi."

"Kwa nini unamchukulia hivyo?"

"Usiniulize ninachokifikiria. Kama ningekuwa rafiki yako, ungekuwa umeniambia kwamba unaye mpenzi mwingine. Karabo, umewezaje kunifanyia hivyo?"

"Nimekufanyia nini?" niliuliza. "Nini kinakushughulisha kwenye mahusiano yangu na Shema? Nisamehe kwa kusema haya, lakini unaongea kama mtu mwenye wivu."

"Hapana, sina wivu." Alitazama chini, akang'ata kucha, na kusema, "Wacha niende. Uwe na siku njema."

"Sugira, tafadhali, usiondoke. Wacha nikwambie ukweli wote...nakuomba."

Niliishika mikono yake na kumwongoza kurejea kitini kwake. Nilibabaishwa na unyonge wa Sugira.

"Ndiyo, Shema ni mpenzi wangu," nilisema. "Lakini tafadhali, niazime masikio yako. Sitokudanganya. Ninampenda Shema kwa moyo wangu wote, lakini mapenzi yetu hayawezekani. Tumeachana."

"Kwa nini hayawezekani? Kwa nini mmeachana?"

"Sugira, usiniangalie hivyo."

Nilimsimulia kuhusu siku ya kwanza kuonana na Shema, na jinsi tulivyokuwa wapenzi kwa siri. Nilimsimulia kwamba, tangu siku ile wanamgambo wa Kihutu waiteketeze familia yake, maisha ya Shema yaliharibika. Sikumsimulia juu ya Shema kutumia dawa za kulevya.

Aliishika mikono yangu, akanitazama moja kwa moja machoni, akakitingisha kichwa chake, na kusema, "Nimeshitushwa na hili jinamizi. Lakini usihofu, ninakusikiliza. Kwa nini uhusiano wako na Shema hauwezekaniki?"

"Shema bado hajakubaliana na kifo cha familia yake. Bado hajawasamehe Wahutu. Hataki kuingiliana na Wahutu wala mtu yeyote mwenye kuhusiana nao kwa namna moja ama nyingine."

"Hilo linahusiana vipi na mapenzi yenu?" Sugira aliuliza.

"Sijamwambia kabisa juu ya mama, nikihofia atanifanyia jambo la ajabu akifahamu kwamba mama yangu alikuwa Mhutu anayeishi mahali fulani kwenye kambi za wakimbizi wa Kihutu."

"Pengine hupo sahihi kuhusu Shema," Sugira alisema. "Hawezi kukuweka wewe kwenye kapu moja na wale waliomwua baba yako na dada zako."

"Hebu tuache kumzungumzia Shema," nilisema. "Tuzungumzie kuhusu sisi. Chochote kinachotokea baina yangu na Shema, kwenye dunia yake siwezi kamwe kumpata rafiki mwema kama wewe."

Alitulia akijaribu kuyazuia machozi yaliyokuwa mbioni kuyaziba macho yake. Kifua chake, kilionesha wazi kukabiliana na uzito wa pumzi aliyoivuta.

"Ndiyo, mimi ni rafiki yako, rafiki tu," alisema akitabasamu kwa kebehi. "Kwako wewe, mimi si mwanaume, ama ni mwanaume nisiye na moyo wala mwili. Karabo, mimi ni mwanaume, siyo rafiki tu ilimradi."

"Sijasema wewe siyo mwanaume. Nimesema wewe ni rafiki yangu mkubwa."

"Sawa, nimeelewa. Vile ushaniambia kila kitu sasa, naweza kwenda? Tafadhali rafiki yangu mkubwa," alisema akiachia tabasamu jingine la kebehi.

"Fanya chochote kikuridhishacho. Pengine huu si wakati mzuri wa kuzungumza."

Alinipa mkono na kuondoka.

Nilikimbilia kuukumbatia mto wangu mwekundu. Zaidi ya kuwapoteza wazazi wangu, nilikuwa mbioni kuwapoteza wavulana wawili walionifanya niendelee kuishi kwa miaka mingi. Usiku wote, nilitawaliwa na majinamizi yalioonesha kuwa halisi. Nilikuwa peke yangu pasi kuwa na wazazi, pasi kuwa na dada zangu, pasipo ndugu zangu, pasipo rafiki zangu. Ndugu wa baba yangu walisimama upande wa kulia, wakininyooshea vidole, wakinifanya nijisikie fedheha kwa kuzaliwa na mwanamke wa Kihutu. Ndugu upande wa mama yangu walisimama upande wa kushoto, wakinilaani kwa kutowaonea huruma Wahutu kwa yale waliyokuwa wakiyapitia nchini Rwanda na Kongo. Nilitaka nikimbie na kuyasahau hayo yote. Nilitaka niwasahau Wahutu. Nilitaka niwasahau Watusi. Nilitaka nimsahau Shema. Nilitaka nimsahau mama. Nilitaka nipae na kwenda sayari nyingine. Niliuita mzimu wa Devota, lakini masikio yake yalizikwa naye. Niliamka, nikayasafisha majonzi yangu yote kwa kujimwagia maji ya uvuguvugu, na kutoka nje nitembee kwenye bustani ya miti chuoni. Majinamizi yangu na ndoto viliendelea kucheza kichwani mwangu. Labda nilikuwa nikiwehuka. Nikampigia Dokta Baziga nikimwomba miadi. Aliniambia ninaweza kwenda tu wakati huo huo. Nikapanda basi na kwenda Kituo cha Ruhuko nikaonane naye. Sikuwa nikifahamu jambo la kuzungumza naye. Nilikuwa ninakwenda kumwambia amrudishe mama?

Kwa nini unamtaka mama yako? Umeusahau usaliti wake? Akili yangu iliniuliza.

Moyo ukaingilia. *Ninakufahamu vema kuliko akili yako. Nitaendelea kukua na kukua kifuani mwako hadi siku*

*utakayokutana na mama yako. Macho yako yatamwaga machozi
siku yatakayokutana na macho ya mama yako. Utamkumbatia, na
utayahisi mapigo ya kifua kile kilichopata kukunyonyesha. Kutoka
kwenye kumbatio hilo, utahuisha mkataba wa upendo wako.*
Sikukubaliana na kichwa wala moyo wangu. Niliviambia
vinyamaze.

Basi lilisimama, nami nikashuka na kuingia Kituo cha
Ruhuko. Nilimkuta Dokta Baziga bustanini. Alinikaribisha
kwa bashasha, akanipa mkono na kunialika kwenye chumba
chake kidogo cha siku zote.

"Niambie, hujambo?" aliniuliza.

"Sijambo."

"Macho yako hayakubaliani nawe," alinibishia. "Nini
kimetokea?"

"Nilitaka tuendelee na mazungumzo yetu."

"Ndiyo, mara ya mwisho tulikubaliana tungemzumzia
Shema. Sawa?"

"Ndiyo, lakini ningependa tuzungumzie kuhusu mimi
badala yake."

"Kuhusu wewe? Unamaanisha nini?"

"Dokta, nina wasiwasi ninakuwa chizi. Mazungumzo
yangu yamenitia wazimu."

"Kwa namna gani?"

"Mara ya mwisho nilikwambia sitaki kufikiria kuhusu
mama. Akili yangu inaniambia ninapaswa kumsahau, lakini
moyo wangu unanitaka nimwegamie kifuani pake, niusikie
uturi wake, na kuusikiliza muziki wa mapigo ya moyo wake.
Nimechanganyikiwa. Nashindwa kujua kama niitii akili
yangu ama moyo wangu."

"Ni nini sababu ya kukosekana makubaliano baina ya
moyo wako na akili yako?"

"Napaswa kuacha kuwa mtu nisiyejielewa. Sipaswi

kuufuata uchizi wa moyo wangu. Ninatakiwa kutafakari na akili yangu. Sipaswi kuwa kama kipepeo ninayeelea angani pasipo kuufahamu mwelekeo wangu. Kwa mfano, akili yangu imenishawishi niachane na Shema, lakini moyo wangu haujatii. Nina shida gani mimi?"

"Kuna watu huwa wanasema, pale unapompenda mtu kiukweli, unauhisi ule upendo moyoni," Dokta Baziga alisema kabla ya kuniuliza. "Utajali kuzungumza nami juu ya Shema? Mna uhusiano wa namna gani? Mmejuana kwa muda gani?"

Nilimsimulia hadithi yetu ya mapenzi. Nilizungumzia kuhusu penzi tulipong'azana kwa mara ya kwanza. Nililielezea umbo lake refu, macho yake kama ya ng'ombe, meno yake meupe na marefu yakinogeshwa na fizi nyeusi. Nikakumbushia matembezi yetu chini ya miti ya Kiyovu tukiwa njiani kwenda ama kurudi kutoka Kanisa Kuu la Mtakatifu Maiko. Nilimweleze Dokta Baziga namna uchangamfu wa Shema ulivyoteswa na mzigo wa chuki yake dhidi ya Wahutu ambao wamemfukarisha kwa kumwondolea raha ya familia.

"Dokta, siwezi. Siwezi kumtupa Shema. Kumtupa itakuwa sawa na kuitupa roho yangu mwenyewe. Ninamhitaji Shema kama ambavyo ananihitaji mimi. Aliniambia penzi letu linaweza kutuponya ama kutuua. Penzi letu ndilo tiba ya simanzi yetu. Kutokea kwa mama ndotoni mwangu kunalifanya penzi la Shema lipoteze ladha yake. Shema hana mama. Siwezi kujisamehe kwa kumtupa kwa sababu tu mama yangu ametokea tena."

"Ninaweza kukusaidiaje?" Dokta Baziga aliuliza.

"Dokta, kama unaweza, nipe mazingaombwe ya kumficha Shema kwamba nina damu ya Kihutu ndani yangu. Ama, kama hunayo hayo mazingaombwe, tafadhali nipe mimi kitu ambacho kitamfanya Shema anipende milele pamoja na kuwa hivi nilivyo na watu ninaotambulishwa nao."

"Vipi kuhusu wewe kuwa na mama na Shema kwa pamoja, kwenye maisha yako?"

"Ki vipi? Haiwezekani. Ninampenda mama, lakini sinaye. Ninampenda Shema, lakini sitokuwa naye kwa muda mrefu. Tafadhali, nisaidie nimfute ama nimfiche mama kwenye kumbukumbu zangu na maisha yangu. Na kama italazimika atokee, mfanye Shema atambue mimi ni *Uwase*, binti wa baba yangu Mtusi. Kwamba sina mahusiano na Wahutu walionifanya kuwa yatima. Unaweza kumfanya Shema anipende nilivyo Mtusi, na kuipuuza damu yangu ya Kihutu?"

Ni wazi Dokta Baziga alikuwa na orodha ya maswali.

"Umeniambia unamkumbuka sana mama yako, na kwamba unamwita ndotoni mwako."

"Ndiyo."

"Unataka nikupe zoezi jingine?"

"Zoezi? Jingine...?"

Alitoka nje kwa dakika chache na kurejea akiwa na vikapu viwili. Kimoja chekundu na kingine cheupe.

"Vichukue hivi vikapu viwili," alisema. "Hiki cheupe ni mama yako, na chekundu ni Shema. Kwenye kila kikapu, utaweka walau picha moja. Weka picha ya mama yako, kama unayo, kwenye kikapu cheupe na picha ya Shema kwenye kikapu chekundu. Wakati wowote ukitaka kuongea na mama yako, kifungue kikapu chake cheupe na umwambie chochote kilichomo moyoni mwako. Wakati wowote ukitaka kuzungumza na Shema, ufanye vivyo hivyo—kifungue kikapu chake nyekundu na uzungumze naye. Waambie kila kitu kilichomo kichwani na moyoni mwako, ukijumlisha na yale ambayo usingependa kuwaambia kwenye maisha halisi.

Baada ya kuzungumza nao, baki kimya na uwape wasaa wa kukujibu. Yajibu maswali yao na, endapo watakubishia, tafadhali uwafafanulie. Wakati ujao, utaniambia umejifunza nini kwenye hili zoezi."

"Hili ni zoezi la kuchekesha ambalo sijawahi kulifanya. Nitaweza kuzungumza na ndoo? Sasa naelewa ni kweli kabisa ninaanza kuwa chizi."

"Usihofu, si zoezi gumu. Lifanye kama mchezo. Msichana wa umri wako anahitaji kufanya mazungumzo na mama yake, nawe umelikosa hilo. Kwa upande mwingine, msichana wa umri wako anastahili uhusiano wa kimapenzi wenye afya na aminifu. Unampenda Shema na umekuwa naye kwa muda mrefu. Hakupaswi kuwepo kwa siri baina yenu. Hupaswi kumficha chochote."

"Unawazungumzia mama na Shema wa kwenye vikapu ama maisha halisi?" niliuliza.

"Ninawazungumzia wale halisi. Lakini kwa wakati huu, ningependa uzungumze na wale wa kwenye vikapu yote ambayo umeshindwa kuwashirikisha wale halisi. Utajifunza namna ya kuwasiliana nao na kuwasikiliza pindi wanapozungumza nawe. Tafadhali kubali kuujaribu huu mchezo."

"Ndiyo."

Nilimwuliza maswali zaidi kuhusiana na jukumu hilo kabla ya kuagana naye. Alinipa miadi mingine. Nikavichukua vikapu vyangu viwili na kuondoka.

Njia nzima nikirejea chuoni, nilikumbuka kuwa ninaye mama mkono moja, na Shema mkono mwingine. Nilicheka namna nilivyovibeba vikapu kwa ungalifu utadhani vilijaa mayai. *Kwa nini watu halisi si watulivu? Kwa nini hawaniachi niyaweke mapenzi yao moyoni mwangu pasipo kunilazimisha kuyaachia?*

Nilipowasili chuoni, nilizitafuta picha na kuziweka

kwenye vikapu. Nikakitazama kikapu cheupe na kumwambia mama, "Tafadhali, rudi kutoka nchi ya mbali. Acha kila kitu, njoo uishi nami kwenye hiki chumba. Nitakukinga dhidi ya Wahutu waliomwua mumeo na watoto wako, wakakubaka na kukufanya mateka wao. Nitakukinga dhidi ya Watusi ambao hawafahamu kitu juu ya uungwana wako, kama ungali nao."

Nikakifungua kikapu chekundu na kuweka picha ya Shema ndani yake, na kusema, "Nilikuwa nikizungumza na mama. Sikuwahi kukudanganya juu yake. Kimsingi, amekufa. Lakini alikufa kifo cha tofauti. Amekufa lakini hajazikwa. Yupo mbali na Rwanda. Lakini nimemrejesha kwenye hiki kikapu kidogo cheupe. Pengine kwa kuwa hajazikwa, anaweza kunisikia nikiongea na kurudi maishani. Unataka kunisaidia kumrudisha? Usiniambie hapana kwa sababu uliniambia tutaipanda pamoja milima ya maisha. Huu ndiyo mlima wa kwanza tutakaopaswa kuupanda."

Nikiwa nazungumza na Shema, mtu alibisha hodi. Akaangia mara moja. Alikuwa Karigirwa, msichana ninayeishi naye chumba kimoja.

"Unaongea na nani?" aliuliza.

"Nilikuwa naongea?"

"Ndiyo. Karabo, nini kinaendelea? Na hivi vikapu?"

"Mmmh? Labda ndiyo maana nilikuwa naongea mwenyewe. Hivi vikapu ni vizuri sana. Lakini sijui mahali pa kuviweka chumbani humu. Kuna karatasi nyingi na vitabu mezani."

"Eeeh, ni kweli. Unapaswa kupanga upya meza yako. Pengine utupe baadhi ya karatasi zisizo na umuhimu sana ili upate nafasi ya kuviweka vikapu vyako."

"Oh, ndiyo."

"Kabla sijasahau. Nilikuwa nakitafuta kile kitabu nilikuazimisha. Nataka kukisoma."

Nilikitafuta kitabu chake kutoka kwenye makorokoro yale, nikampatia. Akaondoka.

Niliwaza kuwa kuna tone la ukweli kwenye kile alichokisema. Kimsingi, vikapu viwili vya mama na Shema vilikua na thamani kwangu. Lakini nilipaswa kuondoa mazagazaga chumbani kwangu ili vipate nafasi vilivyoihitaji. Wakati nikikisafisha chumba changu, pia nilifikiria namna maisha yangu kiujumla yanavyopaswa kusafishwa. Ubongo wangu ukaninong'oneza kwamba mama na Shema nao wanapaswa kuyafanyia usafi fulani maisha yao wenyewe ili waweze kuiingia nafasi iliyofadhiwa kwa ajili yao maishani mwangu.

Baada ya siku ile, kila maswali juu yao yaliponijia kichwani, niliyatupia kwenye vikapu vidogo na kuyasubiria majibu yao. Wakati wote, mama alinijibu kwa maneno ya matumaini. Aliniambia sipaswi kutekwa na majonzi yangu mwenyewe. Na Shema, kwa upande mwingine, aliendelea kuniambia ananipenda na kwamba angeipandisha milima ya maisha pamoja nami. Mto wangu mwekundu ukaanza kuvionea wivu vikapu vile.

Kwa siku kadhaa, Shema hakunitembelea. Wala hakunipigia simu. Nilipatwa hofu. Hata kama tulikuwa na mazungumzo magumu, tuliafikiana kwamba tungeziruhusu roho zetu na miili yetu kuendana na mwelekeo wa mapenzi. Kichwa changu kikaninong'oneza nimwache aende zake. Nilihitaji kung'amua fumbo la penzi letu. Nilikifunua kikapu chekundu na kuzungumza na picha ya Shema. Nilimwambia namna nilivyomkumbuka. Akaongea kwa sauti ya kunong'oma amenikumbuka pia.

Asubuhi moja, nikiwa natembea kwenda maktaba, nilikutana na Sugira. Tabasamu lake kubwa liliuchapa moyo wangu.

"Karabo, nilikuwa nikikutafuta."

"Habari Sugira? Nilikuwa nakwenda maktaba. Unataka kuniambia jambo?"

Alikuna kichwa chake, akatazama chini, na kusema, "Ndiyo, kama inawezekana."

"Sawa. Ngoja tukakae chini ya huu mgunga," nilipendekeza.

Alitazama kulia na kushoto. "Upo poa?"

"Nipo poa. Na wewe?"

"Karabo, nisamehe. Tafadhali, nisamehe."

"Kwa nini?"

"Nisamehe kwa tabia yangu. Sikupaswa kukujia juu. Nisamehe."

"Hee, huoni kuwa mimi ndiye mwenye kupaswa kukuomba msamaha kwa kukukasirisha? Sugira, kama nilivyokwambia mara ya mwisho, wewe ni rafiki yangu mkubwa. Wewe ni kama kaka ambaye sikuwahi kuwa naye. Unafahamu sina familia. Wewe ndiye familia yangu..."

Sonona iliitawala sauti yangu, lakini nilijizuia kutoa machozi.

"Nisamehe," Sugira alisema. "Mapenzi niliyonayo juu yako ni toafuti ya yale mapenzi ya kaka na dada. Lakini kwa wakati huu, nitaridhika tu na urafiki wetu, ilimradi tu ningali na nafasi ya kuwa nawe na kuongea nawe. Kama utaamua kunipenda namna ninavyokupenda ama vinginevyo, nitaelewa tu. Ninauheshimu ukweli kwamba unaye mpenzi mwingine."

"Sugira, sikiliza... nilikwambia mimi na Shema, tumea...."

"Tafadhali, acha kuzungumzia juu yako na Shema," alinikatisha. "Kama mngali pamoja, ni vizuri. Kama mmeachana, hayo ni maamuzi yako pia. Kwangu mimi, ninachokitaka kwa sasa ni kukupa urafiki ama udugu, vyovyote utakavyouita."

Alitabasamu, kisha akanikumbatia kumbato la maridhiano. Lilikuwa jambo jema hatimaye kuwa na mazungumzo na Sugira. Nilikuwa nimemkumbuka. Nilimwuliza juu ya mama yake, Gatarina, na mtoto wa Devota, Mbabazi.

"Kwa nini usitafute wasaa hizi siku mbili tatu ukamtembelea mama? Kila mara ananiuliza unaendeleaje.

"Nimemkumbuka pia. Unajua yeye ni kama mama kwangu."

"Mama kwako? Unamaanisha mama mkwe? Nakutania.

"Tafadhali, hebu acha. Yule ni mama yangu. Tutakwenda kumwona Ijumaa ijayo."

"Sawa. Baada ya shule?"

"Ndiyo."

11

Kwa ajili ya tasnifu yangu, maktaba ya chuo ilikuwa na vitabu kadhaa kuhusu ukabila na hususani muktadha wa Rwanda. Ilizitibua fikra zangu kufahamu kuwa ukabila uliumbwa na fikra za binadamu. Nilijifunza kuwa fikra za ukabila zinaweza kuwa zilizaliwa na nguvu za mali na kihistoria, ama kutoweka pale hali za wale waliojiona wapo kundi fulani la kikabila zilipobadilika. Kama mwanasayansi ya siasa, lilikuwa jambo la muhimu kwamba kuelewa namna gani utambulisho wa kikabila ulichochewa na viongozi wa kisiasa, na namna gani zimekuwa zikibadilika kadri ya nyakati kutegemea mazingira. Maono finyu ya ni nani hasa Wanyarwanda walikuwa uliwafanya washindwe kujifunza kimantiki juu ya historia na utamaduni wa Rwanda, na kutafuta suluhisho la changamoto na migogoro ambavyo vilitawala karne ya ishirini. Wanyarwanda wengi walidhani kwamba watu walio nao kabila moja basi ni lazima kupitia madhila yanayofanana. Wengi wao hawakujali juu ya kile walichokishiriki katika jamii wanayoishi kwenye ardhi moja, ambacho kiliwaunganisha na jamii zingine nyingi ulimwenguni na mito iliyoyatiririsha maji yake kwenye bahari zinazoizunguka dunia.

Mlio wa simu ndiyo uliokukatisha kusoma kwangu.

"Mambo, mimi ni Muhire. Kitambo sana. Upo poa?"

"Ah, sijambo. Vipi wewe?"

"Nipo poa. Karabo, nataka kuongea nawe. Naweza kuja kukuona leo?"

Tayari nilikuwa nimekaa chuoni kwa siku kadhaa pasipo kutoka. Hivyo, nikapendekeza mimi ndiye niende kwake.

Anga lilitawaliwa na ukijivu. Nikiwa nimetinga jinsi ya bluu, fulana nyeusi, na viatu vyeusi, niliuchukua mwamvuli wangu na kuondoka chuoni. Si punde, nikapata basi la kwenda Muhima. Mitaa ilijaa watu na magari. Wakati kichwa changu kikiwa bado kikitafakari maandiko juu ya ukabila, nilijaribu kutafakari asili ya mwanamke aliyekuwa akifagia barabara kwenye mzunguko wa mjini. Hakuna kitu kilichonionesha kama alikuwa Mhutu, Mtusi ama Mtwa. Hata utambulisho wa ukabila wa dereva wa basi haukuwa bayana. Polisi aliyekuwa mtaani alikuwa na umbo dogo kama la mwanamke aliyekuwa akifagia barabara, ilhali macho na pua yake vikifanana na vile vya dereva wa basi, ambaye yeye ni mrefu. Pengine, mwenye mamlaka ya ukabila anayo njia nyingine ya miujiza ya kuwapanga Wanyarwanda kwa makundi.

Nilipofika nyumbani kwa Muhire, nilibisha hodi. Alinisabahi na kunikaribisha sharubati ya nanasi. Akanijulia hali yangu nami nikimwambia nipo bukheri kabisa.

"Rafiki yako Sugira hajambo?" akaongeza.

"Yupo poa."

"Nimekutana na Shema hivi karibuni. Mungu amefanya miujiza kwenye maisha yake. Sikuweza kuyaamini macho yangu."

"Kwa nini? Ulimwonaje?" niliuliza.

"Nilimwona amevaa shati jeupe lililopigwa pasi

vema, suruali nzuri ya bluu, huku viatu vyake vikiwa vimeng'arishwa. Alikuwa akitoka kazini."

"Kazini?" niliuliza.

"Ina maana hufahamu kuwa mpenzi wako amepata kazi?"

"Hapana, siku za hivi karibuni nimetingwa sana na utafiti wangu. Hatujazungumza kwa siku kadhaa."

"Hata kwa simu? Ama ume... umeachana naye?" Muhire aliuliza.

"Ninampenda Shema kwa moyo wangu wote. Siwezi kuupata ujasiri wa kuachana naye, hata kama nikitaka."

"Nini kimetokea? Kwa nini hamzungumzi?"

"Muhire, siwezi kuficha kitu. Wewe ni kama kaka kwangu. Sijaachana na Shema. Bado tupo pamoja. Lakini ninataka kumwacha aende. Nina mambo mengi ya kuyafanya maishani mwangu kabla sijawaza mahusiano ya mapenzi."

"Ah, kwa nini sasa? Anakuhitaji sasa kuliko ilivyopata kabla. Unapaswa kumsaidia kwenye kila kitu anachokifanya. Ameacha kuvuta bangi?"

"Hapana, bado anavuta. Ninafurahi kwamba hatimaye anafahamu tofauti kati ya kuishi na kujikongoja. Lakini, zaidi ya kuvuta bangi, bado anaendelea kuubeba mzigo wa chuki dhidi ya Wahutu."

"Ni mzigo ambao wengi wetu tunaubeba. Anaweza tu kuutua kutoka mabegani kwake endapo atajikabidhi kwa Mungu, Muumba wa binadamu. Lakini hiyo haipaswi kuwa sababu ya wewe kuachana naye. Huna chochote kuhusiana na wale anaowachukia."

"Hufahamu kuwa mama hakuuawa pamoja na baba?"

"Hapana... Ndiyo... Devota aliniambia jambo hilo. Hakuuawa baadaye?"

"Hapana. Anaishi Malawi. Ndiye sababu ya kuachana kwangu na Shema."

"Kwa nini?"

Nilimwambia Muhire kuwa mama yangu ni Mhutu, na kwamba sijamsamehe kwa kutorudi kwake Rwanda, na angalau kumpa baba mazishi ya heshima. Ameafuata na ndugu zake wa Kihutu na kuoana na mmojawao, ambaye anaishi naye Malawi. Muhire aliniuliza kama ninafahamu sababu ya mama kutorejea. Nilimjibu ni kwa sababu hataki kuwaacha watoto wake wapya.

"Muhire, tafadhali, tuache kumwongelea mama," nilisema. "Siyo tatizo langu kubwa. Tatizo langu ni kwamba, hata kama Shema ananipenda sana kama ambavyo ninampenda yeye, mapenzi yetu hayawezekani. Siku atakayofahamu mimi ni mtoto wa mwanamke wa Kihutu, ataniacha."

"Kwa nini? Kwani ni dhambi kuwa na mama wa Kihutu?"

"Kwa Shema, ndiyo. Na zaidi, atanichukia kwa kumficha ukweli. Nilimambia mama aliuawa siku ile ile aliyouawa baba na dada zangu. Sitaki kuwa sababu ya kuparanganyika kwake siku ukweli utakapomfunukia mbele ya macho yake."

"Kusema ukweli, ninaielewa hali aliyokuwa nayo Shema. Nilikuwa hivyo kabla ya kukombolewa na Neno la Mungu. Nilimnyanyasa Mbabazi kwa sababu alikuwa mtoto wa Mhutu. Nilimporomoshea matusi. Nilifikia hatua ya kumfanya mama yake amchukie mtoto wake mwenyewe. Sikuwa nafahamu namna ya kuishi chini ya paa moja na mtoto wa mwuaji wa dada yangu Uwera na mbakaji wa dada yangu Devota. Mungu alinifundisha kwamba Mbabazi hakuwa na mahusiano yoyote na kile kilichotokea kwenye familia yangu. Kimsingi, ni kwa sababu yake nimetaka kuongea nawe."

Sikuweza kumshirikisha kuwa mama hakuchagua kuoana na Mhutu anayeishi naye. Sikumwambia mama alibakwa.

"Ulitaka kuongea nami kuhusiana na Mbabazi?"

"Ndiyo, ninataka kuiomba familia ya Kamana kunipatia Mbabazi. Wakati umewadia yeye kulelewa na familia yake."

"Unataka kuishi na Mbabazi? Itakuwa rahisi kwako?"

"Naisubiri kwa hamu siku nitakayooa. Mke wangu mtarajiwa atapaswa kufahamu ninaye mtoto wa dada yangu ambaye ninamwona kuwa wangu. Duniani humu, sina mwinginewe bali Mbabazi. Unadhani Devota ananifikiriaje ninapokula na kulala, pasipo kufahamu mahali alipo mtoto wake?"

"Upo sahihi. Pengine twenda pamoja siku moja kuwatembelea, kabla hujawadokeza juu ya mpango wako. Hata hivyo, nina mpango wa kwenda huko Ijumaa ijayo."

"Hebu tufanye hivi. Utakapokwenda hiyo Ijumaa, jaribu kuongea nao juu ya mpango wangu, ili tu uone watauchukuliaje. Waambie ninataka kwenda kuwapa shukrani zangu wiki ijayo. Kama hawatojali, ninatafuta watu wachache wa kunisindikiza tukiwa na vinywaji vya shukrani, na kisha nitaitumia fursa hiyo kuwaeleza sasa nipo tayari kumchukua Mbabazi nikaishi naye."

"Natamani hata Shema angekuwa amepiga hatua za maisha kama wewe. Anapaswa kuwasamehe Wahutu kwa kile walichoitendea familia yake."

"Kusamehe si kitu rahisi na chepesi," Muhire alijibu. "Hususani pale mtu anayehitaji kusamehe bado hajajikomboa mwenyewe kutoka kwenye minyororo ya huzuni yake. Shema anapaswa kujikomboa mwenyewe kutoka kwenye utekaji wa wale waliomwumiza."

"Ki vipi?" niuliza. "Sijakuelewa."

"Hapaswi kuyaruhusu mauaji ya kimbari dhidi ya Watusi kuwa rejea ya maamuzi yake yote ya maisha yake. Anapaswa kufahamu kulikuwa na maisha kabla ya mauaji ya kimbari, na kutakuwepo maisha baada ya mauaji ya kimbari. Kuishi ni kuikataa mipango ya wanamgambo wa Kihutu ambao hawakutaka kitu chochote zaidi ya kutotokomeza."

"Ndiyo, upo sahihi," nilisema. "Ninafurahi ameanza kupiga hatua chache kuelekea maisha bora zaidi."

"Hicho ndicho kitu cha muhimu zaidi. Lakini itamuwia vigumu kuendelea kupiga hatua kwenda mbele kama bado anavutwa na hisia za chuki. Kama anakupenda, anakupenda wewe haijalishi ni Mhutu, Mtusi, ama Mtwa ama hata mgeni kutoka nje ya nchi. Tatizo lake ni kwamba anairuhusu chuki ya wanamgambo wa Kihutu kuyatawala maisha yake na kuendelea kumharibu siku baada ya siku. Anairuhusu chuki ile ile iliyomtenganisha na familia yake, vile vile kumtenganisha na mpenzi wake."

"Hii ni njia ya busara zaidi ya kuyatazama mambo, Muhire... Kwa hiyo, ninaweza kufanya nini?" niliuliza.

"Huna tofauti na yeye. Pia nilitaka kumwambia kuwa hupaswi kuruhusu kitu chochote, au mtu yeyote, kukufanya ufungwe na historia yetu ya kutisha. Shema hapaswi kukutenganisha na mama yako ambaye kifua chake kilikunyonyesha maziwa na upendo. Na mama yako hapaswi kukutenganisha na mwanaume unayemchukulia kama penzi lako la kwanza na la kweli. Ni uamuzi wako kusema hapana na ndiyo kwenye mambo hayo yote."

"Ni uamuzi wangu? Ki vipi?" niliuliza.

"Ndiyo. Umemwangusha Shema. Umeujenga uhusiano wenu kwenye uongo mkubwa. Umeidhihaki imani yake kwako. Hukupaswa kumwambia mama yako alikufa... Lakini tafadhali, usidhani mimi sikuelewi. Umemfungia mama yako kwenye ukuta wa nyuma wa moyo wako ambako ni machungu na kuchanganyikiwa pekee ndivyo vinakoishi. Hukutaka dunia kuutambua uwepo wake kwa sababu jina alilonalo limechafuliwa na kile walichokifanya wanamgambo wa Kihutu."

Muhire alikuwa akivitonesha vidonda vile vile ambayo tayari Dokta Baziga amevitonesha. Nilipaswa kuondoka. "Nisamehe Muhire, tutaendelea na haya maongezi wakati ujao."

"Karabo, niruhusu nikupe pendekezo muhimu..."

"Pendekezo? Nakusikiliza."

"Tafadhali, jifunze kumwomba Mungu. Unatakiwa kumwomba kwa ajili ya watu wawili muhimu zaidi maishani mwako. Unapaswa kumwombea Shema ili autupe mzigo anaoubeba na apate nguvu ya kuwasamehe Wahutu hata kama ni ngumu kibinadamu. Unapaswa kumwombea mama yako katika namna ile ile ambayo mtoto angemwombea mzazi wake akiwa katika hatari. Wape mapenzi wote wawili. Mapenzi hayo yatakurudia yakiwa yamesheheni. Tafadhali, fahamu kwamba kuwapenda hao isiwe sababu ya wewe kuacha kujipenda. Huwezi kutoa kile usichokuwa nacho."

"Ahsante sana kwa maneno yako ya hekima. Ninapaswa kwenda. Kushakuwa giza."

Aliushika mkono wangu, akaniambia niyafumbe macho yangu, akaniombea. Ndipo, akanisindikiza kwenda kituoni kupanda basi.

Nikiwa njiani kurudi chuoni, niliyatafakari maneno ya Muhire. Maneno yake yalikuwa na mchanganyiko wa ladha, utamu, uchungu na uchachu. Nilijaribu kuunganisha maneno yake na lile zoezi nililopewa na Dokta Baziga. Wote waliyasoma macho yangu na kutambua ninawakosa wote mama na Shema. Siku kadhaa zilikuwa zimepita pasipo kuzungumza na Shema. Kwa nini hakuwa amenipiga?

Nilipowasili chumbani kwangu, nilikifungua kikapu chekundu na kusema, "Shema, nisamehe. Tafadhali, nisamehe kwa kukudanganya kuhusu mama."

Nikakigeukia kikapu cheupe na kusema, "Mama, nisamehe kwa kukuchanganya na jina la mwanamke wa

Kihutu, na kudharau ukweli kwamba kamwe sijawahi kuinusa tumboni mwako, ama kuionja kwenye maziwa yako chuki dhidi ya kiumbe chochote kinachoishi, kiwe ama kisiwe binadamu. Sikujali kuhusu huzuni yako mwenyewe ile siku uliyosikia mumeo na watoto wako wameuawa na wale uliokuwa ukiwaita ndugu zako. Sikukupa masikio yangu ili uongee nami kama mama kwa binti yake mkubwa. Sikutaka unisumbue na majonzi yako kwa sababu tayari kifua changu kilikuwa kizito kwa simanzi yangu mwenyewe. Ninakupenda, mama. Nikakukumbuka…"

Nikajitupa kitandani, nikauvuta mto wangu mwekundu, na baada ya dakika chache, nikaichukua simu yangu na kuipiga namba ya Shema.

"Hey, mpenzi wangu," alisema. "Mambo yako? Nimefurahi kupokea simu yako. Mabusu tele kwako."

"Shema, vipi hali yako? Kitambo sana…"

"Hey, Karabo, kuna tatizo gani? Usiniambie umeomboleza tena…"

"Hapana… namaanisha…ndiyo. Lakini nipo sawa. Usijali. Niliku*miss.*"

"Hiyo ndiyo sababu upo mnyonge?"

"Ndiyo. Wewe hujani*miss*?"

"Nini unataka niseme?" Shema aliuliza. "Mara ya mwisho, uliniambia maneno mazito. Labda ulihitaji muda wa kufikiria. Ninawezaje kukufanya uelewa ninakupenda kwa akili yangu yote na moyo wangu wote? Haitoshi?"

"Kwa nini siku hizi hunipigii simu?" niliuliza.

"Kama unataka mimi nije hapo kwako, ndani ya sekunde mbili utaniona chumbani kwako. Ninataka kuja na kuyafuta machozi yako."

"Hapana. Usijali, nipo sawa. Unaweza kuja kesho, kama utataka."

"Una uhakika utataka mimi nije?"

"Ndiyo."

"Nitakuja kesho kwenye saa tisa hivi. Lakini tafadhali niote basi usiku huu...ninakupenda sana. Sidhani kama nitahitaji kurudia kusema kila siku baada ya hii miaka yote tuliyokuwa pamoja. Tutaongea kesho. Ulale vema na uwe na njozi njema."

"Ahsante. Usiku mwema."

Usiku kucha, kichwa changu na moyo wangu vilikuwa vikicheza mchezo wa *Ping-Pong* kwenye ndoto. Nilifanyia mazoezi namna nitakavyomwambia Shema ukweli wote. Nitasema, *Shema, nisamehe kwa kukwambia uongo...* Hapana, utakuwa mwanzo mbaya. Nitaanza kama hivi: *Shema, hutonichukia kama nikikwambia jambo fulani?* Itampa walakini sana. Nitakwenda moja kwa moja kwenye hoja na kumwambia, *Mama yangu anaishi...* Hapana, haikuwa kuhusu mama. Ilikuwa kuhusu mimi na Shema. Nikashindwa kuandaa hotuba yangu ya kuomba msamaha.

Kulipokucha, nilikwenda maktaba na kuandika sura nyingine ya tasnifu yangu. Utafiti wangu ulijikita kwenye asili ya Watusi, Wahutu na Watwa. Nilisoma dhana nyingi zenye kuchanganya juu ya asili yao. Vingi vya vilivyoandikwa havikuleta mantiki. Vilikuwa ni zile hadithi za kawaida za mtu wa kale na kuhamahama. Zilikuwa juu ya uvamizi na utwaaji wa falme kwa falme zingine. Zilikuwa ni simulizi za waliokuwa na wasiokuwa nacho. Sikuweza kuipata tafiti yoyote yenye kuelezea asili ya vitu ilihusika vipi na ukabila nchini Rwanda. Sikujifunza chochote juu ya historia ya Watusi, ama Wahutu. Kitu pekee nilichokielewa ni kwamba walikuwa na ardhi moja, utamaduni mmoja, na lugha moja. Kadri ya muda, wakafumbwa na migogoro iliyotawala vipindi vya kabla, wakati na baada ya ukoloni; migogoro kuhusu madaraka, migogoro juu ya rasilimali, na siasa za kikanda zilizotawala karne ya ishirini. Baada ya saa chache za utafiti, ambao haukuelezea chuki, uovu na mauaji, nilivifunga vitabu.

Ilipotimu saa nane na nusu mchana, mtu alibisha hodi mlangoni. Nilikwenda hima kuufungua. Hakuwa Shema, bali binamu yangu Mugabo. Alikuwa amekuja kufanya nini?"

"Mambo vipi, Mugabo?"

"Nipo poa, Ahsante. Vipi hali yako? Hunikaribishi ndani? Unatoka?" aliuliza.

"Ndiyo. Nina.. ndiyo, ninatoka. Samahani."

"Sawa, unakwenda wapi?"

"Mjini."

"Basi twende pamoja. Ninakwenda kuonana na mmoja wa rafiki zangu pale *Matheus Shopping Center.*"

"Hapana, tafadhali, unaweza kwenda mwenyewe," nilisema. "Tutaongea kesho."

"Sawa, naelewa. Lini utaacha kunikwepa? Lini utatambua kuwa wewe ni mwanafamilia wangu pekee humu duniani? Nina vitu vingi vya kujadiliana nawe, lakini hunipi nafasi."

Mugabo alihuzunishwa na ukweli kuwa sikutaka kumkaribisha. Nikikwepa Shema asitukute ndani, nilimwambia Mugabo tutembee kwenye bustani ya chuo, apate kuniambia alichokuwa nacho kichwani mwake. Nilimsubiri azungumze, lakini akang'ata kucha.

"Kwa nini upo kimya?" niliuliza.

"Karabo, nilitaka kukuuliza kitu," alisema. "Kwa nini hujibu barua za mama yako?"

"Ndicho ulichojia kuniona?" niliuliza.

"Ndiyo, tafadhali usijisikie vibaya. Mama yako anateseka, nawe ndiye mtu pekee unayeweza kumfuta machozi yake."

Ingawa nilikuwa nimeumizwa na maneno yake, sikutaka kumwonesha kuumia kwangu.

"Yeye ni mwenye huzuni zaidi kumshinda msichana aliyemwacha peke yake na mpweke?" niliuliza. "Usimhofie. Yupo sawa. Yupo na mumewe na watoto wake."

Akiyaficha macho yake, Mugabo alisema, "Hukijui unachokisema. Umezisoma barua?"

"Hapana. Sijazisoma. Tafadhali, kama umekuja kumzungumzia mama, leo siyo siku sahihi. Nimekwambia nilitaka kwenda—"

Kabla sijaimaliza sentensi yangu, simu yangu iliita.

"Karabo, upo wapi? Ninagonga mlango wako. Upo?"

"Ndiyo, ninakuja." Nilikata simu, nikamgeukia Mugabo, na kusema, "Napaswa kwenda. Tafadhali, pita njia hii."

Niliharakisha kwenda chumbani. Nilimkuta Shema akiwa wima mbele ya mlango wangu akiwa na kichane cha maua waridi mekundu mikononi mwake. Pia alikuwa na malai. Hakunipa sekunde ya kumpa salamu ya nishai. Alikivuta kidevu changu na kunibusu mdomoni kwa hisia kabla ya kunikabidhi kichane cha maua. Kabla hata sijamwambia "ahsante" alikigeuza kichwa chake na kusema, "Karabo, yule jamaa ni nani?"

"Yupi?"

"Sijui. Kuna jamaa alikuwa anatutazama. Sura yake si ngeni kwangu... anafanana na yule aliyekuletea barua kutoka Malawi. Anafanya nini hapa?"

"Nani..." Hapana, hawezi kuwa yeye."

"Tuyaache hayo, hayatuhusu. Kamwambie na dada zake kuwa wewe huhusiki lolote na pua zao bapa."

Sikumjibu. Nilimkaribisha Shema aingie chumbani kwangu. Wakati nikiyaweka maua kwenye chombo chake, nikatambua nilisahau kuvificha vikapu. Nilimwomba Mungu Shema asije akavifungua vikapu. Udadisi wake haukupingika! Kabla hajaketi, alikifungua kikapu chekungu na kucheka kwa nguvu.

"Nini? Usiniambie umekuwa kama mwanamke mzee asiye na mume ambaye hawezi kuishi pasipo picha ya mpenzi wake?"

"Nitasemaje sasa? Nilikukumbuka. Nilitafuta namna ya kuwa na *kopi* yako humu chumbani, karibu na moyo wangu."

"Na kwenye hiki kikapu kingine cheupe?"

Nilihofia kuivunja mifupa yangu. Nilikwenda haraka kukitwaa kikapu, lakini Shema alikuwa mwepesi zaidi. Alikifungua na kuitoa picha.

"Ni..."

"Niambie. Ni nani mwanamke huyu mrembo na mlimbwende?" Shema aliuliza.

Labda ni aina ya kejeli, niliwaza. Watu wengi walisema wanawake wa Kihutu wana mvuto kidogo. Nilishawishika kuwa mama alikuwa mrembo kwangu tu, lakini hakuna mtu mwingine aliyemwona mwenye kuvutia.

"Kisia ni nani," nilisema.

"Ni rahisi kukisia. Kama huyu siyo mama yako, ni shangazi yako," Shema alijibu. "Hafanani na baba yako mkubwa, Kamanzi. Lazima ni mama yako. Amejaaliwa uzo wa kuvutia sana ambao haufanani na watu wabaya, bali wanaume wanaofahamu namna ya kuukubali ulimbwende wenye uzuri na kuvutia. Ni mama yako?"

"Ndiyo," nilijibu nikitawaliwa na uzito wa sauti yangu.

Shema aliikagua picha ya mama, alitikisa kichwa chake, na kuniambia nijilaze kifuani kwake.

"Yafute machozi yako," alisema. "Roho ya mama yako ipo nawe daima. Hawezi kukutelekeza. Hata mimi, wakati wowote majonzi yakiujanza moyo wangu, hutazama angani na kumwita mama yangu."

Aliibusu picha ya mama na kuirudisha kwenye kikapu.

Kama Dokta Baziga na Muhire, Shema pia alikuwa

upande wa mama. Nilitaka kupiga kelele na kumwambia amekosea. Nilitaka kumwambia mama hakuwa mbinguni, bali akiishi nchini nyingine, na kwa ameniacha peke yangu nikiomboleza kifo cha baba na dada zangu. Akili yangu iliniambia ninapaswa kufurahi kuwa Shema ameona kwenye picha ya mama yangu kitu cha kuvutia. Nilitulia na kuiacha hali ijiendeshe yenyewe. Nilichukua malai na kumpa Shema moja. Tukalishana kama wapenzi wachanga.

"Karabo, tunaweza kwenda mahali?"

"Kideti? Unataka kunipeleka wapi?"

"Njoo, nitakuonesha."

Nilitaka kubadili nguo, lakini aliniambia gauni langu lilivutia, sikuhitaji kulibadili. Tuliondoka tukiendelea kunyonya malai zetu. Macho ya kidaku chuoni yalinijaza soni. Tulipofika getini, alisimamisha teksi na kumwambia dereva kutupeleka Ziwa Nyandungu.

"Ziwa?" niliuliza, nikifikiri alimaanisha bonde.

"Ndiyo, kuna ziwa kubwa la bandia pale Nyandungu, likiwa na mchanga mzuri wa ufukweni.

"Hee, hata sikujua. Heko kwa mtu aliyelitengeneza ziwa. Jiji la Kigali haliwezi kuvutia pasipo Bonde la Nyandungu."

Ndani ya gari, dereva alipiga macho ya kishushusu kupitia kioo. Niliishika mikono ya Shema ili isitumie fursa ya ufupi wa gauni langu.

"Sasa najua, kitu pekee ulichokirithi kutoka kwa baba yako ni pua ndogo," Shema alisema, akiiweka mikono yake pajani kwangu. "Umerithi kutoka kwa mama yako sifa zingine zote za urembo. Lakini yeye, kwenye picha, anaonekana kuwa mtulivu na mwenye hekima zaidi."

"Unamaanisha nini? Mimi sina hekima?"

"Hapana. Kama ungekuwa nayo, usingekuwa na mahusiano na mvulana wa mtaani."

"Sawa. Niache peke yangu kama kukupenda ni ishara ya kukosa hekima."

"Usihofu. Naupenda uthubutu wako." Alinibusu shavuni kunituliza, kabla ya kuongeza, "Utakuwa mwenye hekima kama mama yako pindi utakapowazaa watoto wetu."

Uso wa Shema ulijawa na bashasha la maana. Alibadilika sana kiasi kwamba sikuweza kumwelewa. Alikuwa akifanya utani kama ilivyokuwa kabla, wakati sote tukiishi na ba'mkubwa Kamanzi. Nilitaka nimwulize maswali, lakini pengine ilikuwa bora zaidi kusubiri hadi wakati atakaoamua kuzungumzia hilo. Nilikuwa nikijiuliza ni kazi ya aina gani aliyokuwa akiifanya. Nilijiuliza endapo aliacha kuvuta bangi. Tuliwasili Nyandungu na kushuka garini. Shema alinishika mkono na kunifanya nimfuate. Tulitembea kwenye nyumba ndogo walikokuwa wakiuza mavazi ya michezo.

"Tafadhali, chukua kitu chochote unachokihitaji kwa ajili ya kuogelea," Shema alisema. "Tunakwenda kubadilika na kuwa samaki tukiogelea ziwani, sisi wawili tu kama nilivyokuahidi."

"Hapana, tafadhali. Siwezi kuogelea."

"Usihofu. Nitakufundisha. Chukua vifaa."

"Shema, usinifanyie masihara. Ama, utasahau habari za kuogelea."

Nilichukua nguo za kuogelea na kwenda kwenye kabati la kufungia vitu huku Shema akielekea upande wa wanaume. Baada ya dakika chache tulikuwa ziwani, tukiogelea mithili ya samaki wachanga.

"Sikuwahi kukwambia kwamba kama kuwa ndege kutakuwa kugumu, tutakuwa samaki na kuogelea baharini? Hakuna haja ya kuipanda milima. Kupanda milima waachie wale ambao sahani za utotoni mwao zilijazwa viazi vitamu."

"Shema, tafadhali, sikuwa nafanya utani. Nilimaanisha kuipandisha milima ya maisha."

"Milima ipi? Bado hatujawa tayari kileleni?"

"Kwa kuwa bado tumo humu duniani, kutakuwa na milima zaidi ya maisha ya kuipanda."

Alibaki kimya. Mikono yake iliyashika mapaja yangu, nikakitupa kifua changu majini, na kujiachia niongozwe na boya. Kadri mwili wangu ulivyoelewa kwenye maji, moyo wangu ulielea angani kila macho yangu yaliyokutana na tabasamu la Shema. Kifua chake kiliamrisha mamlaka na kuivuta nadhari ya upole wangu. Wanawake weupe waliojitanda mataulo ya bluu walitukodolea. Izara ya aina ya msichana niliyekuwa ilinisukuma kwenda kuketi kwenye viti vya mianzi. Shema akaungana nami.

"Nikusimulie hadithi?" aliuliza.

"Hadithi? Unataka kusema *umugani?*"

"Ndiyo. Tazama, tayari ni machweo... Ni wakati wa kusimuliana hadithi za kulalia...au kwenye viti vya mianzi... Acha kucheka. Sikiliza..."

"Nasikiliza. Simulia," nilisema.

"Palipata kuwepo na mwanaume na mwanamke. Wakamzaa msichana. Wakamwita Ua. Alikuwa mzuri kama maua yaliyochanua. Waliishi msituni ambako maisha yaliakisi yale ya msitu mnene. Kwa sababu msichana alikuwa mzuri sana, viumbe vyote, binadamu na visivyo binadamu msituni humo vilitaka kumgusa. Wachache walifanikiwa kukifunja kipande chake na kuyapambia maisha yao. Hata wasichana wengine hawakumwonea huruma. Walitumia uturi wake mzuri kutengeneza marashi. Hakuna aliyeyaelewa maumivu yake wala huzuni yake. Hakuna mtu aliyefahamu kwamba hakuwa na furaha kuvutwavutwa kulia na kushoto. Kila mtu alitaka kuwa na kipande chake. Nyuki wakaona wanayo namna nzuri zaidi ya kuuonja uzuri wake. Wakambusu, wakazinyonya mbegu za uzuri wake, na kutengeneza kinyesi ambacho binadamu walishindwa kujizuia kutokukinyonya. Siku moja, mwanamfalme aliyeita Fahari ya Wavulana, Alama ya Utu, alikuja msituni. Alipoua ulimbwende wa Ua, akivutiwa na uzuri wa rangi zake za upinde wa mvua, akaamua: Sitomvunja kama wafanyavyo binadamu na wanyama wa huu msitu. Sitokichokua kipande chake. Ninamtaka katika ujazo na ukamilifu wake. Ninaishi na Ua katika maisha yangu ya siri na bayana. Ninazitaka rangi hizi zinururishe kila chumba cha maisha yangu, na pale maisha yatakapolazimika kuwa machungu, nitambusu kama wafanyavyo nyuki, lakini badala ya kuugeuza urembo wake kuwa kinyesi, nitautunza, uvilainishe viungo vyangu vyote. Uturi wake utakuwa marashi ya kusisimua ya mawazo na hisia zangu kiasi kwamba matendo yangu hayatoichafua dunia.' Shema akamchukua Karabo na wakaishi kwa furaha kuliko ilivyopata kuwa... Huu ndiyo mwisho wa hadithi."

Hakustahili chochote zaidi ya bonge la kumbatio, na pengine adhabu kwa kunifanya nicheke karibia kufa. Ilikuwa siku ya kipekee mno. Nilifanya maamuzi makubwa. Kati ya mama na Shema, chaguo lilikuwa wazi, wote kwa pamoja au Shema. Sikuwa na kitu chochote cha kumwambia. Ukweli pekee aliopaswa ulikuwa kwamba nilimpenda kama chizi. Uchizi wa mapenzi yetu ulitosha kutufanya tupingane na mitazamo yote ya dunia, tulitazame jua pasipo kuhofia ukali wa mwanga wake, na kusubiria mvua pasipo kuigopa baridi. Tuliondoka Ziwa Nyandungu miguu yetu ikiwa ardhini huku mioyo yetu ikielea kwenye mbingu za mapenzi.

———➤

Ijumaa ilibisha hodi. Kama nilivyomwahidi Sugira, baada ya masomo nilikwenda kumtembelea mama yake.

Haikuwa ziara nyepesi. Pia nilipaswa kumfikishia ujumbe kutoka kwa Muhire.

Nilimkuta Kamana akiwa ameketi bustanini gazeti mkononi. Alisimama kunipa mkono. Gatarina alitoka na kusema: "Karibu, muda mrefu sana. Ni sababu ya masomo?" Ndiyo, ninaunganisha masomo na utafiti wangu wa kumalizia shule."

Akanikaribisha niingie ndani.

"Ngoja tuketi hapa," Gatarina alisema. "Kama usingekuja leo ningekuja kukuchukua chuoni. Hujambo?"

"Sijambo."

"Kila mara nimemwuliza Sugira kama hujambo, lakini unamjua—maneno yake ni ya kuyahesabu vidoleini. Asingeniambia kitu. Umesema unaandika tasnifu yako kwa ajili ya kumaliza chuo?

"Ndiyo. Ninaandika juu ya madhara ya mwingiliano wa kisiasa na kijamii wa watu kutoka makabila tofauti katika kuzuia migogoro nchini Rwanda. Ni vigumu kuyapata majibu yote ya maswali yangu. Hakuna maandiko ya kutosha kuhusiana na Rwanda. Kwa mfano, bado sielewi asili ya Wanyarwanda."

"Na kwamba," Gatarina alisema. "Nauchukua ukweli kuwa hata wanaojiita wasomi hulijibu swali hilo wakijawa ujinga na upumbavu."

"Kwa namna gani?" nilisema, nikiwa na shauku ya kuufahamu mtazamo wake kwenye jambo hilo linalobishaniwa sana.

"Kamwe, usikizingatie kile wanachokisema watu juu asili za ukabila ama rangi. Kabla ya kuzungumzia kuhusu Wanyarwanda, hakuna mtu anayeweza kukwambia ukweli wa asili ya binadamu. Hakuna utafiti wa kisayansi uliofanikiwa kujibu swali hili."

"Samahani, sijakuelewa."

"Mpendwa wangu, ukweli ni kwamba binadamu amekuwa daima mtu wa kuhamahama. Hata leo, tu watu wa kuhamahama. Nyakati za mwanzo, watu walihama kutoka sehemu moja kwenda sehemu nyingine wakitafuta ardhi zenye nyasi zaidi kwa ajili ya mifugo yao, ama ardhi yenye rutuba zaidi kwa ajili ya jitihada zao za kulima. Wapo walioyakimbia maeneo yao sababu ya wanyama wakali wa mwituni, ama majanga ya asili kama tetemeko la ardhi ama mafuriko. Hatuwezi kuwasahau wale waliouchukuliwa utumwani, ama wale waliofukuzwa kutoka kwenye maeneo yao kwa kutowatii wafalme. Falme zilivamia falme zingine na kuzitwaa. Kulikuwa na sababu nyingi za kuondoka sehemu moja na kwenda sehemu nyingine. Ni jambo la muhimu kufahamu kuwa hakuna kioneshi kwamba watu wa kabila moja ama familia moja walihama kutoka sehemu moja kwenda sehemu nyingine wakati mmoja. Pengine hata hawakuwa na mwelekeo moja."

"Hii ni namna ya kuvutia ya kuyatazama mambo," nilisema.

"Kitu kinachonichekesha ni kwamba, nchini Rwanda, kuna baadhi ya makundi ya kikabila yenye kujidai wao ndiyo Wanyarwanda zaidi kuliko wengine, lakini wakijichanganya wao wenyewe kwa kusema kuwa Waafrika waliohamia Ulaya, Wazungu waliohamia Amerika, ama Waafrika waliochukuliwa kama watumwa, ama kwa sababu zingine, wanayo haki ya kupewa uraia kwenye hizo nchi wanazoishi. Ukiachilia mbali lugha na tamaduni, kitu kinachopaswa kutuunganisha sisi zaidi ni kwamba tupo hapa kwa sababu sote tunaiita Rwanda nchi yetu."

Pengine, mtazamo wake utaniongoza kwenye utafiti wangu juu ya ukabila, lakini kama mwanasayansi ya siasa, nitalazimika pia kuzingatia dhana zinginezo. Nitapaswa kusoma ni lini na kwa namna gani Wanyarwanda waliuunda utambulisho wa Kitusi, Kihutu na Kitwa, na kipi ambacho utambulisho huu unakimaanisha katika Rwanda ya karne ya ishirini na moja. Kwanini Wanyarwanda hawajifunzi kuishi kwa maafikiano kwenye nchi yao ya uraia? Nilitaka nimwulize maswali zaidi, lakini Sugira aliingia na kutuuliza tulichokuwa tukikizungumzia.

"Ninazungumza na binti yangu." Akanigeukia na kuongeza, "Umenielewa?"

"Ndiyo. Ahsante sana."

"Karabo, tutaendelea na mazungumzo yetu siku nyingine. Napaswa kumpa Kamana kinywaji."

Kabla sijawaaga, niliufikisha ujumbe wa Muhire. Walinijibu kuwa anakaribishwa, lakini hawakusema kitu kuhusiana na Mbabazi.

―――→

Ilipotimu Novemba 28, 2004, nilipaswa kuwasilisha tasnifu yangu kwenye jopo la maprofesa watatu, mbele ya hadhira ya wanafunzi wenzangu ndani na nje ya darasa. Nilikuwa mbioni kulifungua sanduku lililojaa maumivu na kuliachia lielee kwenye anga la Rwanda. Hofu ya kuwa upepo utaliangushia kwenye mioyo iliyo na vidonda, ilinipasua tumboni. *Ninaweza vipi kusimama mbele ya Wahutu na kuwaambia kwamba kuimba na kuusifia utambulisho wao wa Kihutu ni sawa na kuliabudu jembe ilhali watoto wao wanakufa kwa utapiamlo? Ninawezaje kuwaambia Watusi kwamba kabla ya kuzungumzia ng'ombe, baba yangu wa Kitusi hakuwa na hata kuku mmoja?* Muda ulikuwa ukiyoyoma. Nikaamua kutovaa gauni jekundu. Suti nyeusi ingewavutia zaidi maprofesa ili kuuzingatia umuhimu wa utafiti wangu. Kama mwanazuoni wa kweli, nilivichukua vitabu vyangu na kuelekea kwenye ukumbi mkubwa wa mikutano.

Maprofesa watatu waliketi wakiizunguka meza kubwa ya duara. Mmojawao, Profesa Simon aliimeza historia ya Rwanda. Pengine angeniuliza kama nilivisoma vitabu vya waandishi wa Kifaransa na Kibelgiji waliojiita 'wataalamu kuhusu Rwanda' nimewasoma." Lakini ningeongeza, "Sikukiamini kila kitu walichokiandika."

Baada ya maelezo yake ya utangulizi, Profesa Simon alisema: "Bibi Karabo, jukwaa ni lako."

Nilitazama kushoto na kulia, na kuiweka mikono yangu chini ya meza kuvifinya vidole vyangu huku moyo ukininong'oneza, "Kuwa jasiri, unaweza kufanya."

"Nilifanya utafiti ndani ya Rwanda. Madhumuni yangu yalikuwa kujifunza juu ya madhara ya mwingiliano wa kisiasa na kijamii wa makundi yote ya kikabila katika kuzuia migogoro nchini Rwanda. Maelfu ya Wanyarwanda waliyajibu maswali yangu ya utafiti."

"Nini ulichokipata?" Profesa Simon aliuliza.

"Wanyarwanda wanayo mambo mengi yanayofanana ambayo yanapaswa kuwasukuma waingiliane kisiasa na kijamii, iwe wanataka ama hawataki. Kwa mfano, nchini Rwanda, hatuna visima ambavyo ni watu wa kabila moja tu ndiyo wenye kuruhusiwa kuyachota maji yake. Hakuna barabara ama njia inayotumiwa na kundi moja tu la Wanyarwanda huku jingine likishindwa kufanya hivyo."

"Hilo limechangiaje kwenye utafiti wako?" Profesa Mutoro aliuliza.

"Asilimia tisini na tano ya waliojibu utafiti wangu walisema wanaelewa maana ya jirani mwema pale tu walipojaribu kushirikiana na wale waliowaona siyo wenzao."

"Hakukuwepo majirani wema hapo kabla? Kama siyo, nini kilipelekea msiba wa mwaka 1994?" Profesa Mutoro aliuliza.

"Labda sijaielezea hoja yangu vema. Sikusema kuwa

majirani hawawezi kuwa na migogoro. Roho ya ujirani mwema inapaswa kusindikizwa na jitihada za kijamii na kisiasa ambapo Wanyarwanda wa makabila tofauti wanaitwa ili kukutana na kufanya kazi pamoja kwa ajili ya maendeleo ya sehemu yao ya Rwanda."

"Unathibitisha kuwepo kwa makundi ya kikabila ndani ya Rwanda?" Profesa Mukamurego aliuliza.

"Jibu la swali lako ni *hapana* na *ndiyo*. Dhana ya *hapana* inaungwa mkono na ukweli kuwa Wanyarwanda wanaishi pamoja, wanazungumza lugha moja, wana utamaduni wa aina moja, na wanayo, ama zaidi *walikuwa* na dini moja, na haya yote yanathibitisha kwamba wanapaswa kutazamwa kama mtu mmoja, na wala siyo jamii ama makundi tofauti ya kikabila. Kwa upande mwingine, dhana ya *ndiyo* inaungwa mkono na ukweli kwamba makundi ya kikabila yanaweza kuundwa kwa msingi ya uzoefu tofauti unaopitiwa na kikundi cha watu. Kwa hiyo, nchini Rwanda, historia ya hivi karibuni imepelekea baadhi ya watu kujitambulisha kama Wahutu, Watusi, ama Watwa. Pengine, Wanyarwanda wanaweza kutorejea utambulisho huu kama wa makundi ya kikabila kizazi, kijiografia ama kitamaduni, lakini utambulisho unaosukumwa na historia ya hivi karibuni ya Rwanda. Historia ya *ubuhake, ubukonde, uburetwa* na *ibikingi*, ikifananishwa na ujima na ukabaila kwenye tamaduni zingine, ambao ndiyo uliounda ubwana na utwana. Historia ya kukimbia nchini, utengaji, ubaguzi, mauaji na mauaji ya kimbari, vilivyoiacha mioyo mingi ikiwa na vidonda na vichwa vingi vikiwa vimejazwa chuki. Historia za harakati na vita vya ukombozi, ambavyo viliwaweka baadhi ya Wanyarwanda kwenye orodha ya umaarufu, na wengine kwenye orodha ya twezo."

"Ni nini hitimisho la utafiti wako?" Profesa Simon aliuliza.

"Nimehitimisha kwamba njia pekee ya kuepusha migogoro nchini Rwanda ni kurudisha nyuma alama za miguu ya kale. Kila Mnyarwanda anapaswa kupewa fursa ya kuitumikia haki yake ya kiraia kijamii, kisiasa na kiuchumi licha ya kundi analotambulishwa nalo. Ni muhimu kwa viongozi wa kisiasa kuazimia kwenye kuunda sera zinazowafanya Wanyarwanda kujisikia salama na wenye kuthaminiwa kwenye nchi wanayoiita nyumbani. Hakuna mtu anayepaswa kuchukuliwa kama raia wa daraja la pili ama la tatu. Hakuna mtu anayepaswa kunyanyaswa ama kutengwa kijamii, kisiasa ama kiuchumi. Hakuna binadamu anayepaswa kuuawa kwa sababu yeyote."

Kuna walionipigia makofi kwa hotuba yangu ilhali wengine wakinong'ona. Profesa Simon alinishukuru na kutangaza kuwa jopo lingekutana kwa ajili ya majumuisho yao.

Niliondoka kwenye chumba hicho haraka. *Uwasilishaji haujayafikia malengo yake*, niliwaza. Mioyo iliyovunjika haijaponywa na vichwa vilivyovurugwa havijarejeshewa mantiki zao. Nilipatwa hofu kuwa kwa kurahisisha jambo gumu kama ukabila nchini Rwanda, nimewalaani wahanga kama watu waoga, na kuwaelezea kama wendawazimu wale waliojaribu kuukwepa uhalisia wa makundi ya kikabila ya Wanyarwanda.

Mtu alibisha hodi mlangoni.

"Nani wewe?" niliuliza.

"Karabo, nifungulie. Ni mimi, Sugira."

"Sekunde..."

"Una tatizo gani? Mbona macho yako yapo hivyo?"

"Hakuna kitu. Nimechoka, na ninataka kulala. Nitakuona kesho kama hutojali."

"Usijali. Nilitaka tu kukupa barua kutoka kwa mama yako."

"Barua? Nani amekupa?"

"Nilikutana na Mugabo jana... Tafadhali, isome. Nakusihi."

"Sawa. Kwa agizo lako."

"Ahsante. Wacha mie niende. Tafadhali, usilie tena."

"Usiku mwema."

Niliufunga mlango. Barua ikiwa mkononi mwangu, moyo wangu ulipiga kitu kikakimbilia kwenye utumbo. Ilikuwa siku ndefu sana na sikutaka kuiongezea chochote. Nilikifungua kikapu cheupe na kusema, "Mama, ahsante kwa kuniandikia."

Niliitupia barua kwenye kikapu na kujitupa kitandani nilale nikiwa nimeubana kwa nguvu mto wangu mwekundu.

12

Kulipokucha, wakati nikitafakari juu ya mahali nitakakokwenda kuishi baada ya mahafali yangu, mifupa ya uyatima wangu ilivunjika. Umri wangu na mfumo wangu wa maisha vilikuwa vimebadilika katika namna ambayo ingeleta shida nyumbani kwa ba'mkubwa Kamanzi. Kuishi nyumbani kwa mjomba wangu Gasana ingekuwa ni sawa na kuishi jehanamu kunakoiunguza mioyo yenye vidonda. Kuwa yatima kunaumiza, lakini maumivu huongezeka zaidi kila wakati yatima anapotazama kulia na kushoto, akiishia tu kuukumbatia upweke, licha ya kuwa amezungukwa na watu wengi.

Nilivinfungua vikapo vya wale niliowapenda. Kwa mpenzi wangu kwenye kikapu chekundu, nilisema, "Haloo, mpenzi. Jana, niliwasilisha tasnifu yangu. Nimemaliza masomo ya shahada ya kwanza. Wakati umewadia wa kuipanda milima ya maisha pamoja. Upo tayari?"

Nilimsubiria anijibu, na sauti ikaja moyoni mwangu ikinong'ona, "Ndiyo, mpenzi wangu, tutaipandisha milima ya maisha pamoja, sisi tu wawili, pasipo kuwa na mtu mwingine."

Kwa nini nilipokee jibu hilo kutoka kwa Shema? Dokta Baziga na Muhire waliniambia niliwahitaji maishani mwangu wote Shema na mama. Nikakigeukia kikapu cheupe, nikaichukua picha ya mama, na kumwuliza, "Umewahi kumsikia Shema? Unafikiria nini?" Huku mikono ikinitetemeka, nikaichukua bahasha niliyokuwa nimeitupia humo usiku wa jana yake na kuanza kuisoma barua ya mama.

Karabo, mwanangu, machozi yananibubujika mashavuni kwangu ninapokuandikia barua hii. Mpenzi wangu, kila wakati ninapokumbuka upo peke yako Rwanda, akili yangu huchanganyikiwa. Kwenye barua yangu ya mwisho, nilikwambia juu ya mateso yangu. Ni kama ninazilipia dhambi za binadamu waliogeuka kuwa wanyama mwitu kuwaharibu. Nipo gerezani. Wale ninaoishi nao hapa Malawi wamenitahadharisha kwamba kama nitathubutu kuondoka kijijini kwetu, wataniua. Mipango yangu yote ya kutoroka ilifeli. Labda ningepita njia ya msituni, lakini sikutaka kuwaacha nyuma watoto wangu wasio na hatia... Mpenzi wangu, sipaswi kukusumbua na matatizo yangu mwenyewe. Kila mara nikikumbuka nilikuwa na miaka ishirini na mbili wakati nikiolewa na baba yako, na kwamba tayari wewe una miaka ishirini na tano, ninamwomba Mungu akujaalie mume ambaye atakujaza na mapenzi yale yale ambayo niliishi na baba yako. Machozi yanaidondokea karatasi hii. Siwezi kuzungumzia juu ya mahusiano yangu ya kimapenzi na Kalisa, baba yako. Ni aina ya mapenzi ambayo watu wa hii dunia hawawezi kuyaelewa kutokana na ufinyu wa akili zao. Kila siku, ninakilipia kifo cha Kalisa, ambaye aliuawa na wale ninaowaita ndugu zangu. Mume mnyama ninayeishi naye, ananinyanyasa kila siku usiku kabla ya kunirukia kama nguruwe mwenye hasira. Kila siku asubuhi,

ananitemea mate yake machafu usoni kwangu na kusema
ninamchukia kwa sababu ya alivyo. Ni maisha niliyoyaishi
kwa miaka sita. Baraka pekee niliyoipokea kwa hii miaka
sita ni watoto wangu watatu. Ni wadogo zako, Karabo,
na hucheka, kucheza na kuruka kama watoto wengine
wote. Pasipo wao, moyo wangu ungekuwa ulishapasuka.
Ninawiwa maisha yangu kwa uzuri wa tabasamu lao,
na mikono yao michafu, mizuri ambayo hupenda kuiweka
mashavuni kwangu kufufua imani ndani yangu kuwa kila
kitu kitakuja kuwa sawa. Nashindwa kuacha kuandika...
Mpenzi wangu, utaniandikia barua? Nitafurahi kusoma
kuwa hujambo. Macho yangu yatausoma mwandiko wako,
lakini masikio ya roho yangu yatakusikia ukimnong'oneza
Mungu kwamba ameyajibu maombi yangu yote juu yako.
Hawezi kukutelekeza. Aliahidi kukutunza moja kwa moja
kifuani kwake, na kwamba roho yake itakuzunguka kwa
upendo na neema. Niliambiwa upo mbioni kuhitimu chuo
kikuu. Ninakutakia baraka nyingi zaidi. Sikupoteza imani
yangu kwa Mungu. Siku moja atanifanya kuwa huru.
Atanirudisha Rwanda ili nikushike mikononi mwangu
na kukukumbatia kwa muda mrefu haijapata kutokea.
Pengine sitoweza kuyafuta machozi yote uliyoyamwaga
kwa miaka kumi iliyopita, lakini angalau nitakupatia
kifua changu ukiegamie na kuyaruhusu machozi yako
yatiririke kwenye matiti yaliyokunyonyesha upendo na
maziwa. Ninakupenda mpenzi. Jitunze.

Wakati nikimaliza kuisoma barua, nililowa machozi.
Nilitamani ningekuwa na viza na tiketi ya ndege niende
Malawi. *Lakini ni wapi hasa?* Akili yangu haikufahamu mengi.
Mdomo wangu haukuwa na maneno. Kitu pekee ambacho
kingeniokoa ilikuwa kutoka niende mahali muhimu.
Dakika chache baadaye, nilikuwa kwenye pikipiki.

"Twende," nilimwambia mwendeshaji.

"Wapi?"

"Nyarutarama."

"Wapi hasa?"

"Tafadhali, washa bodaboda. Tayari umeshafika Nyarutarama hadi uniulize kama ukunje kushoto ama kulia?"

"Mrembo, umepatwa na nini? Kwa nini unalia?" aliuliza.

"Hakuna kitu. Tafadhali, endesha haraka."

Mikono yangu ilimbana tumboni kwa nguvu, na kila mara alipoyasikia mapigo ya moyo wangu, aliisahau peda ya breki na kuendesha kwa kasi zaidi ya vile ilivyoruhusiwa na polisi wa usalama barabarani. Ndani ya dakika tano tu, tulikuwa Kagugu.

"Geuza, nilikwambia Nyarutarama."

"Wapi? Bibi..."

"Mrembo."

"Samahani, mrembo, ulipaswa kuniambia kama tulikuwa tumefika unakokwenda."

Kwenye geti kubwa la kutisha nyumbani kwa mjomba wangu Gasana, mlinzi aliniuliza mimi ni nani. Nilijitambulisha, akaniruhusu kuingia. Waziri na mkewe walikuwa wameketi sebuleni.

"Haloo," nilisema.

"Hujambo? Umepatwa na nini?" mjomba Gasana aliuliza.

"Hmm? Hakuna kitu. Mugabo yupo?" niliuliza.

"Ndiyo. Yupo. Umekuja kwa ajili ya Mugabo tu? Hata hujanisalimia. Ni nini hicho, mwanangu?"

Nilikwenda mikononi mwake na sikusema kitu. Alimwita Mugabo na kabla sijamwambia nilitaka kuzungumza naye, shangazi akasema, "Mugabo, tafadhali, mpe binamu yako sharubati ama chai. Ungependa kunywa nini?"

"Ahsante. Sina kiu."

"Huwezi kukataa," alisisitiza.

"Sawa, labda chai. Nitakunywa baada ya kuongea na Mugabo. Kuna jambo ninataka kujadiliana naye."

Niliuvuta mkono wa Mugabo na kumwongoza kuelekea bustanini kwa majadiliano. Alinifuata mithili ya kondoo anayekwenda kuchinjwa.

"Nimeisoma barua ya mama," nilisema, nikiketi chini kwenye bustani ya kijani.

"Barua ipi katika zile?"

"Ile uliyompa Sugira. Ndiyo barua pekee niliyoisoma. Nisamehe sikukusikiliza uliponiambia ulitaka kuniambia zaidi kuhusu mama. Tafadhali niambie."

"Nini unachotaka mimi nikwambie? Hajakwambia kila kitu kwenye barua?"

"Ndiyo. Ameniambia vitu fulani lakini siyo kila kitu. Tafadhali, niambie kila kitu ulichotaka mimi nikifahamu. Nisamehe kusema hili tena, ndugu zangu upande wa mama walifanya mambo yasiyoelezeka, na iliniwia vigumu sana mimi kuwasamehe. Lakini barua ya mama imenifanya nimwage machozi. Mara zote umekuwa ukiniambia, yeye pia, ameyapitia madhila yasiyosemekana, lakini kuyasoma maneno yake mwenyewe, nimeelewa kiwango cha huzuni yake. Ilikuwaje hata akaolewa na huyo mwanaume? Kwa nini hakurejea Rwanda mapema zaidi? Ulifikaje Kongo? Na baba yako, mjomba Rwasibo? Bado yupo hai...? Niambie kila kitu."

"Aaaah, unauliza maswali mengi. Nenda taratibu. Baada ya kuondoka Kigali mwezi Mei, 1994, tulikwenda Gitarama, lakini wanajeshi wa ukombozi walikuwa wamesogea, baada ya siku chache tukawafuata wengine kuelekea Kongo. Baba ndiye aliyekuwa mchora huo mpango..."

"Mugabo, unaweza kuniambia kuanzia mlipokuwa bado

Kigali? Kwa nini baba yako hakuwatuma wanajeshi ama wanamgambo kutusaidia kutoroka? Mama hakumwomba afanye hivyo?"

"Sijui. Ninachokijua ni kwamba.... Mm..." Alikiinamisha kichwa chake katikati ya magoti yake akipambana na machozi. Hakuwa na sababu ya kulia. Alipambana na huzuni yake na kuendelea, "Baba alimwambia hatakiwi kurudi kwa Watusi aliooana nao. Mama yako alipitia manyanyaso, matusi na wakati mwingine makofi kila mara alipoonesha kuhofia juu ya mumewe na watoto. Baba alimwambia haruhusiwi kamwe kuwataja Watusi kwenye nyumba ya Rwasibo... Karabo, nisamehe. Sikujua baba yangu alikuwa mwovu hivyo hadi alipogeuka kuwa mnyama wa kutisha wakati wa mauaji ya kimbari. Sitoweza kumsamehe. Ninamchukia. Ni mwovu."

"Tafadhali, endelea, niambie kila kitu alichomfanyia mama."

"Jambo baya zaidi ni namna alivyomfanyia mama yako kwa kuwa alibeba Mtusi ndani ya tumbo lake. Hakuna mtu aliyeruhusiwa kumpa chakula mama yako. Baba alitaka mtoto afie tumboni, lakini haikutokea. Mtoto alizaliwa, lakini..."

Mugabo alishindwa kuyazuia machozi. Sikuweza kumzuia. Kitu fulani kiliuvuta mgongo wangu pale niliposikia alichokuwa akielekea kukisema.

"Mjomba Rwasibo alimwua mtoto, sawa?"

"Ndiyo. Umejuaje?" Mugabo aliuliza.

"Mama alikuwa mjamzito wakati anaondoka nyumbani kwetu, na kwenye barua yake, hakusema kama ninaye ndugu. Ninadhani mtoto alikufa."

"Karabo, siwezi kukuficha kitu chochote. Daima nimekuwa nikitaka kukwambia kila kitu, lakini sikuwa najua wapi pa kuanzia. Sijui naweza kukwambia kwa namna gani kuwa naichukia familia yangu kwa kile walichokifanya kwa wale waliowaita Watusi." Aliendelea kuviminya vidole vyake na kung'oa nyasi bustanini, kama aliyekuwa akiogopa kuyakutanisha macho yake na yangu. "Ndiyo, baba alimwua kaka yako mdogo. Siku aliyokufa mtoto, nilimsikia mama akimwambia baba kuwa damu ya mtoto asiye na hatia itamsakama milele."

"Inamaanisha mama yako hakutaka Mtusi auawe?" niliuliza.

"Hapana. Haimaanishi hivyo. Naye alikuwa na roho ya kishetani kama baba. Mama alimnyanyasa mama yako kwa matusi mengi. Lakini alimwambia baba hakupaswa kuhusika moja kwa moja kwenye mauaji. Alimwambia alipaswa kuwaachia wavulana wa sokoni kazi ya kuua."

Hasira na kichefuchefu vilinikwama kooni nilivyokuwa nikimsikiliza Mugabo akinisimulia namna mama yake alivyokosa huruma kwa mwanamke aliyekuwa akimpoteza kwenye kifo mtoto wake pekee wa kiume. Hakuwa na huruma kwa wale wote ambao maisha yao yalikuwa yakiangamizwa. Tatizo lake kubwa lilikuwa mumewe alikuwa mchinjaji wa binadamu, huku akiamini kuwaua Watusi ilikuwa kazi ya watu wa daraja la chini pekee. Ilinikumbusha baadhi ya wanamgambo wa zamani wa Kihutu waliokuwa wanasema hawana hatia, eti kwa sababu tu wao hawakuwaua Watusi kwa mikono yao, ilhali waliokuwa miongoni mwa wale waliokuwa wakichochea mauaji, huku kazi yao ikiwa kuwaonesha wauaji maeneo waliyojificha Watusi. Ili kuendelea kufungua kurasa za simulizi, nilimtia moyo Mugabo aendelea na simulizi yake.

"Kwa hiyo, mkakimbilia Kongo…"

"Karabo, sitoweza kukusimulia juu ya safari yetu ya kwenda Kongo. mama yako hakutaka kwenda nasi. Alijaribu kukimbia. Baba alimrushia kisu kikubwa na kumjeruhi mmoja wa miguu yake. Njia nzima tukienda Gitarama, mguu wa mama yako ulivuja damu, hadi alipofanikiwa kukifunga kidonda kwa kigingi cha sanda na kipande cha pamba... Oooh, Karabo, futa machozi yako."

Nisingeweza kuhimili kusikia namna mama alivyokwenda Kongo akiwa na maumivu ya kihisia na ya kimwili. Mugabo aliniambia namna mjomba wangu alivyomtesa mama wakiwa Kongo alikomfanya mateka wake. Aliniambia kuhusu siku mjomba Rwasibo alivyompiga mama kikatili kwa sababu tu alijua kuwa mama alijaribu kuondoka kambi ya wakimbizi ili arudi Rwanda mwaka 1996. Aliniambia juu ya vita nchini Kongo na madhila ya kutisha waliyoyapitia walikokuwa wakiishi na familia yake pamoja na mama.

"Tayari nilikuwa nimemwambia mama yako kuwa sikuwa nikiunga mkono chuki ambayo familia yangu ilikuwa nayo dhidi ya Watusi. Tulikubaliana kuwa tungeitumia fursa yoyote kurejea Rwanda. Wakati kambi zetu zilipovamiwa na wanajeshi ambao watu wengi waliwatambua kama jeshi jipya la Rwanda, nikimaanisha majeshi ya zamani ya ukombozi, wakimbizi walianza kutoroka, lakini mimi na mama yako tuliamua kwenda uelekeo mwingine, tukiwa na wazo kuwa tungekutana na wale waliokuwa wakirejea Rwanda. Lakini baada ya kukimbia kilometa nyingi, tulikuwa tumechoka sana na tukawaza pengine lingekuwa jambo bora kuanguka, kuyafumba macho yetu na kufa. Hali ilikuwa inatisha.

"Oh Mugabo, naweza tu kufikiria yale mliyoyapitia. Mlipotea njia ya kurudi Rwanda? Nini kilitokea? Ilikuwaje mkaishia Malawi?"

"Badala ya kwenda Rwanda, tulijikuta tukiwa njiapanda, iliyotuunganisha na njia waliyokwenda wakimbizi wengine... Lakini wote walikuwa maiti."

"Wamekufa?"

"Ndiyo. Miongoni mwao alikuwepo mama na dada yangu Ngabire…" Aliangua kilio tena, kabla ya kusema, "Sitoweza kusahau kamwe namna mama yako alivyolivua shuka lake la Kiafrika na kuufunika mwili wa mama yangu, licha ya maumivu aliyokuwa amemsababishia. Huko ndiko tulikokutana na Hagira, mume wa mama yako. Tulidhani ni mkombozi wetu, lakini lengo lake pekee… lilikuwa kumnyanyasa mama yako." Mugabo alibaki kimya kwa muda mfupi, kisha akasema, "Karabo, ninakuomba. Tafadhali. Niruhusu niishie hapa. Nitakwambia zaidi wakati ujao."

"Mugabo, kiukweli ninahuzunishwa sana na yale mliyoyapitia. Ninailaumu nafsi yangu sasa kwa sababu sikutaza kukuazima masikio yangu. Nisamehe mimi."

Kabla Mugabo hajajibu chochote, sauti ilitukatisha.

"Jamani mnakuja kula nasi chakula?" Mke wa Gasana aliuliza. "Macho yenu ni mekundu. Mugabo amekusimulia namna Wahutu walivyouawa kwa halaiki huko Kongo?"

"Hapana, shangazi," Mugabo alijibu. "Kwa nini mara zote unalizungumzia hilo?"

"Sijasema kitu chochote kibaya. Nilikuwa tu najiuliza kama Karabo sasa anafahamu kuwa Wahutu pia waliuawa na Watusi."

"Nani aliyekwambia waliuawa na Watusi?" Mugabo aliuliza. "Kwa nini unajifanya kufahamu zaidi juu ya kilichotokea Kongo?"

"Kama hawakuawa na Watusi, nani aliwaua?" mke wa Gasana alisisitiza. "Walijiua wenyewe?"

"Kadri ya ninavyohusika, mama yangu, dada yangu, na wale waliokuwa nao walikuwa wahanga wa vita Kongo. Siufahamu utambulisho wa wale waliowaua."

"Njooni mle chakula," mke wa Gasana alisema. "Unajua ninazungumzia nini. Vitabu vingi na ripoti nyingi vimechapwa. Visome."

Niliinuka na kumwambia Mugabo tungeendelea na mazungumzo yetu siku nyingine. Sikuweza kuipata hamu ya kula chakula cha huyo anayeitwa mke wa mjomba wangu.

"Karabo, unaondoka kabla ya kula nasi chakula cha mchana?" mke wa Gasana aliuliza.

"Nisamehe," nilisema, nikienda haraka getini. "Tutakula pamoja wakati ujao."

Moyo wangu ulikuwa mzito sana kiasi kwamba ulikuwa ukiruka nje ya kifua changu ukalipukie barabarani.

Nilipowasili chumbani kwangu, niliichukua picha ya mama kutoka kwenye kikapu cheupe, nikachukua karatasi na kalamu, na kuanza kuandika:

Mama, nisamehe. Tafadhali nisamehe kwa kukuchukulia wewe kama mwanamke mwovu. Machozi yanayomwagiza kwenye hii karatasi yakuthibitishie mapenzi ninayojisikia juu yako. Huzuni yangu ilikufuata. Haikukupa ruhusa ya kuvuta pumzi. Daima umebeba simanzi yangu kifuani mwako na kulishika titi la kulia ukiniombea ulinzi. Mama, niache nilie na kulia tena, nipige yowe na kupiga yowe hadi pale sauti yake itakapokufikia huko uliko na kukwambia ni kwa namna gani ninakukumbuka. Baba alipata kuniambia wewe ni mtu mwungwana. Lakini niliiruhusu nafsi yangu kupofushwa na namna wale unaoshiriki nao jina walivyoyateketeza maisha ya baba yangu na kuiacha damu yake ikimbie. Hukurudi kuizuia damu yake kumwagika. Hivi ndivyo nilihitimisha kuwa Mhutu ilikuwa na maana moja na kuwa katili. Ndiyo mama, sasa mimi ni msichana mkubwa, labda mwanamke mdogo. Barua yako ilinifanya kulia. Nimezungumza

na Mugabo, binamu yangu. Wewe ndiye mtu pekee
utakayeweza kunikomboa kutoka kwenye huu mzigo
ninaoubeba mabegani kwangu. Lini utarudi Rwanda?
Pengine tutaanzisha mradi wa kuiponya mioyo ya
Wanyarwanda? Madaktari wa mioyo na wanasaikolojia
wameshindwa. Tutaanza na sisi wenyewe. Utauponya
moyo wangu nami nitauponya moyo wako, kabla ya
kuwaendea wale Wahutu wanajiita watu wake, na wale
Watusi ninaotambulishwa nao.

Niliisoma barua. Hapana, ilikuwa mapema mno
kuyaandika maneno hayo. Ilikuwa muhimu kuisubiri
siku macho yangu yatakapokutana na macho ya mama.
Niliichana karatasi na kuichukua nyingine.

Mama, nimeisoma barua yako. Lini utarudi Rwanda?
Ninakuombea matatizo yako yaishe. Ninakukumbuka
sana. Ndiyo, hivi karibuni nitahitimu chuo kikuu…

Sikuweza kuandika barua. Sikuweza kuyapata maneno.
Nilimpigia simu Mugabo na kumwomba aniunganishe na
mtu ambaye huzileta barua ili nimwulize maswali zaidi
juu ya mji ama kijiji ambako mama anaishi na namna
gani ninaweza kuwasiliana naye. Nilikuwa nimeazimia
kumrejesha mama kutoka huko nchi ya mbali ya Malawi.
Niliiota siku ambayo mama angerejea Rwanda. *Macho*
yetu yatawasiliana hata pale midomo yetu itakaposhindwa
kufunguka na kusema walau neno moja. macho yetu yatazielezea
hisia za mioyo yetu. Jioni yote, nilikuwa kwenye njozi za
siku nitakayokutana na mama baada ya miaka mingi ya
kutengana kwetu.

Siku zilizofuata, nilinunua magazeti ili kutazama nafasi
za kazi. Niliandika maombi mengi ya kazi na kuyatuma kule

kulikokuwa na nafasi na kule ambako hakukuwa na nafasi. Niliomba nafasi zote, iwe mhudumu wa mgahawa, meneja wa benki, ama katibu kwenye taasisi ya serikali. Niliomba nafasi za umeneja hadi zile za chini. Azma yangu ilikuwa kupata kazi. Niliitembea Kigali kutoka kaskazini hadi kusini, na kutoka magharibi hadi mashariki, nikizisambaza barua. Jibu lilikuwa lile lile: "Tutawasiliana nawe hivi karibuni." Kusubiri kulichosha.

Ili kupambana na upweke, nilimtembelea ba'mkubwa Kamanzi ili nikatingwe na tabasamu la binamu yangu, Neza. Na kisha, nikaenda Cyahafi kwa ajili ya mchezo wa kiutu uzima na Shema. Nilikuwa nimeikabidhi hatma ya mapenzi yetu kwa Mwenyezi Mungu. Haikuwa mimi kumchukia Shema. Ilikuwa juu yake kuamua kati ya kuwa shujaa wangu na kupandisha nami milima ya maisha na kuwa mwoga kiasi cha kuniacha katika kipindi ambacho nilimhitaji zaidi. Siku zangu daima zilikuwa zikimalizika kwa mimi kufanya mazungumzo na mama na Shema kwenye vikapu. Niliwaeleza ni kwa kiasi gani niliwapenda wote na kwamba kuishi bila mmojawao kungeyafanya maisha yangu kuwa machungu zaidi kuliko ambavyo tayari yalikuwa.

———

Tarehe 20 Desemba 2004, kama kawaida, nilishinda na Shema kutwa nzima katika mchezo wetu wa vurugu na laini ambao umenifanya kupoteza mantiki ya muda. Niliporejea kwenye akili yangu, tayari ilikuwa usiku kurejea chuoni.

"Usihofu, utaondoka kesho," Shema alisema.

"Hapana Shema. Ninatakiwa kwenda nikalale chumbani kwangu."

"Na hiki? Ni chumba cha nani?"

"Siyo chumba changu, ni chako."

"Niambie, unaogopa nini? Ni kitu gani tutakachokifanya usiku ambacho hatukukifanya mchana?" Shema aliuliza.

"Acha. Unazungumzia nini?"

Alikuwa na namna yake ya kunifanya nifunge mdomo. Mchezo ukarejea na kabla sijauelewa, nilikuwa nimejilaza kifuani kwake tena huku macho yangu yakiwa yamefumbwa. Aliniamsha kufanya mapenzi tena. Nililala, na aliniamsha kufanya kwa mara ya tatu, ya nne na kwa usiku kucha.

Asubuhi, niliamshwa na mlio wa simu yangu, huku mwili wangu ukiwa nyang'anyang'a mithili ya mboga za dodo, sikuweza kuamka. Shema aliichukua simu, lakini badala ya kunipa, aliipokea.

"Haloo... Nani...? Mama yake..." Hmm? Wewe ni nani..." Shema alisema simuni.

Niliruka kutoka kitandani na kuinyang'anya simu kutoka mkononi mwake. Akiwa na ghadhabu utadhani tembo, alinisukuma kwa nguvu kama vile mbingu imeniangukia. Nililibamiza fuvu langu ukutani.

"Unayo barua kutoka kwa mama yake Karabo?" Shema alimwuliza mtu aliyekuwa upande wa pili wa simu. "Oh, vizuri sana. Hajambo?"

Nikiwa na maumivu makali ya kichwa na moyo ukinidunda, mdomo ulinigomea kufunguka na kusema neno. Nilimsikia tu Shema akikubaliana na mtu kwenye simu, akijifanya kutoshitushwa na habari kumhusu mama.

"Umesema wewe ni Sugira?" aliuliza baada ya dakika chache za maongezi. "Ahsante kwa kuniambia kuwa Karabo siyo kitu chochote basi ni mmojawenu."

Aliitupa simu sakafuni, akanivuta kutoka kitandani, akaufungua mlango, na kunisukumia nje. Niliketi chini na kugoma kutoka.

"Karabo, tafadhali usinisukume mimi kufanya kitu ambacho sitaki kukifanya... Unataka nikupeleke kule ambako ndugu zako waliipeleka familia yangu?"

"Shema, niruhusu nikwambie ukweli wote..."

"Ukweli upi? Kwamba mama yako aliuawa wakati wa mauaji ya kimbari dhidi ya Watusi? Unataka kuniambia, tofauti na familia zetu, amefufuka na ama kuzaliwa upya huko Malawi? Ukweli gani unaotaka kuniambia? Kwamba ulifanikiwa kunidanganya katika kipindi cha miaka hii yote? Uliniambia ulikuwa mhanga wa mauaji ya kimbari na nilikuamini, wakati wewe siyo kitu zaidi ya Mhutu usiye na moyo... Tafadhali toka hapa."

Alijikuna kichwani na kuuvuta mkono wangu kunitupa nje ya chumba chake. Macho yake yaliwaka. Meno yake yalitoa sauti, na kifua chake kilijaa kama vile anataka kugeuka kuwa simba na kuniungurumia.

"Shema, nisamehe. Sikukudanganya. Wanagambo wa Kihutu walimwua baba yangu na dada zangu. Waliniua mimi pia, ingawa Mungu hakutaka nivute pumzi ya mwisho. Tafadhali, shusha hasira na nisikilize ninachotaka kukwambia kuhusu mama."

Machozi yangu yalizichochea hasira zake na kumfanya awake moto. Alinitandika kofi la kuwaka shavuni kwangu. Nilipojaribu kuufungua mdomo wangu ili nimwombe tena anisamehe, alinitandika kofi jingine. Alinipiga kwa nguvu kichwani huku akinisukumia nje.

"Toka chumbani kwangu kama hutaki nikuue dakika hii."

Alinisukumia nje ya chumba chake, akaufunga mlango, na kunirushia nguo zangu, begi na simu kupitia dirishani. Nilikaa mbele ya chumba yake mwilini mwangu nikiwa nimevalia kanga tu. Ndani ya chumba chake, kulikuwa na kelele nyingi. Shema alipiga kelele huku akivunja vitu.

Nilipiga yowe lakini hakuna mtu aliyekuja kuokoa. Simu iliita. Alikuwa Sugira. Sikuipokea. Akatuma ujumbe: "Upo wapi? Upo salama?" *Kwa nini aliuliza baada ya yote aliyoyasema kwa Shema?* Nilijiuliza. Baada ya dakika chache, ukimya ulikitawala chumba cha Shema. Mguu wangu wa kulia ulitetemeka. Mikono yangu ilinitetemeka pia. Sauti ndani yangu iliniambia labda Shema ameyakatisha maisha yake machungu. Moyo wangu ungekufa. Nilibisha hodi.

"Shema, tafadhali, nifungulie. Ninataka nikwambie neno moja kabla ya kuondoka."

Shema hakujibu. Niligonga mlango na kuliita jina lake tena. Lakini inawezekana masikio yake hayakuwa yakifanya kazi tena. Niligonga mlango kwa jiwe dogo. Shema aliufungua. Alikuwa angali hai. Akanivutia ndani ya chumba chake. Meza yake ilisheheni dawa za kulevya zikiwa katika unga mweupe na chupa ya wiski.

"Shema, unafanya nini? Tafadhali, acha," nilisema.

Hakujibu kwa maneno, bali kwa vipigo. Alinipiga ukutani ndani ya chumba chake. Alivuta tena, akanitandika kofi, na kunipiga tena ukutani. Nilipoteza kumbukumbu ya kilichokuwa kikiendelea. Angalau, nilikuwa nafia mikononi mwa mpenzi wangu wa pekee.

13

Asubuhi moja, niliyafungua macho yangu na kuitazama dari ya chumba nilichokuwepo. Kila kitu kilikuwa kigeni kwangu. Pua yangu ilifunikwa kwa vitu fulani vya plastiki. Kulikwa na kamba kila mahali, zikiwemo zile zilizokazwa chini ya mwili wangu, katikati ya miguu. Chumba kilinuka harufu ya kifo. Mwanamke moja alipiga kelele kusema *Haleluya*, na sauti yake haikuwa ngeni.

"Dokta, Dokta. Ameamka. Mungu ni mwema."

Daktari alikuja na vifaa vyake. Akaweka kifaa kifuani kwangu na kusema, "Mwache apumzike. Bado yupo dhaifu."

Niliyafumba macho yangu na kurejea kulala. Mikono ya Shema ilikuwa kwenye nywele zangu, huku sauti yake nzito ikiimba nyimbo za taratibu za Kifaransa, ukiwemo mmoja wa Benny B. ukiwa na maneno *Je t'aime à l'infini*. Alikizunguka kiwiko chake chenye nguvu shingoni kwangu, wakati mikono yake yenye nguvu ikijaribu kuzifikia chuchu zangu, na wakati nikijaribu kumsukuma, nikajikuta nimekwamishwa na kemia ya penzi letu lenye umeme. Akaenda chini ya kitovu changu na taratibu akaingiza tupu yake katikati ya miguu yangu. Na alivyokuwa akiisukuma ndani yangu, nikapiga kelele: "Mmmm, eeh, Shema, Shema... Hmmmm, Shema..."

"Mimi siyo Shema," sauti ikajibu. "Karabo, ni mimi."

Sikuyaamini masikio yangu.

"Hmm? Hapana. Sugira, umefanya nini?"

Nilihangaika kuinuka kitandani, lakini kamba zilinizuia.

"Karabo, ni nini?" mwanamke aliongea kwa nguvu.

"Sugira, umemwambia nini Karabo? Kwa nini anaogopa?"

"Hakuna kitu. Nadhani alikuwa anaota," Sugira alimjibu mama yake.

Ba'mkubwa Kamanzi aliingia chumbani akiwa katika sare zake za jeshi, akiwa ameambatana na mwanaume mrefu aliyevalia koti jeupe.

"Tafadhali tupeni nafasi kidogo," ba'mkubwa Kamanzi alisema kwa Sugira na mama yake.

Gatarina alinifunika shuka na kumwambia mtoto wake amfuate. Machozi yalimtoka Sugira. Ni wazi hakutaka kwenda. Ba'mkubwa Kamanzi alimsukuma begani kwake.

"Amezinduka muda gani?" ba'mkubwa Kamanzi alimwuliza daktari.

"Kama saa moja hivi iliyopita."

"Umeshamaliza kuandaa ripoti? Ninatakiwa kuipeleka ofisi ya mwendesha mashitaka ili huyu mwanaharamu apate somo ambalo hatokaa kulisahau."

"Imekwishasainiwa. Unaweza kuichukua," daktari alijibu.

"Ahsante. Labda mwendesha mashitaka atataka kuongea na Karabo kwa ajili ya ushuhuda. Lini ataweza kukumbuka kabisa kile alichomfanyia Shema?" ba'mkubwa Kamanzi alimwuliza daktari.

"Tunahitaji siku tatu zaidi ili kutazama kama atakuwa

tayari kuongelea jambo hilo. Anaendelea kurudia kutaja jina la Shema. Kwa sasa bado hajarejewa na fahamu zake kabisa."

"Sijui ni aina gani ya sumu aliyompa. Wacha niende. Nitarudi jioni." Ba'mkubwa Kamanzi alinisogelea na kusema, "Mpenzi, usiwe na hofu. Polisi wamekwishamkata huyo fedhuli. Hawezi kukuumiza tena."

Niliugeuza mgongo wangu na kuyaficha macho yangu. Shema amekamatwa. Mkuki wenye ncha kali uliutonesha moyo wangu. *Shema hawezi kuwa sababu ya maumivu yote mwilini mwangu,* niliwaza. *Hawakuwa wakifahamu walichokuwa wakikizungumzia.* Nikizama ndani kabisa ya kumbukumbu zangu, vipande vya taswira ya kilichotokea vikatengeneza picha nzima. Picha ya Shema akiongea kwenye simu huku akiwataja Sugira na mama, na picha ya mwisho mimi nikiwa nimeketi nje ya chumba chake nikilia. *Shema amefahamu ukweli kumhusu mama?* Labda ndiyo. *Nini alichonifanyia hata nikapoteza fahamu na kuwa kwenye chumba cha wagonjwa mahututi?"* Ilikuwa rahisi kuelewa. Niliyafumba macho yangu hadi saa za kuona wagonjwa jioni.

"Unaendeleaje, Karabo? Pole kwa kilichotokea," Mugabo alisema.

"Ahsante."

Kabla sijamwuliza nini hasa kilichotokea, Gatarina na Kamana waliingia. Walimsifu Mwenyezi Mungu kwa kuniokoa kabla ya kuendelea na mazungumzo yao. Hakuna aliyetaka kujadili kilichokuwa kimetokea. Pengine Sugira angenifumbua macho. Gatarina alinisogelea na kunipa maziwa.

"Sugira yupo wapi?" niliuza.

"Tangu asubuhi, amejifungia chumbani kwake. Hataki kuongea na yeyote."

"Tafadhali, mje naye kesho. Nawasihi."

"Nitamwambia."

Birungi alikuwa ameketi kitini mbele ya kitanda changu.

"Hajambo Neza?" niliuliza.

"Hajambo." Birungi akamgeukia Mugabo. "Huyu kijana ni nani? Sidhani kama nimewahi kumwona kabla."

"Humfahamu?" Gatarina alijibu. "Mugabo ni binamu yake Karabo upande wa mama yake." Akamgeukia Mugabo. "Na baba yako Gasana? Sijamwona kabisa hapa. Anafahamu nini kimempata Karabo?"

"Nilimwambia," Mugabo alisema kwa sauti ya chini, akitazama darini. "Hivi karibuni ametingwa sana na kazi zake. Nina hakika atakuwa hapa mapema awezavyo."

"Karabo amekuwa hospitalini kwa wiki mbili, na mjomba wake hajapata kabisa muda wa kupita kumwona?" Gatarina aliuliza, akionesha kutokubaliana na kisingizio cha mjomba Gasana.

Masikio yangu yalikuwa wazi hata kufahamu nimekaa hospitalini kwa wiki mbili. Nikaelewa pengine na Shema naye amekwishakaa rupango kwa wiki mbili. Nilitaka nivikate vitanzi vya hospitalini na kwenda kumwombea aachiwe. Hakuna mtu aliyekuwa na haki ya kumtia ndani Shema. Kulikuwa na machaguo mawili tu, ama wamwachie, au waniweke naye jela. Baada ya saa za kuona wagonjwa, muuguzi alimwambia kila mtu atoke, huku akinibembeleza nifunge macho na kulala.

Asubuhi iliyofuatia, Sugira alikuwa mtu wa kwanza kuingia chumbani.

"Haloo," alisema.

"Mambo?"

"Maziwa haya kutoka kwa mama."

"Ahsante."

Aliketi kitini, huku akiufumba mdomo kwake kana kwamba hakutaka kuongea nami. Aliyekwepesha macho yake yaliyopepesa ili yasikutane na yangu.

"Sugira, nini kilinitokea? Sikumbuki chochote."

"Hukumbuki? Hmm, achana nayo, hakuna kitu kinachovutia kukumbuka."

"Kwa nini? Sina haki ya kufahamu kwa nini nimelala kwenye kitanda cha hospitali, nikiwa na vidonda mwili mzima?"

"Tafadhali, usiniongeleshe kama mimi ndiye niliyesababisha majeraha yako... Labda unatakiwa ukumbuke ulikolala usiku wote, na nani uliyekuwa naye."

"Hilo, nalikumbuka."

"Karabo, sikuwahi kukufikiria wewe kama msichana unayeweza kukesha kitandani na aina ile ya mvulana, kama vile ulikuwa... Nilitaka kusema kama mwanamke uliyeolewa, hapana, malaya.»

"Hapana, Sugira, tafadhali. Sikuwa vile unavyonifikiria."

"Sawa, bado ninakosea. Hukulala chumbani kwake, si ndiyo?"

"Sugira, nataka tu kufahamu jambo moja. Ni Shema ndiye aliyenipiga? Kwa nini? Nilifikaje hospitalini? Tafadhali, niambie."

"Jambo la muhimu zaidi ni kuwa upo hai. Jipe muda upone. Nitakueleza kila kitu utakapotoka hospitali. Mimi ndiye niliyekuleta hapa hospitali. Nilikupigia simu pasipo mafanikio, hadi pale wasichana fulani waliokuwa jirani pale ushenzini Cyahafi walipoichukua simu yako na kuniambia hujitambuei. Ni Mungu pekee mwenye kujua nini kingeweza kutokea kama nisingewasili kwa wakati..."

Aliyaficha macho huku akiuma meno yake. Nikakumbuka jambo muhimu.

"Shema alikuwa amezungumza na mtu kwenye simu. Ulikuwa wewe?" niliuliza.

"Nimekwambia litakuwa jambo zuri endapo utasubiri hadi upone kabisa. Nitakusimulia kila kitu."

"Hapana, niambie, uliongea na Shema kwenye simu?"

"Kitu pekee ninachokijua ni kuwa sikuipiga simu ya Shema. Sikuwa najua yeye ni sekretari wako. Hata hivyo, tulichokizungumza kwenye simu sicho kilichompelekea kukufanyia hicho alichokufanyia. Unaweza ukaulaumu uraibu wa dawa za kulevya. Inawezekanaje, katika wanaume wote, ukamchagua mwanaume mvuta unga anayeishi geto lililozungukwa na takataka za madebe, choo na wanawake wenye nguo chafu?"

"Sugira, umesema tuachane na haya mazungumzo."

"Ndiyo, lakini pengine nikwambie kuwa jana nilikuwa ofisini kwa mwendesha mashitaka kutoa ushahidi. Haijalishi uwe unapendana naye sana ama sivyo, hawezi kukufanyia hivi na asiadhibiwe. Licha ya wewe kutokuwa na hisia kama nilizokuwa nazo kwako, nitakulinda dhidi ya huyo Shema uliyemkabidhi utu na mwili wako."

"Tafadhali, usijiingize kwenye hiyo kesi. Mimi ndiye mtu pekee ninayefahamu kwa nini alifanya vile. Waambie hao madaktari waniruhusu. Nataka kuondoka hapa hospitali."

Kabla Sugira hajajibu, ba'mkubwa Kamanzi aliingia.

"Haloo, Karabo." Akamgeukia Sugira na kuongeza, "Kwa nini usimwache Karabo peke yake? Anahitaji kupumzika. Tafadhali, toka nje."

Sugira alionekana kukabwa na donge, lakini hakuweza kujibu. Aliinuka na kwenda zake.

"Amefanya jambo gani baya?" niliuliza. "Siyo yeye ambaye kimsingi nina deni kwa ajili ya maisha yangu? Alinileta hapa. Si kweli?"

"Ndiyo. Alikuleta, na tulimshukuru. Lakini sasa anatakiwa kutuachia nafasi."

"Ameniletea maziwa ameagizwa na mama yake. Sipendi namna unavyozungumza na ile familia. Wakati umefika unapaswa kuelewa nimekwisha kuwa mtu mzima wa kuweza kuchagua rafiki zangu."

"Tuliiona hiyo aina ya utu uzima uliokuwa nao," ba'mkubwa Kamanzi alisema. "Shema naye alikuwa mmoja wa hao marafiki uliowachagua? Tazama hali uliyonayo. Hao Wahutu unaotangamana nao watakufanyia mabaya zaidi yake. Siku watakapokuonesha sura zao halisi, hutopoteza fahamu, utakufa."

Nilimtazama na kujisikia vibaya juu yake. Wakati huu, sikubaki kimya.

"Tafadhali, usidhani ninakuvunjia heshima. Huna tofauti na Shema. Pengine alijifunza kutoka kwako kuwachukia Wahutu."

"Unasema nini?"

"Kipindi Shema alipokuwa mwanajeshi Kadogo, ulimchukua ukaishi naye kama miongoni mwa walinzi wako uliowakubali zaidi. Kitu pekee alichojifunza kutoka kwako ni chuki dhidi ya Wahutu. Lakini wakati mwingine najiuliza, ni mapenzi gani aliyoyapata kutoka kwako, Mtusi mstaarabu ambaye yeye alikuwa na mengi ya kukuzingatia. Inaumiza sana kuwa umemfunga kwa kunishambulia mimi, wakati wewe kila siku unaniua kwa maneno yako yaliyojaa unyama."

"Karabo, tafadhali. Unaongea nini wewe? Unalinganisha mambo yasiyolinganishika. Sijawahi kukupiga. Shema ni mvuta unga. Yeye ni hatari kwenye jamii yetu. Achana nayo, yamekwisha sasa. Yupo jela."

"Ndiyo. Ni mvuta unga, na yupo jela. Unafahamu ni kwa nini anaadhibiwa? Kwa sababu yeye ni yatima asiye na mzazi wala ndugu. Alikuwa akivuta bangi alipokuwa akiishi nasi? Siku uliyoamua kumfukuzia kwenye pori nene la hii dunia, peke yake pasipo mtu wa kumlinda, ulitegemea nini? Kwamba mama yake atamtumia ndege wa mazingaombwe ili kumfundisha namna ya kuishi? Sawa tu, sijui niseme nini kwako. Tafadhali, mwache Shema na mimi peke yetu. Mimi ndiye mtu pekee ninayekielewa kile anachokipitia. Hastahili kuwa jela."

"Karabo, unathubutuje kuniongelesha mimi hivyo? Kwa nini nilaumiwe kwa mikosa ya yule mshenzi unayemwita Shema?"

Alinitolea macho kana kwamba alitaka kuninasa kofi.

"Nisamehe, ba'mkubwa. Sikukusudia kukukosea adabu. Pengine nimechanganyikiwa. Nataka kulala kama hutojali."

"Naondoka. Lakini tafadhali, unatakiwa urudi kwenye akili yako. Shema si mtu unayemstahili. Alikupa nini kukufanya uchanganyikiwe hivi juu yake?"

"Alinipa kile nilichokihitaji zaidi. Mapenzi ndicho alichonipa."

Akakivuta kiti karibu na kitanda changu, akaishika mikono yangu, na kusema, "Niambie, nini kilitokea kiasi cha mpenzi wa maisha yako kukushambulia katika namna ya kikatili kama ile? Acha kulia. Itakupa maumivu ya kichwa. Mimi ni baba yako mkubwa. Tafadhali, niambie kilichotokea."

"Shema alinipiga kwa sababu mama yangu ni Mhutu. Nilikuwa nimemwambia mama yangu aliuawa pia na wanamgambo wa Kihutu mwaka 1994. Nilimdanganya. Anayo kila sababu ya kukasirika. Unanielewa?"

Mkono wake ukiwa kwenye paji la uso wake, ba'mkubwa aliyapeleka macho yake kushoto na kulia. "Unapaswa kupumzika. Tutalizungumzia hili tena wakati ujao. Nahitaji kwenda kazini. Birungi atakuletea chakula cha mchana."

Alinibusu kwenye paji la uso na kuondoka. Uso wake ulionekana kupoa. Pengine nitakuwa nilimkumbusha kuwa kila kitu kilianza ile siku baba yangu alipomwoa Mhutu.

—→

Niliruhusiwa kutoka hospitali wiki moja baadaye. Ba'mkubwa Kamanzi alipakia vitu vyangu kwenye gari lake kubwa na kunikaribisha niketi siti ya nyuma.

"Nakwenda chuoni kuchukua vitu vyangu na kukabidhi ufunguo wa chumba changu kwa mshauri wa wanafunzi," nilisema kabla ya kuingia garini kwake. "Na kama hutojali, utanishusha kwenye hosteli ya *Nyamirambo Catholic Sisters.*"

"Hmm? Unataka niende kukushusha nyumba ya watawa? Unataka kuwa mtawa?" aliniuliza akitoa tabasamu kubwa la kejeli.

"Hapana. Nitapanga chumba kwenye jengo lao. Tafadhali, usinielewe vibaya. Nadhani wakati umefika sasa kwa mimi kuondoka kwenye kiota cha wazazi. Nimekuwa mtu mzima kiasi cha kuweza kujitazama mwenyewe."

"Nisamehe kusema hivi, lakini maamuzi yako yanaonesha zaidi kutokomaa kwako kiakili. Huna kazi. Utalipiaje pango? Nani atakupa chakula? Utakuwa ombaomba?"

"Usihofu. Nitaishi kama yatima wengine."

"Ni upumbavu. Haya twende ukachukue mizigo yako chuoni. Nitakuonesha mahali pa kuipeleka."

Gatarina, ambaye hakuwa mbali sana na mahali tulipo, alinipa ishara ya onyo kuwa nisiendelee kubishana na baba yangu mkubwa. Niliingia garini, na ba'mkubwa akaliondoa.

"Kwa nini yule mwanamke anatufuata?" ba'mkubwa aliuliza wakati tumekwenda kama mita mia tatu hivi.

"Anatusindikiza chuoni," nilijibu.

"Karabo, ni uhusiano gani ulionao na yule mwanamke?"

"Mungu anafahamu vizuri sana kuwa sina mama wala shangazi. Alimtuma yule mwanamke kuwa malaika mlinzi wangu."

"Ahaa, hao ndiyo watu waliokujaza fikra zao mbaya kwenye roho yako."

Nilibaki kimya. Sikuhitaji kumwambia Gatarina hakuwa vile alivyokuwa akimfikiria, bali Mtusi ambaye, baada ya kuwapoteza wanafamilia wake wote wakati wa mauaji ya kimbari, aliamua kuwa mama ama dada kwa wahanga wengine.

Tulipowasili chuoni, niliingia chumbani kwangu peke yangu, na kuwataka ba'mkubwa Kamanzi na Gatarina kunisubiri nje. Chumba changu kilistahili kwa heri nzuri. Siri zangu zote zilizikwa ndani ya kile chumba changu kidogo. Niliyatandua mashuka na kuyaweka kwenye sanduku. Nilifanya vivyo hivyo kwa vitabu na nguo zangu. Nikakifungua kikapu cheupe, nikaichukua picha ya mama, na kusema, "Yashatokea. Yamekwisha. Wewe ndiye mtu pekee niliye naye duniani."

Nikakifungua kikapu chekundu, nikaichukua picha ya Shema, na kusema, "Nisamehe kwa kuujenga uhusiano wetu kwenye uongo. Sitoweza kuisamehe kamwe nafsi yangu kwa kuuvunja moyo wako. Milima ya maisha imejawa na miba mikali. Nisingekuomba uipandishe nami milima hiyo."

Nikalivuta begi, mto wangu mwekungu na vikapu vyangu viwili. Ba'mkubwa Kamanzi alinisaidia kuviweka kwenye buti la gari. Nikaupeleka ufungu wa chumba kwenye ofisi ya mshauri wa wanafunzi, na niliporejea, nikajitoma garini.

Tukiwa Rugunga, badala ya kuishika njia inayokwenda Nyamirambo, ba'mkubwa Kamanzi akaliendesha gari lake kuelekea nyumbani kwake Kiyovu. Gatarina akanipigia simu.

"Karabo, ninakusihi, tafadhali. Usibishane naye. Nenda nyumbani kwa baba yako mkubwa. Yeye ni kama baba yako. Utapata wakati mzuri wa kuzungumza naye kwa utulivu."

"Lakini, sidhani kama ana—"

"Tulia kwanza kwa kipindi fulani," alinikatisha. "Mthibitishie utiifu. Ninakwenda nyumbani. Tutaongea baadaye."

Sikuwa najua namna ya kuuhoji uamuzi wa Gatarina, lakini wakati huu nilikuwa nimechanganyikiwa.

"Kwa nini unanipeleka Kiyovu, na siyo Nyamirambo, kama nilivyopendekeza?" nilimwuliza ba'mkubwa Kamanzi.

"Kwa kuwa mimi ni mzazi wako, nitakupeleka mahali ambako ni kwenu," alijibu kwa sauti kavu. "Usihofu, nyumba yangu siyo jela. Wakati utakapotaka kuondoka, mlango utakuwa wazi."

Niliufuata ushauri wa Gatarina na kubaki kimya.

Tulipowasili nyumbani kwa baba yangu mkubwa, niliviweka vitu vyangu chumbani. Kona zake zote zilinitazama kwa hasira. Kujizuia kulia, niliondoka chumbani na kuungana na ba'mkubwa Kamanzi aliyekuwa ameketi sebuleni akiwa na bilauri ya maji mkononi kwake.

"Ningependa kuongea nawe kabla hujarejea kazini," nilisema.

"Karabo, tafadhali, nenda ukapumzike kidogo. Hujapona kabisa. Tutaongea kesho."

"Naomba sekunde chache tu. Ninaomba unisaidie jambo kama utataka mimi nikae kwenye nyumba hii..."

"Jambo gani? Sawa, niambie."

Aliketi chini tena na kuniazima masikio yake.

"Nina maombi matatu."

"Niambie tafadhali. Maombi gani?"

"Tafadhali, nisaidie kumtoa Shema jela. Hana hatia."

"Siwezi. Anatakiwa alipie kwa kukunyanyasa. Na ombi lako la pili?"

"Kuna haja yoyote ya kulisema kama hupo tayari kunisikiliza? Tuyaache, pia nilitaka kukwambia kuwa sasa ninafahamu kila kitu kuhusu mama, na ningependa unisaidia kumrudisha Rwanda."

"Karabo, unazungumzia nini?" ba'mkubwa Kamanzi aliuliza.

"Tatu, kama unataka mimi nikae kwenye hii nyumba, unatakiwa kuelewa kuwa pamoja na ndugu zangu upande wa baba, pia nina familia upande wa mama, na marafiki, ambao si lazima wawe wako. Wanaweza tu kunitembelea kwenye nyumba ninayoishi. Utawakaribisha nyumbani kwako kama wageni wa binti yako?"

"Sawa, naelewa sasa. Unadhani umekuwa mkubwa kiasi cha kutosha kuleta kanuni zako za mchezo. Kalisa, kaka yangu, hatonilaumu. Nasikitika kukwambia sitokutimizia lolote katika maombi yako matatu. Tafadhali, kuwa na subira kwa leo tu. Kesho nitakupeleka huko hosteli za masista wa Kikatoliki. Sitoweza kukuruhusu kamwe kuifanya nyumba yangu kuwa mahali pa kukutania na ndugu zako wa Kihutu, akiwemo huyo mwanamke unayemwita mama."

Aliinuka na kwenda mlangoni.

"Tafadhali, ba'mkubwa," nilipiga kelele. "Niambie Shema amefungwa gereza lipi."

Sikutegemea mengi kutoka kwa ba'mkubwa Kamanzi. Nilitakiwa kujisimamia mwenyewe.

Birungi alinisogelea na kusema, "Tafadhali nenda chumbani kwako ukapumzike. Utaongea na baba yako mkubwa siku nyingine akiwa ametulia, na baada ya kuwa ameyatafakari uliyomwambia."

"Sijali. Haya ni maisha yangu na ni mimi tu ninayejua

kipi ni bora kwangu. Tafadhali niambie. Shema amefungwa gereza lipi?"

"Nadhani atakuwa kituo cha polisi cha Remera."

"Wiki nne bado yupo mahabusu?" niliuliza.

"Hapana. Sijui... nakisia... Namaanisha labda wamempeleka gereza la Kimironko."

"Sawa, ahsante, napaswa kwenda," nilisema nikielekea mlangoni.

Birungi alinifuata akiniita kwa nguvu.

"Karabo, huwezi kwenda popote katika hali hiyo. Kwa nini usimwombe baba'ako mkubwa akupeleke kesho?"

"Usihofu. Nitachukua teksi."

Nikiwa jasiri kushinda matatizo yangu, kichwa kikiwa thabiti shingoni kwangu, na moyo mzito zaidi ya sonona langu, nilielekea Kimironko. Ilikuwa mara ya kwanza kwamba akili na moyo wangu vilizungumza lugha moja. Pasipo na shaka, nilimpenda Shema, lakini ilikuwa ni juu yake kunipenda ama kunichukia baada ya kufahamu nina mchanganyiko wa makabila. Nilimpenda, lakini nilijipenda pia. Niliyapenda mahaba yake, lakini pia nilikuwa nikiota kukiweka kichwa changu kwenye kifua ambacho kilininyonyesha vyote maziwa na mapenzi. Maamuzi yoyote ambayo Shema atayachukua, nitamuunga mkono, siyo kwa sababu tu ni mpenzi wangu wa kwanza, lakini pia kama kaka aliyenihitaji katika nyakati zake za mwambwo.

Teksi ilisimama. Tayari nilikuwa nimewasili Gereza la Kimironko. Nilimlipa na kushuka garini.

"Unamtafuta nani?" askari aliyekuwa mlangoni aliniuliza huku akikikagua kitambulisho changu.

"Msimamizi wa hili gereza," nilimjibu.

"Kwa nini?"

"Anatakiwa amwachie haraka sana mmoja wa mahabusu wake. Hana hatia."

"Hiki sasa ni kichekesho; wewe ni nani hata utoe amri?" aliuliza akinitazama kwa dharau.

"Nioneshe maafisa jela. Nataka kuongea nao."

"Nenda ofisi ile, watakwambia inavyotakiwa kuwa." Waliniambia kuwa kesi ya Shema tayari ilikuwa mahakamani na ni mwendesha mashitaka pekee mwenye kuweza kunishauri. Niliwaomba ruhusa ya kuzungumza na Shema.

"Una mahusiano gani naye?" askari aliuliza.

"Yumo humu kwa sababu ya mgogoro niliousababisha."

"Wewe ndiye aliyekushambulia?"

"Ndiyo, ameshitakiwa kwa kunipiga, lakini si kweli."

"Kwa hiyo, wewe ni mtoto wa—"

"Kanali Kamanzi," nilimkatisha huku nikijisikia fahari kubwa.

"Twende huku, tafadhali."

Alinionesha benchi la kuketi, kisha akaenda kumwita Shema.

"Una mgeni," askari alimwambia Shema, akielekeza kidole chake kwangu.

Shema aliponiona, alijaribu kurudi selo. Nilimwita jina lake kwa nguvu. Akasogea.

"Unafanya nini hapa?" aliuliza. "Sina lolote la kufanya nawe wala ndugu yako yeyote. Tafadhali, achana na mimi. Nisahau mimi kama ninavyoilaani ile siku niliyojifunza kulitamka jina lako."

"Mimi sijaja hapa kwa ajili ya mpenzi wangu Shema. Nimekuja hapa kumsaidia mfungwa mwenye uhitaji. Nimekuja kuonesha huruma yangu kwa mtu asiye na hatia aliyeadhibiwa kwa sababu ya kukosa kwangu uaminifu. Ninataka kukuahidi kitu kimoja: nitakutoa humu gerezani, uwe unataka ama hutaki."

"Usijaribu kitu chochote," Shema alijibu, akayasaga

meno yake. "Sitaki msaada wako. Kimsingi, hapa ndipo mahali ninapotaka kukaa hadi ile siku hii ardhi itakaponitapika niende dunia nyingine. Nenda ukaishi maisha yako na ndugu zako. Usihofu kuhusu mimi."

"Unapaswa kufahamu mambo matatu: moja, mimi si Mhutu, na mama yangu haishiriki fedheha ya hao anaoshiriki nao jina. Mbili, ninakupenda na nitakupenda milele. Tatu, jiandae kufunga virago vyako. Muda si mrefu nitakutoa humu gerezani. Usihofu, utakapotoka, utakuwa huru kuishi maisha yako utakavyo. Sitokughasi tena."

Sikumpa muda wa kujibu. Niliinuka na kuwahi mlangoni. Alirudi selo kwake akikuna kichwa.

Nilikwenda kwenye ofisi ya mwendesha mashitaka na kuwaambia watu waliokuwa wameketi mapokezi kuwa Shema hakuwa na hatia na kwamba wasiendelee kumweka ndani.

"Unataka tumwachie huru mtu mwenye jinai?" mwanaume mmoja aliyekuwa amevaa miwani aliniuliza.

"Mtuhumiwa, unamaanisha," nilijibu. "Anadhaniwa kuwa mtuhumiwa hadi atakapothibitishwa kuwa na hatia. Nini kinakwambia alinishambulia?"

"Vidonda vyako vinaeleza kila kitu."

"Ulivipima ili kuthibitisha vilisababishwa na Shema?" niliuliza.

"Hapana, hatukufanya hivyo. Tuambie nini kilitokea."

"Nililala usiku wote na Shema. Kulipokucha tuliamka tukinywa pombe kali. Chochote kilichotokea ni kwa sababu tulikuwa tumelewa."

"Bibie, usijaribu kutudanganya. Tunao ushahidi wetu, na maelezo kutoka kwa watu wengine. Nenda. Utaitwa kutoa ushahidi mahakamani."

Hawakutaka kunisikiliza. Niliondoka nikiwa nimeshindwa kumtoa Shema. Watu wawili pekee ndiyo waliokuwa na uwezo wa kunisaidia kumtoa Shema: ba'mkubwa Kamanzi na Sugira. Walikuwa wamelipeleka faili lake kwenye ofisi ya mwendesha mashitaka, na pengine wangejichanganya kwenye maelezo yao na kusema hawakuwa na taarifa za kutosha juu ya kile kilichotokea. Nilirudi Kiyovu nyumbani kwa ba'mkubwa Kamanzi. Nilipanga kwenda kuzungumza naye kwa utulivu, nikitumia stadi za majadiliano, na kumwomba msaada wa unyenyekevu.

Nilipoisikia honi ya gari lake, niliiweka vema sketi yangu, nikaviminya vidole vyangu na kujiuliza natakiwa kuanzia wapi mazungumzo yetu. Ba'mkubwa Kamanzi aliingia, akiliita jina langu.

"Karabo, hujambo? Nataka tuongee."

"Ninakusikiliza," nilijibu.

Alimbusu Birungi na kumpa mkoba wake wa tarapakato kabla ya kuketi kwenye kiti kimojawapo kuizunguka meza ya kahawa.

"Karabo, nataka kukwambia tena mimi ni mzazi wako. Kitu pekee ninachoweza kumfanyia marehemu kaka yangu Kalisa, ambaye maisha yake yalikomeshwa na Wahutu, kilikuwa kumlea binti yake. Niliutimiza wajibu wangu kama mzazi. Ama sivyo?"

"Ba'mkubwa, simaanisha kukukosea shukrani. Siwezi kupata maneno ya kukushukuru. lakini—"

"Lakini umekuwa sasa. Hicho ndicho unachotaka mimi kukielewa. Si ndiyo? Nimeelewa. Mpenzi wangu, wajibu wa mzazi hubakia daima. Mimi siyo tu ni baba yako mkubwa, ninaichukua nafasi ya baba yako."

"Upo sahihi. Sikumaanisha wewe siyo mzazi wangu. Pengine tu nataka uhuru zaidi."

"Karabo, usiwe na shaka. Nina pendekezo. Vipi tukiandaa nyumba ya pembeni kwa ajili yako? Huko, utakuwa na uhuru na faragha yote unayoitaka. Bila shaka, haijumlishi kuwaleta marafiki wa usiku," alisema akinipigapiga begani.

Nikistaajabishwa na namna ba'mkubwa Kamanzi alivyokuwa akizungumza nami, moyo wangu ulimwaga machozi.

"Ba'mkubwa, nisamehe. Mimi ningekuwa nani kama wewe usingenichukua nije kuishi nawe humu kama mtoto wako mwenyewe? Sijawahi kukosa kitu chochote. Umenifunika kwa mapenzi yako. Nisamehe nilikosa adabu leo asubuhi. Ninakushukuru kuwa umeisikia maana ya hisia zangu, hata pale ambapo maneno hayawezi kuelezea mashaka yangu."

Akanikatisha, akanivutia kifuani kwake, na kusema, "Usijali, mwanangu. Ahsante sana kwa kunifanya nitambue ninaweza kuzingatia tu ukali wangu, na kusahau kuwa sisi ni watu wawili tofauti. Mimi ni mzazi wako. Usisite kujadiliana nami mawazo yako. Kama mtu mzima, upo huru kuukubali ama kuukata ushauri wangu, ambao nitaendelea tu kukupa."

Nilimwambia baba yangu mkubwa juu ya madhila aliyokuwa akiyapitia mama.

"Hata nao walitaabika," alisema, akiwarejea Wahutu, lakini akikwepa kusema vibaya juu ya mama.

Akautumia wasaa huo kuniuliza maswali juu ya mahusiano yangu na Shema na, kwa izara, nilimwambia kuwa mapenzi yangu kwa Shema yalikuwa na nguvu kuliko vile moyo na akili yangu vinavyoweza kuelewa.

"Ba'mkubwa, ninakusihi, nisaidie kumtoa Shema gerezani," nilisema. "Mimi na yeye tumekwishaachana, lakini moyo wangu hautopata amani kamwe kufahamu Shema yupo jela kwa sababu ya usaliti wangu."

Alitulia tuli kwa nukta kadhaa kabla ya kusema,

"Sawa, kesho nitapiga simu ofisi ya mwendesha mashitaka. Lakini hofu yangu ni kwamba, sasa kesi yake tayari ipo mahakamani, tunaweza tu kuomba apewe dhamana. Kisha, tutatafuta wakili wa kumtetea.

"Ahsante sana, ba'mkubwa. Sijui hata niseme nini... Ahsante mno!"

"Sasa, twen'zetu tukale chakula. Birungi anatuita," ba'mkubwa alisema.

Tulikula chajio tukiwa na tabasamu mwanana ambalo hatukupata kuwa nalo pamoja kitambo sasa. Moyo wangu ulijihisi kama binti malkia tena kwenye himaya yake. Nilikuwa nikimtazama Neza akinitabasamulia, na nilitaka kumkumbusha kuwa, mimi pia, nilipata kuwa na wazazi wangu mwenyewe.

Ba'mkubwa Kamanzi aliitimiza ahadi yake, na siku mbili tu baadaye, Shema aliachiwa. Ingawa mahusiano yalishakwisha baina yetu, nilipaswa kuongea naye. Niliogopa kwenda peke yangu. Nilimpigia simu Muhire.

"Haloo, Karabo. Kitambo sana.

"Hujui nini kilinipata?"

"Hapana. Ulipatwa na nini?"

"Muhire, nililalazwa hospitali mwezi mzima."

"Hospitali?" Kwa nini hukuniambia? Niambie, nini kilikutokea?"

"Kuwa mpole, Muhire. Sijambo sasa. Lakini nahitaji msaada wako... Namaanisha nataka kwenda nawe mahali."

"Wapi?"

"Wewe niambie tu upo wapi. Nitakwambia zaidi."

Aliniambia alikuwa kwenye karakana yake ya useremala Gakinjiro. Nikachukua teksi.

Akiwa ameshitushwa na makovu usoni na mwilini mwangu, aliniuliza, "Karabo, inaonesha kama ulivamiwa na vibaka. Nani alikufanyia hivi?"

"Hiyo ndiyo sababu nipo hapa," nilijibu. "Mvamizi wangu si mtu mwingine zaidi ya Shema. Alinipiga baada ya kufahamu kuhusu mama. Hicho ndicho kilichonitokea." Nilimsimulia kila kitu kilichotokea, na namna gani nilijikuta nikiwa hospitali, na Shema gerezani.

"Oh, Mungu wangu, hii ni kazi ya shetani."

"Muhire, nahitaji msaada wako. Wewe ndiye mtu pekee unayeweza kunielewa. Tafadhali nikubalie."

"Nikukubalie nini?"

"Wewe siyo mlokole? Mungu, hakukuagiza uwasaidie wote wenye shida? Shema anakuhitaji. Unapaswa kuwa rafiki yake, ama kaka yake. Tafadhali, kuwa upande wake, na usimwache kama roho iliyopotea ikitangatanga peke yake kwenye dunia hii ovu. Utalikubali ombi langu?"

"Karabo, kwa kiasi fulani upo sahihi. Shema anamhitaji Mungu; vinginevyo, shetani atayavuruga maisha yake. Nilifanya kila nilichoweza ili abadilike, lakini sijui nifanye nini juu ya uraibu wake wa dawa za kulevya."

"Ulimsaidia na kulikuwa na mabadiliko. Lakini kwa sababu ya usaliti wangu, anarudi tena kule kule. Sitoweza kamwe kuisamehe nafsi yangu kwa kumdanganya Shema kuhusiana na familia yangu. Lakini kwa nini mimi? Kwa nini nalazimika kuubeba mzigo mzito wa ukabila ndani ya hii Rwanda? Ninaubeba mzigo wa Watusi ambao ninatambulishwa nao, na wale ambao maisha yao yaliwindwa kama chatu. Ninabeba mzigo wa Wahutu, ambao damu yao inazunguka kwenye mishipa yangu, licha ya ukweli kwamba sipaswi kushirikishwa jina lao wala fedheha yao. Muhire, nimechoka. Siwezi tena."

Muhire alinivuta hadi kifuani pake. "Karabo, acha kulia. Wewe siyo tatizo. Hii dunia imeharibika na kuvunjikavunjika. Hutoweza kuibadili kwa hayo machozi yako. Hupaswi kuubeba mzigo mwingine wowote, bali mapenzi."

"Muhire, twende. Tunapaswa kwenda nyumbani kwa Shema.

Tukaishika njia ya kwenda Cyahafi. Nilijificha nyuma ya mgongo wa Muhire alipokuwa akiugonga mlango wa chumba cha Shema. Asingeufungua endapo angeiona sura yangu. Hakuna aliyejibu. Muhire aligonga tena, lakini hakukuwa na ishara ya uwepo wa yeyote ndani ya chumba hicho. Tukahitimisha kuwa Shema hakuwepo.

"Samahani, umewaona wakazi wa hiki chumba?" nilimwuliza jirani aliyekuwa akifua nje ya mlango wa chumba chake.

"Mmojawao amekwenda kazini, lakini mwingine yumo ndani. Hakuwepo kwa siku nyingi. Amerudi leo asubuhi, akaingia chumbani na kujifungia mlango. Anaonekana ana matatizo."

Muhire alinishika mkono, na tukarejea kwenye mlango wa chumba cha Shema.

"Shema, ni mimi Muhire. Najua umo ndani. Tafadhali, nifungulie."

"Siyo leo, tafadhali. Sitaki wageni."

"Imekuwa kitambo sana. Nilitaka kukujulia hali unaendeleaje. Tafadhali, nifungulie."

Shema aliufungua mlango. Mimi na Muhire tukajitoma ndani.

"Karabo, unataka nini kutoka kwangu?" Shema aliuliza.

"Huwezi kuniacha nikaishi kwa amani?"

Nilikuwa kimya. Nilitahadharishwa na Muhire.

"Amenisimulia kila kitu," Muhire alisema. "Karabo amekukosea. Hakupaswa kuujenga uhusiano wenu kwenye uongo. Sipo hapa kukwambia umsamehe. Hilo, atalifanya

221

yeye mwenyewe. Nipo hapa kwa sababu ninayafikira uliyoyapitia. Unaelewa ninachokizungumzia. Si ndiyo?"

"Tafadhali usizungumze nami kuhusiana na mahusiano yangu ya mapenzi na Karabo. Ilikuwa ni jinamizi tu, ambalo limekwisha sasa. Sasa nimeamka." Shema akanigeukia. "Huna haya, Karabo. Unathubutu vipi kuja nyumbani kwangu? Umenifanya niuamini uongo wako kwa miaka kumi. Kila mara nilipolia kwa sasa mimi ni yatima, ulilia nami. Nilisema ninakupenda, ukaniambia unanipenda pia... Karabo, ulitaka nini kutoka kwangu? Nyie Wahutu mliwaua wazazi wangu na kaka zangu na dada zangu. Ulinikuta nikiwa na maisha yangu mwenyewe ambako mama yangu asingekisikia kamwe kilio changu. Ulinifanya nisahau nilikuwa mtu wa namna gani, yatima peke yangu kwenye dunia hii iliyojaa uovu. Mapenzi yangu kwako yamesababishia mikosi tu. Niliacha jeshi kwa sababu ya hili penzi. Niliacha shule kwa sababu ya hili penzi. Nilifukuziwa mitaani na baba yako mkubwa kwa sababu tu nilipendana nawe. Nawe, ukaamua kunidhihaki, kwa kunifanya niamini uliyashiriki maumivu yangu, wakati ulijua kabisa siku moja, mama yako Mhutu atatokea tena hata sijui kutoka wapi. Tafadhali Karabo, toka chumbani kwangu. Muhire, nisaidie kumwomba Karabo atoke humu."

"Shema, nisamehe tafadhali," nilisema. "Nisamehe kwa maumivu yote niliyoyasababisha maishani kwako... Sijui hata la kusema... Ninaomba tu msamaha wako."

"Msamaha kwa lipi? Nini kitanipata kama sitokusamehe? Acha kulia, ama uyatima wangu utanirudisha jela kwa kukufanya kulia. Ondoka ukaishi maisha yako... Achana na Shema, ambaye hana mbele wala nyuma. Nenda huko ukamsubiri mama yako, aliyefufuka kutoka wafu, atakapokuja kukujali, wakati mama yangu amegoma kufufuka. Toka zako, tafadhali."

"Shema, mimi siombi kurudi kwenye maisha yako.

Najisikia aibu. Ninachokuomba ni wewe kunisahau mimi na kuendelea na maisha yako."

"Karabo, achana na mimi aisee! Maisha gani unayoyazungumzia? Nimefanya kila nililoliweza kwenye maisha yangu. Mimi sasa ninasubiri kifo tu. Niambie nilichosalia kukifanya."

Muhire alimsogelea Shema, akaiweka mikono yake mabegani kwake, na kusema, "Usiseme hivyo. Bado unayo maisha marefu mbele yako. Maisha lazima yaendelee."

"Muhire, unajua kabisa nimekwishauonja uchungu wote wa maisha duniani. Kipi sijakiishi? Nitakuwa yatima kwa mara ya pili? Nitarudi tena mtaani na kuanza kuvuta bangi? Ama ni jela ambako sijawahi kufika? Aisee, hapana, labda kama ulimaanisha mapenzi na songombingo zake."

"Maisha yako yajayo ni makubwa na marefu kuliko yale yaliyopita," Muhire alisema. "Mungu ana mipango mizuri juu yako."

Shema alisimama, akaufungua mlango na kutuonesha tuondoke.

"Ahsanteni kwa kuja," alisema. "Sasa mnaweza kwenda zenu; kama sivyo, ni mimi ndiye nitakayewatoa."

Hatukung'ang'ania. Tuliagana naye na kutoka nje ya chumba chake.

Tukiwa nje, Muhire aliniambia nimsubiri kwa dakika chache. Nilimsubiri huku nikiuvumilia mwili uliokuwa ukinitetemeka kwa kutafuna kucha za vidole vyangu. Dunia ilikuwa ikiniangukia shingoni kwangu. Muhire alirejea baada ya dakika kumi hivi.

"Karabo, nikwambie kitu?" aliuliza.

"Ndiyo, niambie."

"Shema ameumizwa sana na ulichomfanyia, lakini bado anakupenda. Mwachie muda wa kutafakari kila kitu. Bado yupo kwenye mshituko."

"Siwezi kamwe kuisamehe nafsi yangu kwa kumweka kizani. Ningeweza kuwa nimeukatisha uhusiano wetu kitambo sana. Pengine angekuwa amempata mpenzi mwingine ambaye hakulaaniwa kuubeba msalaba wa ukabila. Sasa sijui tena. Muhire, niambie, haya ndiyo mapenzi? Hivi ndivyo mapenzi huisha? Sitoweza kamwe kuipata nguvu ya kusahau kuhusu Shema. Ninampenda sana. Hivi nilivyo vyote ni kwa sababu ninapendana na Shema."

"Katika vitu vyote ambavyo ameniambia, nimekifurahia kitu kimoja, anajisikia vibaya sana kukupiga. Ameniambia hakuwa anajua alichokuwa akikifanya, na kwamba kila kitu kilikuwa shauri ya unga. Ameongea kuwa ameamua kuachana na dawa za kulevya."

"Anaweza kweli kumudu kuacha kuvuta? Tafadhali msaidie."

"Ndiyo. Nitamwunganisha na madaktari walionisaidia mimi na wabwia unga wengine niliokuwa nao gerezani. Shema haweza kupambana na uraibu akiwa mwenyewe. Anahitaji vyote, msaada wa kitabibu na wa kisaikolojia."

"Ahsante Muhire. Nilijua ninatakiwa nikutegemee wewe."

Tulipandisha njia iendayo Gakinjiro, na tulipofika karakana kwake, niliagana naye kwa kumpa mkono kabla sijaishika njia ya kurudi Kiyovu.

Nikiwa nimejilaza kitandani kwangu, kwenye nyumba mpya ya pembeni, nilivuta kumbukumbu za matukio ya maisha niliyoyaishi na Shema. Tayari nilikuwa nakitamani kila kitu, makumbatio yake, michezo yetu ya mapenzi, kukilaza kichwa changu kifuani kwake huku tukiusikiliza muziki wa taratibu wa Kifaransa. Mto wangu mwekundu ndicho kitu cha pekee nilichokuwa nimebakiwa nacho. Niliubana kwa nguvu na kuulowesha kwa machozi.

Kuanzia siku hiyo, maisha yangu yalikuwa yenye kuboa pasipo uwepo wa Shema na rafiki yangu Sugira. Zaidi ya picha ya mama, ambayo nilikuwa na mengi ya kuielezea, sikuwa na kitu cha ziada zaidi ya bashasha za Neza, chai iliyoandaliwa na mama yake, Birungi, na mafunzo ya maisha kutoka kwa ba'mkubwa Kamanzi niliyopewa kila siku jioni.

14

Siku ya Januari 14, 2005, ikiwa ni siku moja kabla ya mahafali yangu chuoni, ambayo hata sikuwa na mpango nayo, ba'mkubwa Kamanzi aliniletea nguo ya *toga* na kofia ili nivivae katika siku hiyo aliyoichukulia kuwa maalumu.

"Vichukue tafadhali. Hivi ndivyo utakavyovivaa kesho."

"Oh, umeniletea," nilisema. "Sikutaka kwenda kwenye mahafali. Kitu muhimu kwangu ilikuwa cheti."

"Kwa nini? Kesho ni siku kubwa. Tazama, tuna kadi zetu za mwaliko. Mimi na Birungi tutakusindikiza. Hii inaitwa sherehe, na kila mmoja kwenye familia yetu amealikwa kwenye sherehe kesho. Nawe unatakiwa uwaalike marafiki zako wote."

"Marafiki zangu?"

"Ndiyo, usihofu," ba'mkubwa Kamanzi alisema akiwa na tabasamu kubwa usoni kwake. "Kila mmoja anakaribishwa. Ni siku yako kubwa."

Baada ya chakula cha mchana, niliingia chumbani na kuyaandika majina ya wageni wanaotarajiwa, nikahuzunika Shema hatoweza kuwepo. Nikaichukua simu yangu, na huku mikono ikinitetemeka nikaipiga namba ya Sugira.

"Hey, mambo vipi?" alisema.

"Poa tu, na wewe?" nilimjibu.

"Ninaendelea vema kabisa. Tafadhali, niambie. Unajisikia vizuri sasa? Mara ya mwisho tulipokutana, ulikuwa hospitali. Umepona kabisa?"

"Ndiyo, ahsante. Sugira, nili...nilitaka...nilipenda kuongea nawe."

"Kuongea nami? Endelea, tafadhali."

Nisingeweza kumwambia kuhusu sherehe kana kwamba hakukuwa na kitu chochote kilichotokea. Ningewezaje kupotezea kwamba alikuwa amenikasirikia kwa kumchagua Shema badala yake?

"Unaonaje tukikutana na kuongea?" niliuliza.

"Hakuna tatizo. Mimi pia nilitaka kuzungumza nawe."

"Kwa hiyo tunakwenda wapi?"

"Wewe niambie ni muda gani utakuwa tayari, nitakuja kukuchukua," alisema. "Leo naendesha gari la baba. Usihofu. Nitakuja kukupitia."

Sikuielewa hali ya moyo aliyokuwa nayo, huku tabasamu lake likiwa limepenya hadi masikioni mwangu.

Ilipotimu majira ya jioni, wakati nikivaa suruali laini ya kubana nyeusi na fulana ya kijivu, nilisikia honi ya gari la Sugira, nikamwambia Birungi nilikuwa nikitoka, na kwamba nisingechelewa kurudi. Mdomo wake ulitaka kufunguka, lakini nadhani akili yake ilimkumbusha nilikuwa nimepewa nyumba nyingine ya peke yangu.

"Mambo?" nilimwambia Sugira nilipokuwa nikiingia garini.

"Poa," Sugira alijibu kavu.

Hakunibusu shavuni kama ambavyo amekuwa akifanya hapo kabla. Akaliondosha gari. Huyu alikuwa Sugira tofauti na yule niliyezungumza naye simuni saa chache zilizopita. Tabasamu na maneno kutoka kwake vilikuwa adimu. Wala sikumwuliza tulikokuwa tukielekea. Kwa mshangao wangu, alielekea Kona ya Wapendanao, mahali kule kule alikonipeleka kwenye kideti chetu cha kwanza. Aliliegesha gari, akashuka, na kunisubiria. Hakunifungulia mlango kama alivyonifanyia tulipokwenda mahali hapo kwa mara ya kwanza. Niliposhuka garini, alilifunga, na kwa maelekezo ya mkono wake, akanionesha nianze kuingia.

"Tukaketi kwenye viti vile, mbele ya chemchemi," Sugira alisema, kabla ya mhudumu kutuonesha viti vilivyokuwa wazi.

Macho yetu yaligonganga, lakini hakuna aliyeushughulisha mdomo wake kutabasamu. Tulipoketi, mhudumu alituletea orodha ya vyakula na vinywaji. Nikachagua mchanganyiko wenye limao. Yeye Sugira, aliagiza bilauri ya mvinyo mwekundu.

"Ulisema ulitaka kuzungumza nami," Sugira alisema.

"Ndiyo."

"Mimi hapa, endelea, tafadhali."

"Baadaye, lakini nilitaka kukwambia...niliku*miss*."

"Ulini*miss* mimi?" aliuliza. "Ki vipi?"

"Sugira, tafadhali nisamehe."

"Nikusamehe kwa jambo gani?"

"Kwa kila kitu," nilisema. "Tafadhali, nisamehe kwa kila kitu."

"Unamaanisha nini kwa 'kila kitu'?"

"Sugira, unajua nini ninachokizungumzia. Ulinikasirikia kwa sababu... Kwa sababu nililala kwa Shema."

"Mmmh... Wewe hukuniambia kuwa sipaswi kumwonea wivu Shema kwa kuwa mimi ni rafiki tu kwako? Kwa nini sasa nikukasirikie pale unapoamua kulala na mpenzi wako? Hata hivyo, pasipo kujali inaniumiza vipi, nina uwezo wa kuyahimili maumivu yangu. Huna la kufanya juu ya hilo."

"Sugira, sikusema hivyo. Lakini tafadhali, nisamehe."

Alipiga funda kwenye bilauri yake ya mvinyo, kisha

akaniuliza kama nilitaka kula kitu. Nikaagiza mishikaki ya samaki. Akamwita mhudumu na kuagiza sahani mbili za mishikaki ya samaki kwa ajili ya kila mmoja wetu. "Karabo, usiwe na shaka. Nilitulia na kufikiria kuhusu hilo. Ulimchagua Shema. Jambo pekee linalonisononesha ni kuwa hakukupenda kwa namna unayompenda. "Labda upo sahihi. Lakini—"

"Karabo," Sugira alinikatisha. "Ile mara ya kwanza tulipokuja mahali hapa, nilikuwa nimepanga kusema wazi penzi langu kwako. Nilikupenda tangu tungali watoto. Ninakupenda kwa moyo wangu wote, kwa roho yangu yote, kwa akili yangu yote, na kwa mwili wangu wote. Nilitaka kukwambia. Lakini mara tu tulipowasili hapa, nilitambua moyo wako haukuwa tayari kwa ajili yangu. Niliyazika maneno yangu kwenye kina cha chini cha moyo nwangu na kuusubiria wasaa sahihi kuyatoa. Sasa, ninadhani, nimechelewa sana."

"Sugira…siyo sasa, tafadhali…. Ni—"

Sikutaka aanze tena. Akili yangu na moyo wangu havikuwa tayari kusikia neno *mapenzi*. Alikuna kichwa chake. Akayapepesa macho yake kushoto na kulia kama vile yalikuwa mbioni kuiruhusu mito ya machozi kumwagika.

"Sitoweza kamwe kuisahau ile siku niliyokukuta hujitambui mbele ya chumba cha Shema. Ulikuwa umepigwa ile mbaya, damu ikikububujikia kwenye nguo zako zilizochanwachanwa. Ndipo nilipotambua mimi ni dhaifu kwa kiasi gani. Nakwepa kujifikiria kama mtu mwoga, lakini ndivyo nilivyokuwa."

"Sugira, wewe si mtu mwoga. Wewe ni mtu mwema zaidi mimi kuwahi kukutana naye".

Nilitaka kuwa wazi na kumwambia kuwa Shema alikuwa amenilisha sumu kutoka kwenye mti wa matunda ya mapenzi, lakini sikuweza kuyatazama macho yake yaliyosawajika. Nilitaka kumwambia si wakati wote Shema alikuwa mkorofi na mwenye hasira, bali alikuwa kijana mwenye mahaba tele na tabasamu lenye kulevya. *Ningewezaje kumwambia kila kitu kilianzia nyumbani kwa ba'mkubwa Kamanzi, Shema akiniimbia nyimbo, akizipapasa nywele zangu, na kuutomasa mwili wangu kuanzia kifuani hadi kitovuni na sehemu za chini yake?* Pengine ningemwambia ni kwa namna gani mwili wangu ulikuwa dhaifu kila mara macho ya Shema yalipoutazama moyo wangu. Nikaamua kuufunga mdomo wangu.

"Karabo, ninakupenda... Ninakupenda sana," Sugira alisema kwa sauti ya mkwaruzo. "Ninatakiwa kufanyaje ili kuweza kuufungua mlango wa moyo wako? Ninataka kukufunulia mapenzi ndani yangu, na siyo kama rafiki."

"Mmmh? Wewe ni mpenzi wa aina gani?" niliuliza.

"Bado hunielewi. Unaniuliza ninawezaje kukuogesha kwa mapenzi? Karabo, mimi ni mvulana. Kama una mashaka, niambie nivue suruali yangu na nikuoneshe."

Nikiwa nimekasirishwa na ukweli anaweza kunifikiria mimi kama mtu ninayethamini tu kufanya mapenzi, nilimpandishia sauti.

"Unanichukuliaje? Malaya?" niliuliza. "Kama unadhani ninalala na wanaume wote wanaokatisha njia yangu, hunijui wewe. Wala usijitie kunipenda kama unanichukulia mimi ni kahaba."

"Karabo, nisamehe. Hicho sicho nilichokimaanisha. Ninakupenda sana kiasi kwamba hata ukifanya jambo lolote baya, macho yangu hayatoweza kuona."

"Hapo ndiyo unamaanisha nini sasa?"

"Mimi si kaka yako, wala binamu yako. Ninapokukaribisha kushiriki nami chakula cha mchana, ni kwa sababu moyo wangu na mwili wangu unahamasishwa na uwepo wako pembeni. Ninapokuja nyumbani kwenu kukutembelea, ni kwa sababu ninataka kulifurahia tabasamu lako. Ninapoutazama uzuri wako, ninazishikilia sehemu zangu za kiume ili zisikukosee aina ya msichana uliye. Penzi langu kwako ni lile ambalo halijali kukuita kwa majina. Naweza kukuuliza jambo?"

"Ndiyo."

"Nilisikia Shema aliachiwa kutoka gerezani. Bado mpo pamoja?"

"Hapana, tumeachana."

"Usirudiane naye. Huwezi kupata kitu chochote kizuri kutoka kwenye uhusiano ule. Karabo, tafadhali, nipe nafasi ya kukupenda. Ninapiga magoti kuomba penzi lako."

"Sugira...usinifanyie hivi, tafadhali."

"Karabo, hupaswi kusema kitu kingine chochote zaidi ya ndiyo."

"Sugira, jambo kubwa ninaloliwaza kwa sasa ni kumrejesha mama hapa Rwanda."

"Ndiyo, ninajua. Lakini hiyo haiubadili ukweli kuwa moyo wangu una kiu na penzi lako."

Akakivuta kiti chake karibu nami, akaiweka mikono yake mashavuni kwangu, na kuyakutanisha macho yake na macho yangu, na alipojaribu kuubusu mdomo wangu, nilimsukuma.

"Karabo, hata unajisikia angalau upendo kidogo juu yangu?" aliuliza. "Tunaweza kujenga kutoka kwenye hilo tone la upendo. Ninakuahidi litachanua."

"Kichwa changu kimejaa mambo mengi mengine," nilijibu. "Bado sipo tayari kwa uhusiano mwingine."

"Sawa, nimekupa ujumbe wa moyo wangu. Ninaweza kutoa ombi jingine? Utanipa muda na nafasi ya kukuthibitishia namna gani ninakupenda?"

"Sugira, nimekwambia kuwa sipo tayari kwa ajili ya uhusiano. Jaribu kunielewa, tafadhali."

"Sikuombi uwe na uhusiano sasa. Hakuna rimoti ya kubonyeza ili kuulazimisha moyo wako unipende. Kitu pekee ninachokuomba ni muda na nafasi ya mimi kukupenda. Nitakusubiri kwa muda wowote mrefu itakavyobidi. Unataka kunipa nafasi nikumwagie mapenzi yangu?"

Ni kweli sikujisikia nguvu yoyote ya sumaku iliyokuwa ikiuunganisha moyo nwangu na Sugira, lakini akili yangu ilimpenda namna alivyokuwa mtu mwema. Na wala, sikupuuzia ukweli kwamba, tofauti na Shema, Sugira alifanana nami kuwa na mchanganyiko wa ukabila. Aliyaelewa maumivu niliyosababishiwa na wanamgambo wa Kihutu waliowaua baba na dada zangu. Wahutu hao hao pia walikuwa wameiteketeza familia yake upande wa mama yake. Hakuwa na mashaka na uungwana na mama yangu wa Kuhutu kwa kuwa aliutetea uungwana wa baba yake wa Kihutu. Wanazuoni wa maswala ya miingiliano wasingechukua hata sekunde kuuthibitisha uhusiano wangu na Sugira. *Lakini kwa nini moyo wangu haukufunguka kwa Sugira?*

Kama vile kigoli mwenye soni, nilimtazama Sugira na kusema, "Ndiyo."

"Unanipa nafasi ya kukumwagia maji yenye mapenzi yangu?"

"Ndiyo, ninakupa nafasi ya kuyadhihirisha mapenzi yako kwangu, lakini hatuwezi kuzungumzia mahusiano kwa sasa."

"Karabo, ahsante sana. Sijui nini cha kusema."

Alinisogelea na kunikumbatia kwa hisia. Moyo wake ulicheza muziki. Baada ya nukta chache, mdomo wake ulikuwa mdomoni kwangu, lakini nililikataa busu lake mara tu mate yake yalipoufikia ulimi wangu. Wazo la kuwa ninambusu mwanaume mwingine lilininyong'onyesha. Ni

Shema pekee aliyekuwa na haki ya kunibusu na kuushika mwili wangu. Niliyashusha macho yangu na kuzitazama kucha zangu. Kwa bahati nzuri, mhudumu alitukatisha. Alituletea mishikaki tuliyokuwa tumeaiagiza. Wakati tukila, Sugira alinitazama na kutabasamu. Nilimpa tabasamu la uongo. Kuketi mbele ya Sugira silo lililonipa taabu, lakini kuwaza kuwa atakuja kuwa mpenzi wangu ndicho kilichokuwa kikinitatiza. Niliwaza pengine bado sikuwa nimempa Shema muda wa kutosha wa kukitafakari kila kitu kilichokuwa kimetokea baina yetu. Labda nilikuwa na matumaini kuwa Shema atarudi kwangu kama mpenzi wangu wa kwanza na wa pekee.

Baada ya chakula, niliitazama saa yangu.

"Oh, muda umekwenda sana," nilisema. "Natakiwa kurudi kabla ba'mkubwa Kamanzi hajaanza kujiuliza nipo wapi."

"Ndiyo. Tayari ni saa mbili na nusu sasa. Wacha twende."

Alilipia bili, nasi tukaondoka mgahawani. Alinifungulia mlango wa gari na kisha kwenda kwenye kiti cha dereva. Alifungulia redio na kupiga muziki wa Rwanda. Furaha machoni mwake iliniogofya. *Labda nimempa matumaini ya uongo.* Wimbo wa Utamuliza ukayakoroga zaidi mambo.

"Karabo, usikilize wimbo huu. Ninakutunukia."

Akamsaidia Utamuliza kuimba, "*Kunda ugukunda! Oooooh! Ooooooh…*" ambao unamaanisha, *Mpe penzi lako yule anayekupenda kiukweli.*

Sikukubaliana na Sugira kuwa Shema hakunipenda. Lakini nilijua mapenzi yetu hayakuwezekana. Pengine mwanamuzika wa Kinyarwanda Utamuliza alikuwa sahihi. Pengine ninapaswa kujifunza kumpenda Sugira. Alinionesha mapenzi yake toka tukiwa wadogo tukisema sekondari. Alikuwa aina ya mwanaume ambaye wasichana wengi wangependa kuwa naye. Alitoka kwenye familia tajiri na yenye kuheshimika. Alikuwa mbioni kuhitimu masomo yake ya chuo kikuu, na la muhimu zaidi, mustakabali wetu wa kikabila una mengi zaidi yanayofanana kuliko yanayotofautiana. Hakukuwa na mashaka kuwa maisha yetu ya baadaye pamoja yangekuwa mazuri. Nilitaka kuusahau ugonjwa wa *ufuate moyo wako*. Nilipaswa kuitii akili yangu. Niliogopa. Katika mapenzi, mwili wangu uliweza tu kuyafuata maelekezo ya moyo na siyo lazima ya akili yangu.

Alinishusha nyumbani. Nilimbusu shavuni kabla ya kuingia nyumbani kwa ba'mkubwa. Alitulia kwa dakika chache, ndipo akakanyaga mafuta kwenda zake.

"Mmeshindaje? Samahani kwa kuchelewa kurudi," niliwaambia ba'mkubwa Kamanzi na shangazi Birungi.

"Ulikuwa wapi?" ba'mkubwa Kamanzi aliuliza.

"Nilikuwa… Nilikuwa kuwaalika rafiki zangu kwenye sherehe," nilijibu.

"Sawa, tafadhali nenda mezani ukale. Hatukukusubiri."

"Hata sina njaa. Ahsante."

Ba'mkubwa Kamanzi aliuchezesha mdomo wake kuzungumza lakini akaidhibiti hasira yake baada ya kupokea mguno wa tahadhari kutoka kwa Birungi. Niliwatakia usiku mwema ndipo nikaenda chumbani kwangu nyumba nyingine. Niliutazama uso wangu kwenye kioo na kuichukia aibu niliyokuwa nikiisoma usoni pangu. Nilikifungua kikapu chekundu na kuichukua picha ya Shema nimwulize maswali:

"Shema, niambie. Kwa nini unajitenga nami kwa sababu ya historia ambayo hatukuiandika? Unataka kulibadili jina langu na kuwa *uwanyima* (binti wa mama) ilhali baba yangu aliniita *uwase* (binti wa baba)? Unanitupia mikononi mwa mwanaume mwingine? Niambie. Tafadhali niambie…"

Nilibadili nguo zangu, nikaubana mto wangu

mwekundu, na kuyafumba macho yangu nikijifanya kulala. Ndoto hazikulifumbua fumbo langu. Badala ya kumvuta Sugira peke yake kwenye njozi zangu, alitokea akiwa na Shema. Nilipata taswira nikiwa kitandani na Shema, wakati huo huo Sugira akiwa amesimama mlangoni, akiniita jina langu kwa sauti, akinisihi nitoke nje ya chumba hicho. Na bila kung'amua, ndoto zangu zilibadili taswira. Nilimwona Sugira akiwa amenishika mikono yangu na kuniambia ni kwa namna gani alinipenda, huku Shema akiwa amesimama upande mwingine wa barabara akiniita nivuke barabara na kupaa naye. Vijana hao wawili waliendelea kuughasi usingizi na njozi zangu hadi kulipopambazuka kesho yake.

"Karabo, amka na ujiandae. Utachelewa," Birungi alisema.

"Eh? Kwani saa ngapi?"

"Saa kumi na mbili na nusu. Wahitimu na wazazi wao wanapaswa kuwa wamewasili saa moja na nusu."

"Basi ngoja niamke."

Nilioga na kujiandaa kwa kuondoka. Kwenye sebule ya nyumba kubwa, ba'mkubwa Kamanzi alikuwa tayari akiwa ndani ya suti yake ya bluu-jeshi. Alionekana mtanashati zaidi nje ya sare zake za jeshi. Birungi alivalia nguo ya jadi ya *imishinana*. Waliifanya taswira ya baba na mama. Machozi yalinivamia kwenye urembo wa macho yangu. Furaha ya kwamba baba yangu mkubwa ameyachukulia mahafali yangu kwa umuhimu mkubwa yaliniletea huzuni ya kukosekana kwa wazazi wangu kuishuhudia siku ya mahafali yangu ya chuo kikuu.

"Hapa, amesimama msichana mzuri na mwenye akili zaidi duniani," ba'mkubwa alisema. "Umependeza hasa, mpenzi."

"Ahsante," nilijibu.

"Tunachelewa," Birungi alisema.

Tukajitoma kwenye gari la baba mkubwa.

Chuoni, ilikuwa sherehe kubwa lakini iliboa sana. Jua lilikuwa kali lisilovumilika, huku wanataaluma wakitumia jukwaa kutoa hotuba ndefu badala ya kutuita majina yetu. Niliitwa miongoni mwa waliofaulu vizuri kwa daraja la pili. Sugira hakuwa ameketi mbali kutoka nilipokuwa, akiwa miongoni mwa wale ambao hakuwa wamehitimu. Yeye alichukua masomo ya uinjinia, ambayo huwachukua miaka mitano. Mwishoni mwa sherehe, Birungi alinisogelea kunipa kifurushi cha maua kikifuatiwa na busu shavuni kwangu. Ba'mkubwa Kamanzi alinipa bonge la b.

"Hongera, acha kulia," alisema, akinifuta machozi. "Leo ni siku ya furaha."

"Tuliingia garini ili turudi Kiyovu. Kulikuwa na hema kubwa lililopambwa vema. Ndugu zetu wote walikuwepo. Ilikuwa ndoto fulani kwangu, kuwaona ndugu zangu upande wa baba wakiwa wameketi hema moja na mjomba wangu Gasana. Wazazi wa Sugira walikuwepo pia.

"Hongera, binti yangu, ninajivunia wewe," mjomba Gasana alisema.

"Mie ndiye ninayepaswa kukushukuru. Nani alikwambia," niliuliza.

"Kanali Kamanzi alinipigia simu jana," mjomba Gasana alijibu. "Alinialika kwenye tafrija."

"Yeye ndiye aliyekualika?"

Sikuweza kuyaamini masikio yangu.

"Ndiyo."

Niliwasalimia wageni wengine kabla sijatoroka. Lilikuwa jambo zito mno moyoni mwangu. Niliharakisha chumbani kwangu, nikauchukua mto wangu mwekundu, na kuyaruhusu machozi kunibubujika. Nililia na kulia hadi niliposahau kila kitu kilichokuwa kikiendelea nje. Sikuelewa kwa nini nililia, lakini nilidhania ilikuwa ni njiapanda baina ya majonzi na furaha. Nikakivungua kikapu changu cheupe na kuzungumza na mama.

"Mama, upo wapi? Tafadhali rudi. Ninakutaka pembeni yangu. Njoo na ushuhudie kinachoendelea nje. Ba'mkubwa Kamanzi yupo na kaka yako Gasana. Mama, inawezekana. Tunaweza kuwa familia tena."

Niliketi kitandani hadi mtu alipogonga mlango.

"Nani?"

"Ni mimi. Tafadhali, fungua."

Nilifungua. Sugira aliingia na papo hapo akanipokonya picha iliyokuwa mikononi mwangu.

"Karabo, unafanya nini chumbani kwako ukiitazama picha ya mama yako? Una tatizo gani? Tafadhali, nyamaza."

"Sugira, kila kitu kipo sawa. Tafadhali, nenda nje. Nitakuja baada ya sekunde chache."

"Hapana, siendi kokote bila wewe. Yafute machozi yako na uje nami. Mama yako atarudi hivi karibuni. Ninakuahidi."

"Unaniahidi? Ki vipi?" niliuliza.

"Karabo, kama una imani nami japo kidogo, tafadhali niachie mimi. Nitafanya kila ninaloliweza kukuunganisha tena na mama yako."

"Eh? Una uhakika?"

"Ndiyo. Lakini kwa sasa, toka nje ya chumba hiki. Wajomba na shangazi zangu wanajiuliza ulipo."

Alinishika mkono wangu na kunirudisha kwenye hema. Kwa hakika, ilikuwa siku kubwa. Wageni walikuwa wakila na kunywa kabla ya kuanza kuimba na kucheza. Baada ya muda mfupi, ba'mkubwa Kamanzi akazikatisha nyimbo ili kuhutubia.

"Leo ni siku ya furaha kwa familia yetu. Ni siku kubwa kwa Karabo. Nimekuwa mzazi mwenye furaha na kuona fahari. Nyote mnaufahamu msiba ambao nchi hii imeupitia.

Baba yake Karabo alikuwa mdogo wangu. Niliishi Uganda kama mkimbizi. Kumbukumbu zangu bora kuhusu Rwanda ni zile nyakati za utotoni nilizozishiriki na Kalisa. Tulikuwa kama mapacha na tulipendana sana. Niliiota siku ambayo ningemwona mdogo wangu. Lakini siku niliyorejea Rwanda, picha pekee ya Kalisa niliyoweza kuipata alikuwa binti yake Karabo. Kalisa aliipenda sana familia yake. Alikuwa na mipango mizuri juu yake. Ninamshukuru Mwenyezi kwa kunipa nafasi hii ya kuhudhuria mahafali ya shahada ya chuo kikuu ya mtoto pekee wa Kalisa aliyebakia duniani humu. Ninamshukuru mke wangu kwa ushirikiano wote aliompa Karabo. Ahsanteni nyote, wakiwemo wale nisiowajua, waliosimama upande wa Karabo kwa njia moja ama nyingine. Amezungukwa na familia kubwa. Ahsanteni. Tafadhali, ongezeni vinywaji kwenye bilauri zenu."

Maneno ya ba'mkubwa Kamanzi yaliustarehesha moyo wangu. Alichagua kutoiharibu siku yangu kwa kumtaja mama yangu Mhutu ama chuki yake dhidi ya Wahutu. Baada ya dakika chache, nilipewa fursa ya kusema maneno machache.

"Ahsanteni nyote kwa kuuheshimu mwaliko wetu. Ningependa kutoa shukrani kwa baba yangu mkubwa Kamanzi, nikimaanisha Baba Kamanzi. Ninamshukuru kwa kunilinda dhidi ya uchungu wa maisha ya uyatima. Sijawahi kukosa kitu, maji ya kunywa, ama kitanda cha kuupa mwili wangu usingizi. Shahada hii ya chuo kikuu ni matokeo ya matendo yake, na daima nitamshukuru. Ningependa kuwashukuru wengine wengi. Nianze na Devota, ambaye hayupo tena duniani humu. Sina wasaa wa kutosha wa kuisimulia hadithi yangu na Devota. Kaka yake Muhire yupo hapa na anafahamu kwa kiasi gani ninawiwa na Devota. Leo, nina furaha sana kuwa mjomba Gasana anasherehekea nasi... Mnisamehe kwamba licha ya ukweli ninayo mengi ya kusema ninahofu ninaweza nisiyaweke kwenye mpangilio sahihi. Ninaishukuru familia ya ndugu Kamana kwa kuwa upande wangu pamoja na ukweli hawakuwahi kukutana na wazazi wangu. Ninawashukuruni nyote."

Niliepuka kulia mbele ya watu hao wote na hivyo kurejea hima kwenye kiti changu. Muda mfupi baadaye, ba'mkubwa Kamanzi alitoa hotuba ya kuashiria mwisho wa sherehe. Wageni walipokuwa wakiondoka, Sugira aliniita na kuniambia nimfuate nyuma ya nyumba.

"Mpenzi wangu, nilitaka tu kukuaga. Ninatakiwa kuondoka na baba na mama."

"Sawa, kwa heri."

"Tafadhali, usilie zaidi. Unaniahidi?"

"Ndiyo."

"Yaweke kichwani niliyokwambia. Nitahakikisha mama yako anarudi Rwanda. Hii ni ahadi yangu kwako."

"Ahsante."

"Wacha niende sasa."

Alinibusu na kuondoka. Baada ya kuwasindikiza wageni getini, tuliingia sebuleni. Niliwashukuru ba'mkubwa Kamanzi na Birungi kwa namna nzuri zaidi.

—➤

Kwa mara ya kwanza maishani, baraka zilikuwa zinakuja njia yangu. Wiki moja baada ya mahafali, nilipokea simu.

"Ndiyo, mimi ni Karabo."

"Hapa ni tawi la Rwanda la Shirika la Haki za Binadamu. Ni kuhusu maombi yako katika nafasi ya mhamasishaji wa haki za wanawake. Unaalikwa kwenye usaili siku ya Ijumaa, Januari 21, 2005 saa nne kamili asubuhi ofisini kwetu Kimihurura."

"Ahsante. Nitakuwepo kwa wakati."

"Tunakushukuru."

Sikuwa najua namna ya kujiandaa na usaili. Nilimpigia Sugira. Aliniahidi kunisaidia. Tulishinda kutwa nzima pamoja. Aliniuliza maswali, akijifanya msaili, nami nikiwa msailiwa.

"Nani hawezi kukupa kazi Karabo? Una akili sana," alisema.

"Ki vipi?"

"Unazungumzia juu ya haki za wanawake kwa hisia kali. Unashawishi sana."

"Labda ni kwa sababu ya kile alichokipitia mama. Nimesoma vitabu na ripoti nyingi juu ya kile wanawake walichokipitia wakati wa vita Kongo. Kama ningekuwa na namna, ningezitetea haki za wanawake."

"Hii inanikumbusha," Sugira alisema. "Jana nilikwenda Wizara ya Wakimbizi na Warejeao. Lakini isivyo bahati, mkuu wa kitendo cha wakimbizi wa Kinyarwanda hakuwepo. Msaidizi wake amenipangia miadi naye tena Jumanne ya juma lijalo."

"Ahsante sana, Sugira."

"Tafadhali, usinishukuru mimi. Ninayafanya haya kwa ajili ya mama mkwe wangu," alisema kwa bashasha.

"Sugira!"

Aliniwekea mikono yake mabegani kwangu na kusema, "Ninamaanisha mama mkwe ajaye."

Jua lilipokuwa likizama, alinibusu na kuondoka.

Ijumaa iliyofuata, nilitinga shati langu jeupe la mikono mirefu, sketi nyeusi na viatu vyeusi vya visigino virefu. Nikaelekea Kimihurura zilipo ofisi za Shirika la Haki za Binadamu. Maswali ya usaili hayakuwa magumu hata kidogo. Niliyajibu kwa kujiamini. Baada ya usaili, waliniuliza lini ningekuwa tayari kuanza. Niliwajibu nipo tayari mara moja. Waliniambia wangenipigia pindi tu maamuzi yatakapokuwa yamefanywa. Kabla hata sijafika nyumbani, walinipigia kunifahamisha nimechaguliwa kwenye kazi hiyo na kuniuliza kama ningeweza kuanza kazi Jumatatu iliyokuwa ikifuatia.

Ba'mkubwa Kamanzi hakuweza kuamini kuwa niliajiriwa wiki moja tu baada ya mahafali. Nilimwambia ninawiwa naye baraka hizo.

Ilipotimu Jumatatu, nilivalia sketi ya bluu-jeshi, shati la bluu-mawingu, ni viatu vya visigino virefu vyenye rangi za bluu na nyeusi. Ba'mkubwa Kamanzi alinipeleka kwa gari lake hadi kazini. Siku ya kwanza ofisini ilikuwa kwa ajili ya maelekezo ya mazingira ya kazi, ambayo ilijumuisha kusoma ripoti kuwahusu wanawake waliopata kuwa wahanga wa ukatili wa kingono. Katika kila simulizi, nilipiga picha ya kile alichokuwa amekipitia Devota kufuatia kubakwa na mwanamgambo wa Kihutu Abdullah wakati wa ile miezi mitatu ya kiza. Nilikumbuka kuwa mama alikuwa angali akipitia madhila hayo ya kutisha, na kujikuta nikitokwa machozi.

Majira ya saa kumi na moja jioni nilitoka ofisini. Nikapanda basi kwenda Kiyovu.

Baada ya kuoga, niliungana na ba'mkubwa Kamanzi na mkewe Birungi waliokuwa sebuleni kwa ajili ya chai ya jioni, na baadaye chajio.

Siku ya pili ya kazi, niliamua kuchukua kalamu na kuandika maelezo ya kila simulizi. Nilielewa kuwa, pengine baadhi ya wanawake wanashindwa kujikomboa wenyewe kutoka kwenye mikono ya watekaji wao, na nikamfikiria mama, ambaye labda naye amekwama kwa mtekaji wake, Hagira.

Nikiwa mchovu hasa, nilitoka ofisini saa kumi na moja na nusu jioni. Kipaumbele changu cha kwanza baada ya kuwasili nyumbani kilikuwa kupumzika kidogo. Lakini, mlio wa simu haukuniruhusu kufanya hivyo.

"Haloo, Sugira," nilisema.

"Haloo mpenzi. Kazi inakwendaje?"

"Vizuri sana. Ninazowea kidogokidogo."

"Nina habari njema kwa ajili yako," alisema.

"Habari njema? Tafadhali niambie."

"Umeshahau miadi yangu wizarani ilipangwa leo? Nimemwambia mhusika kuhusiana na mama yako na yale anayoyapitia hadi leo. Ameonesha kuguswa sana. Ameniahidi kuwa wizara itafanya kila linalowezekana kumrudisha mama yako na familia yake Rwanda."

"Familia yake? Hujamwambia kuwa mama anaishi na mchochezi wa mauaji ya kimbari?"

"Ndiyo, nimemwambia. Labda alimaanisha watoto wake. Mume pia anaweza kurudi kukumbana na sheria."

"Sugira, inanitisha kidogo. Kama huyo jamaa atagundua mama anapanga kurudi Rwanda, atamwua."

"Nilikwambia nini? Nilikusihi uniamini. Afisa wizarani ameniambia kuwa wizara hufanya kazi na mashirika ya kimataifa yanayojishughulisha na visa vinavyofanana na hiki."

"Sawa, ninakuaminia. Lakini wamwache mume huko huko Malawi, ama wamrudishe baadaye."

Sugira aliniahidi kufuatilia kila wiki suala hilo wizarani.

"Una ratiba gani kwa wikendi ijayo?" Sugira aliuliza.

"Bado sijawa na ratiba."

"Naweza kupendekeza kitu?"

"Nini?"

"Natamani tuwe mahali Jumamosi ijayo."

"Kona ya Wapendanao?"

"Hapana, mahali pengine. Tafadhali, sema ndiyo," alisihi.

"Sitosema ndiyo pasipo wewe kuniambia jina la mahali."

"Litakuwa jambo la mshituo. Ninachoweza kukwambia ni kwamba hiyo ni sehemu nzuri sana utakayoipenda."

"Sawa, nimekubali."

Aliniaga na kukata simu. Nilioga na kuungana na ba'mkubwa Kamanzi na mkewe Birungi kwa ajili ya chajio kabla ya kulala.

Ratiba ya juma zima ilifanana: kuamka ili kwenda kazini, kutwa nzima ofisini, na kurudi nyumbani jioni nioge, nipate chakula cha jioni na kulala.

Siku ya Ijumaa, nilipokea ujumbe wa simu.

"Mpenzi wangu, upo tayari kwa ajili ya kesho? Sugira aliuliza.

"Eh, ndiyo. Tutakwenda wapi?"

"Karabo, usiniambie umeshasahau."

"Hapana. Samahani, nilitingwa hii wiki. Ugonjwa wa mwajiriwa mpya. Nilipaswa kuthibitisha kiwango cha ari niliyonayo kwenye kazi. Tutakwenda wapi?"

"Usihofu. Utaona kesho."

Siku ya Jumamosi, kwenye majira ya saa tatu asubuhi, Sugira alikuwa tayari getini kwa ba'mkubwa Kamanzi, akiendesha Mercedes-Benz la baba yake.

"Sugira, tunakwenda wapi? Niambie tafadhali," nilimwuliza baada ya kumpa busu la salamu.

"Kuwa mpole, utaona," alijibu. "Nimependa gauni lako, lakini kwa leo, ningeshauri uvalie jinsi na viatu vya safari badala yake."

"Kwa nini? Tunakwenda kwenye volkano?"

"Umenielewa vizuri. Tunakwenda kupandisha mlima."

"Hapana, tafadhali. Usiseme kuhusu kupandisha milima. Sitokuwa na uwezo wa kupandisha mlima."

"Usihofu. Utakapokuwa umechoka, nitakubeba mabegani kwangu."

"Sawa, bila shaka mama yako alikupa nafaka kavu za kutosha ulipokuwa mtoto."

Aliendesha gari kuelekea Muhima. Tulipofika Giti cy'Inyoni, tukashika barabara ya kwenda Shyorongi, lakini mara tu tukaingia kushoto kuifuata barabara ndogo yenye matope. Tuliendesha kwa dakika kadhaa hadi tulipofikia mahali ambako tulikuwa tukiutazama Mlima Musasa. Alisimamisha gari, akafungua mlango na kuniambia nami nishuke. Tulikuwa katikati ya kusikojulikana, kijijini kabisa tukiwa tumezungukwa na milima. Aliniongoza kwenye kijinjia kidogo. Moyo wangu ulinienda mbio. Nilitaka kumwambia nisingeweza kuupandisha mlima huo, lakini sikutaka kumvunja moyo.

Baada ya dakika tano za kupandisha, sikuweza kutembea. Akaiweka mikono yake kiuoni kwangu, akijaribu kunisaidia nisonge mbele. Niliruka na kuisukuma mikono yake.

"Karabo, kwa nini hutaki nikushike?"

"Siyo hivyo kuwa sitaki unishike.

"Lakini ni lini utanielewa?"

"Kukuelewa nini?"

"Kwamba ninataka kukushika."

"Wacha nikae. Nimechoka," nilisema.

"Bado tunayo safari ndefu ya kwenda. Tunatakiwa kukufikia kilele cha huu mlima."

"Ni adhabu?" niliuliza.

"Hapana, ni sitiari?"

"Sitiari? Ki vipi?"

"Nitakwambia tutakapofikia kilele cha mlima. Eneo linaitwa *Bwiza.*"

Huku macho yangu yakiwa bondeni, nilihisi kama

nimesimama juu ya matatizo yote ya ulimwengu. Shema alikataa kuipandisha milima ya maisha yangu. Sugira amebuni mchezo wa kupandisha mlima akiuita sitiari. *Aliyasikia mazungumzo yangu na Shema?* Nilijiuliza. "Tunaweza kuendelea?" Sugira aliuliza. Kabla sijamjibu, aliipapasa miguu yangu na kusema, "Ondoa shaka. Upo na daktari wa maumivu yote. Ninaponya mioyo na miguu." Alinichua miguu kutoka vidoleni hadi magotini. Nilitamani hiyo ingekuwa mikono ya Shema, aliyekuwa mahiri kwenye mwili wangu wote. Sugira aliichukua chupa ya maji kutoka kwenye mkoba wake wa safari na kunipatia.

"Tuendelee kwenda," nilisema, nikiinuka.

"Hatuna haraka. Nikwambie kitu?" aliuliza.

"Ndiyo."

Aliiweka mikoni yake mashavuni kwangu, uso wake akiuelekeza katikati ya macho yangu, na nilipokuwa nikijaribu kuuficha uso wangu uliojawa izara, alisema: "Ninakupenda." Akatazama chini kwenye nyasi, kisha juu mawinguni, na kutingisha kichwa chake. "Umewahi kuyaonja maumivu ya kumpenda mtu kwa siri?"

"Ahsante."

Hayo yalikuwa maneno pekee niliyomudu kuyasema kwake.

"Tafadhali, usinishukuru. Nilifanya maamuzi ya kukupenda sirini ama hadharani. Moyo wangu utashangilia zaidi siku utakayoniambia unanipenda pia. Lakini hata kama utaamua ibakie hivi, nitaendelea kukupenda kama ile siku ya kwanza uliyonipa tabasamu lako."

"Sugira, nina...ninakupenda pia."

"Ninajua, lakini pia ninataka penzi la macho yako na moyo wako."

Aliinuka na kuniambia tuendelee. Kupandisha mlima hakukuwa kunaniumiza kichwa kushinda mazungumzo juu ya mapenzi. Baada ya kitambo kiasi, tulikifikia kilele cha mlima, uwanda wa juu uliojulikana kama Bwiza, sehemu nzuri mithili ya Edeni ikiwa na miti migunga mingi iliyotengeneza vivuli tofauti tofauti juu ya nyasi. Aliufungua mkoba wake wa safari na kutoa kitu kilichofanana na pulizo kubwa na kuanza kulijaza upepo. Kitu hicho kikabadilika na kuwa godoro. Akajinyoosha mwili wake juu ya godoro hilo na kusema: "Sasa tupo kwenye uwanda wa Bwiza. Nakukaribisha ujilaze hapa pembeni yangu."

"Pembeni yako?"

"Ndiyo, usihofu. Jinsi yako inakubana vilivyo kuweza kukulinda dhidi ya utukutu wangu."

Nilitembea taratibu, nikijifanya nikiustaajabia uzuri wa ardhi ya milima elfu moja vikiongoza mabonde yaliyopambwa na mito iliyoyamwaga maji yake kwa watu wote wa taifa hili. Sauti ikanikatisha.

"Karabo, nisaidie, tafadhali!"

Nilimkimbilia.

"Kuna nini? Kuna tatizo gani?" niliuliza.

"Ona hapa..."

"Wapi?"

"Mgongoni kwangu. Kuna kitu kimeniuma." *Alikuwa mdudu.* Nikaamua kutazama. Alinitwa na kunivuta nilale pembeni yake kwenye godoro. "Mdudu ameshaondoka. Tafadhali, usiniache tena. Anaweza kurudi."

"Sugira, acha hizo!"

"Ngoja nikusaidia kuvua viatu vyako," alisema. "Usihofu. Nitaiweka mikono yangu mbali na jinsi lako."

Niliuweka mwili wangu pembeni ya mwili wake, kama vile wote tulikuwa tukivifurahia vivuli na maumbo ya mawingu kwenye anga la bluu.

"Umeuona uzuri wa anga?" aliuliza.

"Ndiyo, zuri sana."

"Na unaonaje tukipaa kama ndege?"

"Tupae kama ndege? Mimi na wewe?"

"Ndiyo, wacha tujaribu wakati ujao. Tunapaswa kupaa kama ndege wawili watoto angani ambako hakuna mwinginewe. Pengine tukiwa huko utaweza kuzisikiliza nyimbo za moyo wangu."

Baada ya masihara yaliyokuwa yamesheheni sitiari, tulikula pamoja chakula alichokuwa amekibeba na kutulia kwa dakika chache zaidi ili chakula kimeng'enywe vizuri kabla hatujarejea safari ya kuyatazama maeneo. Alijiheshimu kama mwanaume, kama vile alivyokuwa ameniahidi. Kwa msaada wake, haikunichukua muda mrefu kuushusha mlima na kulifikia gari. Tulipokuwa tukiendesha kurejea mjini, tulizungumza kuhusu maisha, tulicheka juu ya maisha na kero zilizoipamba barabara ya Giti cy'Inyoni, ikiwemo namna kilemba kilivyoponyoka kutoka kichwani kwa mwanamke aliyekuwa juu ya pikipiki kwenye njiapanda ya Nyabugogo.

Tulipofika nyumbani kwa ba'mkubwa Kamanzi, Sugira alinipa busu la kwa heri.

"Usiku mwema."

"Ahsante sana kwa leo," nilisema.

"Hakuna jambo la kuniambia ahsante."

"Usiku mwema."

Nilishuka kutoka garini nikaenda hima chumbani kwangu. Kwa usiku kucha, nilishindwa kuyajibu maswali kichwani mwangu. Labda kikapu chekundu cha Shema chumbani kwangu kilibeba sumu yote ya mapenzi. Nilikitoa mezani na kukifungia kabatini. Sikuwa na ujasiri wa kukitupa nje. Niliyafumba macho yangu nikijifanya kulala licha ya kutawaliwa na njozi na majinamizi.

Siku ya Jumatatu, mkurugenzi wa Shirika la Haki za Binadamu, aliniambia shirika hilo lina tawi nchini Malawi.

Nilimweleza juu ya madhila ya mama. Aliniahidi kuiomba ofisi ya shirika huko Malawi kumtafuta mama. Sikumweleza chochote Sugira juu ya ahadi hiyo ya shirika.

Siku chache baadaye, mkurugenzi wa Shirika aliingia ofisini kwangu. "Karabo, itazame hii picha. Huyu ni mama yako?"

"Ngoja nione."

Sura yake ilikuwa kama mwanamke mzee kutoka kijijini. Ngozi yake iliyokuwa iking'ara iligeuka na kuwa ya kijivu. Alikondeana sana, kichwani kwake alijifunga kilemba Chenye mchanganyiko wa rangi kama nguo yake ya Kiafrika. Hakuwa tena yule mwanamke maridadi mwenye kuvalia ushungi na shati la kupendeza juu ya sketi nyeusi, vikifanana na viatu vyake vya visigino virefu na kutupungua mkono kutuaga, kabla ya kuondoka kila siku asubuhi ili kwenda kazini. Mwanamke pichani hakuwa na kitu cha kufanana na mama, isipokuwa macho yake na mdomo wake, licha ya mwonekano wa moshi.

"Nyamaza kulia," mkurugenzi alisema.

"Mama amebadilika sana. Ameteseka sana."

"Muda mrefu umepita na ameyapitia mambo mengi maishani mwake. Jambo zuri ni kwamba mfanyakazi wetu wa ustawi wa jamii amezungumza naye kwa siri. Amethibitisha kuwa anataka kurudi Rwanda, lakini hataki kuwaacha watoto wake. Tunajadili namna tutakavyoweza kumrejesha pamoja na watoto wake."

"Tafadhali, muwe waangalifu. Mumewe ni katili sana. Anaweza kumwua."

"Pia tulizungumza na mumewe."

"Mlizungumza naye?" niliuliza.

"Ndiyo, tulizungumza naye peke yake, lakini hatukumwambia tulikwishazungumza na mkewe. Tulimshawishi arudi Rwanda na familia yake."

"Alikubali?""

"Hapana, anadhani atauawa mara tu atakapowasili Rwanda. Tutaendelea kuzungumza naye. Kama alishiriki mauaji ya kimbari, anapaswa kurudi Rwanda kukumbana na mkono wa sheria."

Siku hii ilikuwa na ladha ya asali chungu. Moyo wangu ulitaka kumwona mama tena, lakini akili yangu ilikuwa imechanganyikiwa kwa maswali yote niliyokuwa nayo kuhusu mama. Sikuweza kufikiria nitawaambia nini wale wote walionifahamu kama mhanga wa mauaji ya kimbari ambaye familia yangu yote ilikuwa imetokomezwa. *Ninawezaje kuwaambia ninaipokea familia yangu ya Kihutu inayorejea kutoka kambi ya wakimbizi Malawi?*

Niliporejea nyumbani, wakati nikijiandaa kwenda kuoga, simu yangu iliita.

"Haloo," nilisema.

"Mambo vipi, Karabo? Ni mimi Muhire. Hivi unatazama runinga?"

"Hapana."

"Tafadhali, fanya haraka washa runinga ya *Watu Maarufu*. Nitakupigia baadaye."

Alikata simu kabla hata sijamwuliza kwa nini. Ba'mkubwa Kamanzi na Birungi hawakuwepo nyumbani. Nikaiwasha runinga iliyopo sebuleni. Shema alikuwa amealikwa kwenye kipindi cha *Wanamitindo Maarufu*. Alivalia jinsi ya ubunifu ya bluu na fulana ya bluu na koti la kupwaya kidogo la kijivu. Sikuweza kuyaamini macho yangu. Niliketi mithili ya mbwa akitazama runinga.

"Kwa hiyo, unakusudia kuitumia vipi zawadi?" mwendesha kipindi aliuliza.

"Ninataka kuwekeza zaidi kwenye biashara ya uanamitindo," Shema alijibu.

Amekuwa mbunifu wa mitindo, akiwa na kampuni

yake mwenyewe. Shema alikuwa ameshinda zawadi ya dola za Kimarekani laki moja kwenye mashindano ya ubunifu wa mitindo yaliyofanyika huko Atlanta, Georgia nchini Marekani. Sikuweza kuelewa namna Shema alivyobadilika kwa kiasi kikubwa hivyo katika muda mfupi sana. Niliendelea kumsikiliza akiongeleza kuhusu mitindo aliyokuwa ameibuni.

"Vijana wengi wa Kinyarwanda wanataka kuwa na uwezo wa kufanya mambo yao, lakini wanadhani kila mara ni vigumu kupata pesa. Unakubaliana nao?" mwendesha kipindi aliuliza.

"Ndiyo, nilikuwa kama wao. Faida pekee niliyokuwa nayo ni kwamba nilihitimu shule ya ubunifu na ushonaji. Nilijifunza sana juu ya kwa nini watu huchagua staili moja ama nyingine. Nilipenda kuwachunguza watu niliowapenda, nikimaanisha mtu niliyempenda. Kila mara nilipokuwa peke yangu, nilichora viruwaza ambavyo vilifanana na umbo lake."

"Wao, ni mpenzi wako?"

"Hapana, tuliachana. Nilimpenda sana, na nitampenda daima. Lakini tulikwishaachana. Hata hivyo, hadi leo, kila mara ninapotaka kujipa hamasa, ninaivuta picha yake kutoka akilini mwangu na kuichora kwenye karatasi. Kila ubunifu wangu unaelezea hadithi kidogo ya maisha yetu ama maisha yake mwenyewe."

"Inatia raha sana. Kama hutojali, unaweza kutuambia kwa nini mliachana?"

"Hapana, siyo muhimu. Ana maisha yake mwenyewe nami ninayo yangu. Ninaweza kusema tu ninawiwa naye sana. Alikuwa pembeni yangu ule wakati ambao sikuwa na mtu mwingine. Nisingekuwa hapa endapo asingenitia moyo kuishi katika wakati ambao hakukuwa na kitu cha ziada maishani mwangu zaidi ya kukisubiri kifo. Ninataka kuuheshimu ukweli kwamba sana anayo maisha yake binafsi. Yupo kwenye uhusiano mwingine. Ninamtakia kila la kheri."

"Ahsante sana. Tunasubiria ubunifu zaidi kutoka kwa Shema."

Nilizima runinga na kukimbilia chumbani kwangu na kuubana mto wangu mwekundu. Simu ilinikatisha kuomboleza kwangu.

"Umemwona kwenye runinga?" Muhire aliuliza.

"Ndiyo, nimemwona."

"Huyo ndiye Shema uliyeniomba nimtunze kama mdogo wangu. Aliacha kuvuta bangi. Anayo biashara anayoiita Mitindo ya Shema. Awali, sikuidhania kuwa biashara nzuri hadi aliposhinda hiyo zawadi. Najisikia fahari juu yake."

"Nina furaha kwa ajili yake," nilijibu, huku sauti yangu ikikaribia kugoma kutoka mdomoni mwangu.

"Karabo, Shema bado anakupenda."

"Labda, lakini mahusiano yetu mabaya yana nguvu kuliko mapenzi yetu."

"Siwezi kukuficha kitu," Muhire alisema. "Shema aliniambia anakupenda sana. Lakini aliongeza kwamba hatoweza kukusamehe kamwe kwa kumdanganya kuhusu ukabila wako na mama yako. Shema yungali akiuguza vidonda vya moyo. Angali akiwalaani Wahutu kwa kuiua familia yake."

Nilimuaga Muhire na kukata simu. Sikutaka kulifungua sanduku la Wahutu-Watusi.

Niliamka asubuhi nikiwa na maamuzi muhimu. Ilipotimu saa nne kamili asubuhi, niliichukua simu yangu na kumpigia Sugira. Nilimwalika kwa ajili ya jioni pale Kona ya Wapendanao. Baada ya saa kadhaa kupita, tulielekea huko. Tuliagiza vinywaji, na kabla mhudumu hajavileta, nilimtazama Sugira usoni na kusema: "Nimekubali."

"Mmmh? Umekubali nini?" aliuliza.

"Kuwa mpenzi wako."

Nilisubiri aruke kwa furaha kunibusu, lakini hakufanya hivyo.

"Karabo, unaonekana mwenye huzuni. Nini kimekutokea?"

"Hakuna kitu. Nimelizingatia ombi lako na kuamua tunapaswa kujipa nafasi."

"Macho yako hayakubaliani nawe. Yanawasilisha ujumbe wa maumivu ya moyo. Hayaniambii yananipenda."

"Sawa, utaamua mwenyewe kama uniamini mimi ama uyaamini macho yangu."

"Ahsante, Karabo," hatimaye Sugira alisema. "Unajua ninakupenda sana na daima nimekuwa nikiota kukukumbatia hadi mwisho wa dunia."

Aliinuka, akatembea kuzunguka mgongoni kwangu, na kuizungusha mikono yake shingoni kwangu, kabla ya kuitelezesha hadi kifuani kwangu. Mdomo wake ulikuwa mdomoni kwangu. Niliuambia moyo wangu utulie na kuyafuata maelekezo ya kichwa changu. Namna pekee ya kumuadhibu Shema ni kwa kumbusu mwanaume mwingine kwa hisia kali, haijalishi kama moyo wangu ulitaka ama la. Niliyafumba macho yangu na kuiacha nafsi yangu iende. Baada ya busu, sugira aliiweka mikono yake mashavuni kwangu, alinitazama, na kusema: "Ninakupenda."

"Ninakupenda pia," nilijibu.

Wakati tukiendelea kupata chakula na vinywaji, aliutumia muda huo kuniambia namna alivyonipenda tangu tulipokuwa sekondari na kuendelea kuniahidi kwamba hakuna kitu ama mtu atakayetutenganisha.

Watu wengi husema kwamba wanawake huzisikiliza sauti za mioyo yao kufanya maamuzi, lakini kwa mara moja hii, nililazimika kuufuata ushauri wa akili yangu kwa maamuzi makubwa zaidi ya maisha yangu. Maisha yasingeweza kunizawadia mwanaume aliyenipenda zaidi ya Sugira. Akili yangu ilinishawishi kuwa ingawa Shema alinipenda, mapenzi yake hayakuwa kamilifu kwa kuwa aliendelea kuniweka mimi kwenye kikapu kimoja na wanamgambo wa Kihutu waliomfanya yatima.

Baada ya chakula, Sugira alinipeleka hadi nyumbani kwa ba'mkubwa Kamanzi, na tulipowasili, alinibusu kabla sijashuka garini. Moyo wangu ulikuwa bado mzito. Tabasamu la Shema lilikuwa limegongwa mhuri wa kudumu kwenye kumbukumbu zangu, lakini nilipaswa kuilazimisha nafasi yangu kulifuta na badala yake kuliweka la Sugira.

15

Mkakati wa kumrejesha mama Rwanda ulikuwa mgumu pamoja na jitihada za Wizara na Shirika. Mume wake alimfanya mfungwa wake. Siku moja mwezi Novemba 2005, mkurugenzi wa Shirika la Haki za Binadamu aliniita ofisini kwake. Alinifahamisha amefahamu kwamba wizara inashughulikia faili hilo hilo na hivyo wamekubaliana kuunganisha nguvu.

"Mume wa mama yako amekubali kurejea Rwanda na familia."

"Watakuja pamoja?"

"Ndiyo, ndilo jambo bora. Mama yako hawezi kuja na watoto pasipo ruhusa ya huyo mwanaume."

"Watakuja lini?"

"Siyo zaidi ya mwezi ujao."

Tayari nilikuwa nimemwambia Sugira kuwa Shirika la Haki za Binadamu lilikuwa likisaidia kumrudisha mama Rwanda. Baada ya kazi, nilikwenda kumpa habari njema. Tukakubaliana kuwa sasa ulikuwa wakati mzuri wa sisi kuzungumza na wanafamilia wengine. Nilimwahidi ningezifikisha taarifa hizi kwa ba'mkubwa Kamanzi kabla ya kwenda kwa mjomba Gasana itakapotimu wikendi. Hata hivyo, nilimpa onyo fulani Sugira.

"Tutawaambia tu kuwa mama anarudi. Hatupaswi kuwatajia wale wanaotusaidia."

"Kwa nini?"

"Tunapaswa kuwa makini. Sina hakika kama ba'mkubwa Kamanzi anataka mama arudi Rwanda. Zaidi, kama mjomba Gasana angekuwa anataka kumsaidia dada yake, angekuwa amefanya hivyo muda mrefu."

Nilipofika nyumbani, nilioga na kuungana na ba'mkubwa Kamanzi sebuleni kwa ajili ya mazungumzo.

"Shikamoo," nilisema.

"Marahaba. Siku nyingi kweli. Hivi bado tunaishi nyumba moja?"

"Ndiyo, kazi nyingi. Nilitaka kukwambia kitu."

"Niambie."

"Mama anarudi Rwanda hivi karibuni."

"Anarudije? Na mume wake?" ba'mkubwa Kamanzi aliuliza.

"Sifahamu kuhusu mume wake. Ninachokijua ni kwamba mama anarudi mwezi ujao. Anatahitaji pa kuishi. Pengine nitatakiwa kumpangia nyumba."

"Kutoka kwenye mshahara wako kiduchu?"

"Nitatafuta pa bei rahisi."

"Sawa."

Ba'mkubwa Kamanzi hakutaka kusema zaidi kuhusiana na hilo. Nikakimbilia chumbani kwangu.

Jumamosi iliyofuatia, Sugira alinisindikiza kwenda nyumbani kwa mjomba Gasana. Aliniuliza endapo ninazowea kazi yangu kule Shirika la Haki za Binadamu. Nilimwambia ninakuwa mbobevu kwenye eneo la haki za wanawake.

"Mama anarudi Rwanda mwezi ujao," nilisema.

"Oh, hizo ni habari njema," Mugabo alijibu kabla mjomba Gasana hajasema kitu.

"Hebu ngoja, Mugabo," mjomba Gasana alisema. "Tafadhali niambie. Umesema kuwa Musanabera anarudi Rwanda? Vipi kuhusu mume wake? Na watoto?"

"Sifahamu kuhusu wao. Ninachokijua ni kuwa mama anarudi."

"Hilo litakuwa kosa kubwa sana la maisha yake. Vyovyote vile, sidhani kama Hagira, mtu ninayemjua, atamwachia arudi Rwanda."

"Mtu unayemjua, umesema hivyo?" niliuliza.

"Ndiyo. Nilikutana naye mara ya mwisho nilipokuwa Malawi. Niliwatembelea."

"Mara ya mwisho ulipokuwa Malawi? Hukuwahi kuniambia ulimtembelea mama."

"Usinielewe vibaya, Karabo. Nimewatembelea mara mbili tu. Kama mwakilishi wa serikali, kimsingi nisingerudi hapa na kusema niliwatembelea wakimbizi wa Kihutu. Mimi ndiye niliyekuletea baadhi ya barua zake."

"Mama siyo tu mkimbizi kama wakimbizi wengine; ni dada yako. Kwa nini hutaki arudi Rwanda?"

"Usiniulize maswali. Hukuniuliza mawazo yangu ulipopanga kumrudisha hapa. Ni mwanamke aliyeolewa na mwenye watoto. Wanamhitaji."

"Na mimi?" niliuliza kabla ya kumgeukia Sugira. "Twende zetu. Hatuna la kufanya zaidi."

"Karabo, hebu subiri," Sugira alisema akiwa amenishika mkono.

"Kama hutaki kwenda, baki. Kwa heri."

Nilitoka nje ya nyumba. Sugira na Mugabo walinifuata. Kisirani kilikaba kooni. Akili yangu ilishindwa kuelewa kwa nini mjomba Gasana hakutaka dada yake arudi Rwanda, wakati yeye alikuwa akifurahia utukufu wa kuwa waziri wa serikali aliyoitweza.

"Mna matatizo gani nyie watu?" Mugabo aliuliza. "Ba'mkubwa Gasana alinionya nisikwambie. Alitaka kuzitupa zile barua. Nilimsihi sana anipe mimi na kumwahidi kamwe sitomtaja mtu aliyezileta."

"Kwa nini hakutaka mimi nifahamu yeye ndiye aliyekuwa akizileta barua?"

"Anazo siri zake. Aliniambia alikuwa rafiki mkubwa wa mume wa mama yako." Mugabo alitulia kwa nukta kadhaa kabla ya kuongeza, "Potelea mbali, tuachane na ba'mkubwa Gasana. Nina furaha kuwa mama yako anarudi. Nipo pamoja nawe katika huo mpango. Tafadhali, usimshirikishe ba'mkubwa Gasana tena. Huelewi nini atakachoweza kukifanya. Mimi simwamini."

"Ahsante, Mugabo."

Nikahitimisha kuwa pengine siyo watu wengi wenye shauku ya kumwona mama akirejea Rwanda. Wazo la kuwa angeweza kufanya lolote la kumzuia mama kurejea Rwanda, liliniogopesha mno.

→

Siku ya tarehe 17 Desemba 2005, nilikuwa chumbani kwangu nikijiuliza kama mama angerudi kabla ya Krismasi. Kumsubiria kuliikusanya mishipa mwilini mwangu mwote. Mlio wa simu ulinizindua.

"Haloo," nilisema.

"Karabo, nina habari njema kwako," mkurugenzi wa Shirika la Haki za Binadamu alisema. "Mama yako anarudi kesho."

"Kesho? Kwa nini hukuniambia mapema?" niliuliza.

"Usiwe na shaka. Tumekwishafanya maandalizi yote kumpokea."

"Eh? Ataishi wapi?"

"Anakuja na familia yake. Wizara imetenga makazi kwa ajili ya wanaorejea ili waishi kabla hawajapata makazi ya kudumu."

"Oh, ahsante sana."

Sikuwa na maswali zaidi. Tayari kila kitu kilipangwa vema. Nikakimbilia nyumba nyingine.

"Mama anarudi kesho," nilisema.

"Kesho?" ba'mkubwa Kamanzi aliuliza.

"Ndiyo. Tafadhali, tukampokee sote Uwanja wa Ndege wa Kimataifa wa Kigali."

"Ataishi wapi? Ulimpangia nyumba?" ba'mkubwa Kamanzi aliuliza.

"Hapana. Sijui."

Ba'mkubwa Kamanzi na mkewe Birungi walinitolea macho kana kwamba wanatazama filamu ya maigizo.

Nilikimbilia chumbani kwangu, nikaichukua picha ya mama, na kumshukuru kwa kukubali kurudi kwa ajili yangu. Nilimpigia Sugira na kumwomba aifikishie familia yake habari njema. Niliwapigia watu wengine wachache, lakini wale tu waliokuwa wakifahamu mchangayiko wangu wa kabila na kwamba mama angali hai. Dokta Baziga na Muhire wakiwa miongoni mwao. Nilikuwa na hakika wangefurahi kufahamu ushauri wao umeleta matokeo fulani. Nilimtaarifu Mugabo kwa siri na kumwomba kutomwambia yeyote.

Siku iliyofuata, Sugira alinisindikiza kununua kifurushi cha maua kwa ajili ya mama na chokoleti kwa ajili ya watoto wake. Ilipotimu saa nane mchana, Birungi alinipigia simu kunifahamisha yeye na ba'mkubwa Kamanzi wasingeweza kuja uwanja wa ndege. Hakuniambia ni kwa sababu gani. Mimi na Sugira tuliwasili uwanjani mapema.

"Huyo ni yule bwana anayefanya kazi Wizara ya Wakimbizi na Warejeao," Sugira alisema. "Labda naye anamsubiria mama yako."

"Ndiyo. Ngoja tumwendee."

Nilijtambulisha kwa mtu huyo. Aliniambia nimefanana na mama yangu. Baada ya muda kidogo, watu wengine waliungana nasi. Walikuwepo wazazi wa Sugira, Muhire, na rafiki yake Karega. Nilishangazwa kumwona mjomba Gasana akiwa na Mugabo.

"Sikukuomba usimwambie mjomba Gasana?" nilimnong'oneza Mugabo sikioni, wakati nikijifanya kumkumbatia.

"Sikumwambia," Mugabo alijibu. "Alitaarifiwa na mume wa mama yako. Anakuja naye."

Kabla sijajibu, yule afisa wa wizarani alituita mimi na Sugira.

"Ndege imetua sasa hivi. Wale polisi wanasubiri kumkamata mume wake."

"Mmmh? Watampeleka jela haraka hivyo?" niliuliza.

"Punguza sauti yako tafadhali. Itafanyika kwa usiri mkubwa."

"Mama anafahamu juu ya huo mpango?"

"Hapana. Siyo hasa. Aliambiwa tu mumewe anaweza kukumbana na mkono wa sheria kutokana na makosa yake."

Baada ya dakika chache, Wanyarwanda kama ishirini hivi walitoka nje ya uwanja wa ndege. Walivalia fulana nyeupe, ziliandikwa *Karame, Rwanda*, ambayo maana yake ni *Nimerudi, Rwanda*. Waziri wa Wakimbizi na Warejeao, akiwa na maafisa wengine wa serikali, waliwasogelea wanaorejea. Mjomba Gasana aliungana na maafisa wenzake wa serikali.

Mwanamke alisimama akinitazama. Alikuwa amewashika watoto watatu. Alifanana na mwanamke wa kwenye picha niliyooneshwa na mkurugenzi wa Shirika la Haki za Binadamu miezi michache nyuma. Nilimkimbilia na kumkumbatia kwa nguvu. Alinibana kwa nguvu mwilini mwake huku akikiweka kichwa changu kifuani kwake. Si mimi, wala yeye, aliyesema neno. Afisa wa serikali alitusogelea na kumwambia mama akapande kwenye basi. Alikuwa akienda kule ambako wizara iliwaandalia malazi, eneo la Gahanga, jirani na Kicukiro. Afisa alituambia tunaweza kulifuata basi. Nilimkabidhi mama kifurushi cha maua, na chokoleti nilizokuwa nimewanunulia watoto. Mjomba Gasana hakuonekana popote. Mugabo alinieleza kuwa aliondoka baada ya kufahamu Hagira amekamatwa. Sugira, mama yake, pamoja nami tulilifuata basi kuelekea Gahanga.

Wizara ya Wakimbizi na Warejeao ilikuwa imewapangishia nyumba nzuri ya wastani ilikuwa na samani zote ndani yake. Mama alikuwa mtulivu na mwenye wasiwasi. Niliweza kuyahesabu maneno yake. Alionekana kuogopa ile hali ya kuzungukwa na watu wengi. Sikuwa tayari kihisia kulala naye usiku kucha. Moyo wangu ulikuwa umechanganyikiwa wakati huo huo na mapenzi niliyokuwa nayo kwa mwanamke aliyekuwa mama yangu na hofu juu ya mwanamke aliyekuja kuwa. Sugira na mama yake walinipeleka hadi nyumbani kwa ba'mkubwa Kamanzi. Nilikwenda moja kwa moja chumbani kwangu na kujificha kitandani, nikiubana kwa nguvu mto wangu mwekundu. Nilihitaji kuhema kwa nguvu na kuumwagia maji kwa machozi yangu yote.

Nilipoamka, nilikwenda nyumbani kwa mama, lakini

maswali yote niliyokuwa nayo yaligoma kutoka kinywani mwangu. Mama hakuweza kuyaanzisha mazungumzo niliyokuwa nimeyasubiria kwa muda mrefu. Nililazimika kuvaa ujasiri na kuyaanzisha."

"Nilikukumbuka," nilisema.

"Nilikukumbuka pia," alijibu. "Ulizipata barua zangu?"

"Ndiyo."

"Sikuwahi kupokea majibu yako. Nilikuwa nahofu labda mjomba wako hakukufikishia hizo barua."

"Nilizipokea. Sikuwa najua nini cha kuandika na wapi pa kuanzia. Inabidi tuongee...kuhusu mambo mengi. Mama, nimekuwa yatima kwa takribani miaka kumi na mbili, pasipo kuwa na baba wala mama."

Machozi yalianza kutoka machoni kwake. Alitazama chini kabla ya kunigeukia.

"Nisamehe, mwanangu."

"Nikusamehe kwa lipi?" niliuliza.

"Ninaichukia ile siku niliyokuacha, wewe na baba yako, katika ule wakati mlionihitaji zaidi... nilikuwa nafikiria nini? Nisamehe. Tafadhali nisamehe."

"Mama, ninafahamu kwa nini ulituacha. Lakini sitoweza kuelewa kwa nini imekuchukua muda mrefu sana kurudi."

"Tafadhali nisamehe..."

Aliangua kilio tena na kuacha kuzungumza. Sote tukaomboleza.

"Mama, nyamaza basi," nilisema.

"Hapana, Karabo, ni wewe ambaye unatakiwa zaidi uyafute machozi yako. Machozi yangu hayaweza kamwe kuacha kunibubujika kutoka machoni mwangu. Nitavilipia vifo vya Kalisa na watoto wangu maishani mwangu mwote."

"Hapana, mama, hupaswi kujilaumu. Wewe hukuvisababisha vifo vyao. Wewe pia ulikuwa mhanga..."

Badala ya kumwuliza maswali yote niliyokuwa nayo,

nilimfuta machozi. Ilimuwia vigumu sana. Sikuwa na la kuongeza zaidi.

"Karabo, utanipeleka kwenye makaburi ya baba yako na dada zako?" aliniuliza.

"Ndiyo, tunaweza kwenda huko kesho."

Nilikuwa na majadiliano ya wazi na yaliyojaa hisia na mama. Nilimsimulia jinsi wanamgambo wa Kihutu walivyowaua baba na dada zangu, Fifi na Dudu, na namna nilivyopona mauaji hayo ya kimbari. Naye, alinisimulia madhila yote aliyoyapitia wakati wa mauaji ya kimbari dhidi ya Watusi na namna gani ndugu zake walimtendea ukatili kwa sababu tu aliolewa na Mtusi. Aliongea kwa tuo. Alisema, "Kuna wakati huwa naona nilipaswa kushiriki maumivu na Kalisa. Ningejisikia vibaya zaidi kama wanamgambo wa Kihutu wasingenitesa. Ningejisikia majuto zaidi ya ninavyojisikia leo. Nilitamani sana ningeshiriki kifo na mwanaume pekee niliyempenda... Labda Mungu alituponya kwa sababu. Tunapaswa kuishi kwa ajili ya Kalisa, Fifi, Dudu, na mtoto wangu aliyeuawa siku ya kwanza alipoliona jua."

Aliniambia alifurahi kuona ba'mkubwa Kamanzi alinitunza katika kipindi ambacho mama yangu mwenyewe alikuwa sawa na mfu.

"Ndiyo, nami ninamshukuru ba'mkubwa Kamanzi," nilisema. "Lakini sasa ni wakati wa mimi kupaa kwa mbawa zangu mwenyewe. Ninatafuta nyumba ili mimi nawe tuishi pamoja."

"Hapana, sikubaliani nawe," mama alijibu.

"Kwa nini?" niliuliza.

"Ninapaswa kwanza niwatafute watu watakaonisindikiza kwenda rasmi kwa Kamanzi kutoa shukrani zangu kwa kukutunza kama ambavyo baba angeweza kufanya."

"Mama, itakuwaje kama ba'mkubwa Kamanzi hataki kukukaribisha nyumbani kwake?"

"Atanikaribisha. Ondoa shaka."

"Mama, ba'mkubwa anawachukia Wahutu. Labda hujui..."

"Wanamgambo wa Kihutu walimwua baba yake na kumfanya yeye kuwa mkimbizi kwa miaka mingi ya maisha yake. Na kama haikuwatosha, walimwua kaka yake aliyempenda sana, baba yako Kalisa. Simaanishi kuwa anapaswa kuwachukia, lakini nataka kusema tunapaswa kuielewa huzuni yake. Huchukua muda kusamehe."

"Na wewe? Wanamgambo wa Kihutu hawakuwaua mumeo na watoto wako?"

"Hivyo ndivyo kwa nini ninayaelewa maumivu ya Kamanzi. Vyovyote vile, kitu pekee unachopaswa kukizingatia akilini mwako ni kuwa Kamanzi ni baba yako mkubwa. Unapaswa kumheshimu kwa kiwango kile kile ambacho ungemheshimu baba yako. Ninapaswa kumheshimu kama shemeji yangu; kimsingi, kwa Kinyarwanda anahesabiwa kama mume wangu mwingine."

"Mmmh? Sawa, nitakupeleka nyumbani kwake."

Nilipomtazama mama kwa macho yangu, sikuyaamini masikio yangu. Inaleta raha namna watu wasivyobadilika. Ingawa alionekana mtulivu na mwenye kuumizwa, bado mama alikuwa yule yule mwanamke mwerevu na mwenye msimamo. Usoni kwake kuliandikwa madhila mengi, na ngozi yake ilikuwa kavu. Sauti yake ilileta ujumbe wa huzuni na werevu. Hakuwa na furaha na maisha. Nilitamani alipuke, apige kelele, na aniambie alikuwa na huzuni na hasira kwa kiwango gani.

Siku mbili baadaye, kama nilivyokuwa nimemwahidi mama, tulikwenda kutembelea Kumbukumbu ya Mauaji

ya Kimbari ya Kigali. Sugira alitupeleka kwa gari la baba
yake. Tukiwa mbele ya kaburi la baba na dada zangu,
mama alijifunika kichwa na uso wake. Sugira alikuwa
amemshikilia. Aliweka shada la maua kwenye kaburi,
akapiga magoti, na kusema, "Kalisa, ninakusihi. Tafadhali
nisamehe. Nimekuomba msamaha wako kwa miaka
mingi. Tafadhali unisikie na kuniacha huru. Sasa ninajua
Mungu amekupokea kwenye ufalme wake wa milele na
kukupa nguvu ya mbingu ya kumlinda binti yetu Karabo.
Ninakushukuru."

Aliomboleza. Hatukuweza kumsaidia. Kisha mama
akaingia jengo la kumbukizi. Tulivitembelea vyumba vyote
vya kumbukumbu tukiwa kimya mno. Alionesha baadhi ya
picha na kusema, "Oneni hii."

Baada ya kutoka kwenye eneo la kumbukumbu, Sugira
alitupeleka nyumbani kwa b'mkubwa Kamanzi. Nilijiuliza
endapo ba'mkubwa Kamanzi ataamua kuwa mnafiki ama
angezitapika hasira zake zote kwa mama. Tulibisha hodi, na
Birungi ndiye aliyetufungulia.

"Karibuni. Huyu ni mama yako?" aliuliza.

"Ndiyo," nilijibu. "Mama, huyu ni Birungi, mke wa
ba'mkubwa Kamanzi."

"Nimefurahi kukutana nawe," mama alimwambia
Birungi.

Birungi alitukaribisha tuketi kabla hajaenda kumuarifu
ba'mkubwa Kamanzi. Alirejea baada ya dakika chache,
akaketi, na kuendelea kutazama runinga. Hakutuhudumia
vinywaji kama afanyavyo wakati wote kwa wageni wake
wengine. Baada ya dakika kumi hivi za ukimya mbele ya
runinga, hatimaye ba'mkubwa Kamanzi alitokea.

"Habari," alisema.

"Salama," mama alijibu. "Nimefurahi kukuona. Kalisa
alikuzungumzia sana."

"Ndiyo, Kalisa pia aliniambia sana kuhusu wewe," ba'mkubwa Kamanzi alijibu. "Alinitumia picha za harusi yenu, lakini unaonekana kubadilika sana. safari yako ilikuwaje?"

"Ilikuwa nzuri, lakini yenye kuchosha kidogo. Tulilazimika kuzuru Afrika yote kabla ya kuwasili Kigali."

Birungi aliinuka na kutuuliza tungependelea kunywa nini. Sote tulichagua chai. Niliwasubiria mama na ba'mkubwa Kamanzi waendelee na maongezi yao, lakini ukimya ukakitawala chumba.

"Tumetoka eneo la kumbukumbu kuweka maua kwenye kaburi la baba," nilimwambia ba'mkubwa Kamanzi.

"Umekwenda huko na mama yako?"

"Ndiyo."

Ba'mkubwa Kamanzi alitoa sauti ya *tss,* akamtazama mama kutoka vidole vya miguuni hadi kichwani, akachukua rimoti na kubadili chaneli ya runinga.

Mama akaweka kucha mdomoni, na kusema, "Rwanda ilipata misiba mikubwa."

"Unalitambua hilo?" ba'mkubwa Kamanzi aliuliza, kabla ya kunigeukia. "Karabo, mama yako yupo hapa. Anayo mengi ya kukueleza. Kwa nini alimuacha mume wake na watoto wake wauawe na ndugu zake mwenyewe?"

"Ba'mkubwa, tafadhali," nilijibu. "Tayari tumekwishalizungumzia hilo. Nilikuelezea kilichotokea."

"Karabo, nyamaza," mama alisema. "Hupaswi kuongea na baba yako mkubwa namna hiyo. Yupo sahihi."

"Yupo sahihi? Ki vipi?" niliuliza.

"Mama yako anapaswa kukwambia kwa nini Wahutu walimwua baba yako wakati alimwoa dada yao," ba'mkubwa Kamanzi alisema huku akitoa tabasamu la kejeli wakati akikunja miguu yake.

"Karabo, unaweza kutupa muda kidogo tafadhali,"

mama alisema. "Ninataka kuwa na mazungumzo binafsi na baba yako mkubwa. Nitazungumza nawe baadaye."

"Hapana, siendi kokote," nilijbu. "Chochote unachotaka kukisema, kiseme mbele yangu."

"Karabo ni mtu mzima," ba'mkubwa Kamanzi alisema. "Huna kitu cha kuniambia. Badala yake, zungumza na binti yako. Anayo haki ya kufahamu kwa nini ndugu zako wa Kihutu walimwua baba yake."

Mama aliyafuta macho yake na kuanza kuongea.

"Ndiyo, upo sahihi. Kama nisingemwacha Kalisa," mama alisema, akipambana na machozi yaliyokuwa yakimzuia kuongea. Kama mtu aliyekuwa akikaribia kuvunjika vipandevipande, alisema, "Kama ningekuwa nimebaki naye...labda nisingeweza kuwazuia wauaji, lakini angalau tungekuwa tumekufa pamoja, ama angekuwa amekufa akiwa amelala kifuani kwangu. Nilipaswa nibaki naye hadi kifo kama tulivyokuwa tumeahidiana."

"Mwanamke, tafadhali, yameze machozi yako," ba'mkubwa Kamanzi alifoka. "Kalisa alikupenda kwa moyo wake wote, lakini wewe...wewe ulimgeuzia mgongo kwa sababu...alikuwa Mtusi. Nina uhakika wauaji walitumwa nawe na kaka zako."

"Karabo anaweza kukwambia. Wale waliowaua walikuwa jirani zetu Biryogo, na wala siyo ndugu zangu. Lakini vyovyote vile, sina kitu cha ziada cha kukisema. Ni kwa Kalisa na watoto wetu tu ambako daima nitaomba msamaha. Nilipaswa kukataa kutoka nje ya ile nyumba. Nilipaswa kubaki nao."

Sauti ya mama ilikuwa kama vile huzuni na hasira vilikuwa vikigombana kooni kwake.

"Tafadhali, acha kuongea ujinga," ba'mkubwa alisema. "Unaongea utadhani mwuaji mwingine aliyewaomba watu aliowaua kuletwa kama mashahidi mahakamani. Ni ukatili

mkubwa sana kutoka kwenu... Hapana, inaumiza sana.
Mwanamke, toka nyumbani kwangu. Tafadhali."

Ba'mkubwa Kamanzi aliinua na kutuacha sebuleni
kwake. Birungi alituleta vikombe viwili vya chai. Nilitaka
kumwambia mama asiinywe chai hiyo, lakini alimshukuru
Birungi na kuanza kuinywa kama vile hakuwa amemkasirikia
kabisa ba'mkubwa Kamanzi.

"Mazungumzo yangu na Kamanzi yalikuwa mafupi,"
mama alimwambia Birungi. "Tafadhali, nifikishie shukrani
zangu kwake. Ninawashukuruni sana kwa kuwepo kwa ajili
ya Karabo kama wazazi wake."

"Nitamwambia," Birungi alisema.

"Ahsante. Nitapanga siku ambayo nitakuja rasmi kutoa
shukrani zangu," mama aliongeza.

"Hapana, haitokuwa muhimu," Birungi alijibu.
"Hatukufanya chochote cha kipekee."

Baada ya kunywa chai, mama hakuinuka kwa ajili
ya kuondoka. Nikamkumbusha anapaswa kupanda basi
la mwisho kwenda Gahanga, *nilimdanganya*. Aliomba
aseme kwa heri kwa ba'mkubwa Kamanzi, lakini Birungi
alimwambia tayari ba'mkubwa alikwishaondoka nyumbani.
*Alikuwa chumbani kwake lakini hakutaka kuzungumza na mama
tena.*

"Mama, unaelewa sasa?" nilimwuliza mama baada ya
kuondoka nyumbani kwa ba'mkubwa Kamanzi. "Natakiwa
kuihama hii nyumba. Kama hutaki nije kuishi nawe,
nitatafuta sehemu nyingine kwa ajili yangu."

"Hapana, nimekwambia hapana. Baba yako mkubwa
si mtu mbaya. Nina uhakika kila kitu alichokisema leo,
angekisema vile vile mwaka 1978 wakati kaka yake Kalisa
akiniposa."

"Kwa nini?" niliuliza.

"Ndugu zako upande wa baba yako wanawalaani

Wahutu kwa magumu yote waliyoyapitia tangu kuuawa kwa baba yao mwaka 1963. Makovu moyoni mwa Kamanzi yametoneshwa kwa kuona kwamba, miaka thelathini na moja baada ya kifo cha baba yake, Wahutu walimwua kaka yake Kalisa na ndugu zake wengine wengi."

"Anapaswa kujua kaka yake aliyekuwa akimpenda alikuwa mumeo."

"Atajua tu. Lakini kwa wakti huu, hii ni vita yangu, siyo yako. Kamanzi ni baba yako mkubwa. Sitokuruhusu kamwe umvunjie heshima."

Nilitaka kumjibu, lakini sikuweza kupata maneno sahihi ya kusema. Nilishindwa kuelewa kwa nini hakuwa amemkasirikia ba'mkubwa Kamanzi. Nikahamishia mlengo wa mazungumzo yetu kwa familia yake mwenyewe.

"Unaweza kuniambia kitu hicho hicho kuhusiana na kaka yako Gasana? Tafadhali usiniambie nimpende na kumheshimu kama mjomba wangu."

"Ndiyo. Sitokuruhusu kamwe umvunjie heshima."

"Mama, moyo wa mjomba Gasana una kiza na umejawa chuki. Usiniambie unamwelewa pia."

"Mpendwa wangu, sitoitetea chuki, lakini ninajua mioyo ya baadhi ya watu imeumizwa na akili za baadhi zimechanganyikiwa... Ninachoweza kusema tu ni kwamba mjomba wako Gasana pia anastahili mapenzi na heshima yako. Lakini unapaswa kufahamu hana tofauti kabisa na kaka yake Rwasibo, aliyemwua mtoto wangu."

"Ki vipi? Naye ni mwuaji? Alishiriki mauji ya kimbari?"

"Hapana, sikuwahi kumwona akimwua mtu," mama alijibu. "Hakuwepo Rwanda mwaka 1994. Lakini anafikiria Wahutu wanazo sababu za kuwachukia Watusi."

"Kwa hiyo, familia yako yote ni Wahutu wenye msimamo mkali, ndiyo?"

"Hapana. Baadhi ya ndugu zangu wanawalaumu Watusi

kwa kila kitu Wahutu walikipitia kabla na wakati wa ukoloni. Lakini wapo wengi wanaofahamu hakuna uthibitisho wa uhalali wa namna Watusi walivyouawa na kutengwa katika miaka yote iliyofuatia mapinduzi ya Kihutu. Hakuna kitu na hakuna mtu atakayethibitisha kamwe uhalali wa mauaji ya kimbari dhidi ya Watusi."

Nilikuwa na maswali mengi zaidi ya kumwuliza mama kuhusu Rwanda, Kongo na dunia kwa ujumla, lakini nilikuwa na mengi ya kuyatafakari kwa siku hiyo. Nilimsindikiza hadi alikokuwa akiishi Gahanga na kurudi na basi hilo hilo.

Niliungana na ba'mkubwa Kamanzi sebuleni. Aliniuliza ninafikiria nini juu ya mazungumzo yake na mama.

"Nilikwambia kilichotokea mwezi Aprili 1994. Mama hana lolote la kufanya na watu waliowaua baba na dada zangu. Na kama unataka kufahamu kwa nini hakurudi Rwanda hapo kabla, unapaswa kupata muda wa kumsikiliza. Atakusimulia juu ya madhila ya kusikitisha aliyoyapitia na Wahutu unaowaita ndugu zake. Ninakusihi usimlaumu kwa kifo cha baba. Inamwumiza sana moyo wake."

"Sawa. Nisamehe kwa kuongozwa na huzuni yangu. Jambo zuri ni kwamba mama yako amerudi. Ulimkumbuka, nadhani."

"Ndiyo. Nili..nimemwomba ahamie nami nyumba nyingine. Lakini amenikatalia. Amesema anapaswa kuja na kutoa shukrani zake kwa yote uliyonifanyia."

"Kama ningeweza, nisingekuruhusu uondoke nyumba hii. Ni nyumba yako. Mama yako ni mtu wa desturi sana. Umesema anataka kuja kunipa shukrani zake?"

Tabasamu lake usoni na tabia yake vilinichanganya zaidi. Tukapata pamoja chajio kabla ya kwenda kulala.

Ilipotimu Desemba 25, 2005, Sugira alinisindikiza kwa mama tukasherehekee naye Krismasi. Alikuwa ameandaa chakula changu nikipendacho, ikiwa ni nyama, kisamvu na pilau. Saa kumi na mbili jioni, tulimuaga. Baada ya kuwasha gari, Sugira aliniambia ana habari njema.

"Habari njema?" niliuliza. "Tafadhali, niambie."

"Hapana, sitokwambia. Nitakuonesha."

"Sawa. Nioneshe."

"Kuwa mpole."

Tulipita katikati ya jiji. Alinishika mkono wakati tukizipandisha ngazi za jengo la kijivu mbele ya ofisi ya posta. Alitoa ufunguo kutoka mfukoni mwake na kusema: "Tumefika. Ninakuonesha ofisi yangu mpya."

"Eh? Ofisi yako mpya? Utafanya nini kwenye hii ofisi?" niliuliza.

Aliniambia baba yake alimpa fedha kuanzisha biashara ya ujenzi. Nilimpongeza kwa busu la haraka.

"Bado sijamaliza kukuonesha," aliongeza.

"Mishituo mingine?" niliuliza.

"Ndiyo, wacha turudi kwenye gari. Tunakwenda kuisherekea Krismasi yetu wawili."

Aliwasha gari na kuendesha kuelekea GrayStyle, hoteli ya nyota tano. Tulipanda lifti. Hofu ilinivunja mifupa. Sugira alikuwa akinipeleka kwenye chumba cha hoteli? Tulikwenda hadi ghorofa ya juu iliyokuwa na giza. Sikuweza kumwona Sugira kwenye kiza kile. Nilipiga kelele kuomba msaada. Sauti za muziki ziliimba kwa Kinyarwanda wimbo uliotafsirika kama: "Mvua huja lakini hukoma kuuruhusu udongo kukauka tena, jua humulika lakini hutokomea tena kuupa njia wakati wa usiku, lakini mapenzi yangu kwako ni kama mvua isiyokoma na jua linalowaka milele." Taa zikawashwa, na Sugira alikuwa amepiga magoti mbele yangu akiwa na pete ya fedha.

"Karabo wangu, ninataka kuishi moyoni mwako nawe moyoni mwangu milele. Utaolewa nami, tafadhali?"

Nilitaka kukimbia lakini sikujua njia ya kwenda. Ndiyo, nilikuwa nimekubali kujaribu kuwa mpenzi wa Sugira, lakini ilikuwa mapema mno kuzugumzia ndoa.

"Sugi... Sugira..."

"Karabo, tafadhali."

"Ndiyo... Nasema ndiyo."

Alinivalisha pete kidoleni, na mhudumu wa hoteli alifungua shampeni. Sugira aliiweka bilauri yake mdomoni mwangu nipinge funda, nami nikafanya hivyo kwake. Midomo yetu ikakutana, tulipokuwa tukibusiana, waimbaji wakawa Frederic François wakiimba, "*Mon coeur te dit je t'aime, il ne sait dire que ça...*" Nilishindwa kujizuia. Nyimbo za Kifaransa hazikuwa utambulisho wa Sugira, bali Shema. Sikuweza kufikiria nizicheze nikiwa kifuani kwa mwanaume mwingine. Sugira aliniona nilivyokosa raha, akanishika mkono, na kunirudisha kitini kuketi. Akaniambia zaidi juu ya Mipango yake. Alitaka tufunge ndoa kabla ya mwisho wa mwaka 2006.

"Kabla ya mwisho wa mwaka ujao?" niliuliza. "Sidhani kama tutakuwa tayari wakati huo."

"Kwa nini tusiwe?"

"Kwa mfano, ninatakiwa nimtafutie mama mahali pa kuishi. Hawezi kuendelea kuishi kwenye makazi ya muda mfupi waliyopewa na serikali."

"Bila shaka," alijibu. "Hilo linaonekana rahisi sana."

"Kwa kuongezea, tunapaswa kujipa muda wa kuimarisha msingi wetu kabla ya kuanza kuzungumzia harusi."

"Hilo ni rahisi sana. Unataka nikuoneshe nina kiasi gani kwenye akaunti yangu," Sugira aliuliza.

"Sugira, siyo suala la pesa," nilijibu.

"Lakini unaniambia kuhusu kumtafutia mama yako

mahali, na kuwa tayari kifedha kabla ya harusi yetu. Si ndiyo?"

"Hapana. Nimesema tunahitaji kujipa muda wa kufahamiana vizuri kabla ya kupanga tarehe ya harusi yetu. Sawa?"

"Kufahamiana?"

"Ninamaanisha, posa yetu inatakiwa muda zaidi. Ndoa siyo kitu cha masihara."

"Sawa. Jipe muda wote unaoutaka kunisoma. Mimi sihitaji hata sekunde zaidi kujishahiwishi kuwa wewe ndiye ambaye Mungu amemuumba kuwa mama wa watoto wangu."

Nilisubiri kwa hamu kuondoka eneo hilo. Tukala, tukanywa lakini moyo wangu haukuwa hapo pamoja nami.

Niliporejea nyumbani, nilikimbilia chumbani kwangu. Nilikuwa na maswali mengi ya kuuuliza mto wangu mwekundu. Siwezi kuwa mke wa Sugira. Niliyahitaji mapenzi yake, lakini siyo mikono yake mwilini mwangu. Utu wangu wote uliogopa kumshirikisha Sugura uanamke wangu.

Sikuweza kumwambia mtu yeyote juu ya kuvalishwa pete ya uchumba na Sugira. Aliwaambia wazazi wake na walinipigia kunipongeza. Akilini mwangu, nilikuwa bado nikijaribu kumfanya mwanaume wangu. Mama hakuhitaji kufahamu kuna kitu kinachoendelea baina yangu na Sugira, ilhali moyo wangu ulikuwa ungali wa moto kwa Shema.

———➤

Nilirejea kazini tarehe 5 Januari 2006. Ofisini, mkurugenzi alinitaarifu angependa kuishirikisha jamii simulizi yangu ya namna nilivyompata mama yangu kupitia runinga. Nilikataa. Alinisisitiza kuwa ushuhuda wangu ungewasaidia wanawake wengi wanaopitia madhila yanayofanana na aliyoyapitia mama. Nikamwambia ninapaswa kwanza kuomba ridhaa ya mama kabla ya kuiweka simulizi yake hadharani. Haikuwa rahisi kwa mama. Lakini alikubali.

Ilipitimu Januari 12, 2006, nilikuwa kwenye kituo cha runinga cha HPC nikisumulia simulizi ya mama. Mtangazaji alitaka kufahamu taarifa kwa kina. Aliniuliza namna familia yangu ilivyouawa wakati wa mauaji ya kimbari dhidi ya Watusu na jinsi mama alivyotuacha. Nilisimulia juu ya kadhia iliyoikumba familia yangu wakati wa mauaji ya kimbari, machungu yaliyofuatia, chuki niliyokuwa nayo dhidi ya Wahutu, ikijumuisha mwanamke niliyemwita mama.

"Ulimchukia mama yako hadi siku uliyokutana naye?" aliuliza.

"Hapana. Mambo yalikuwa yamebadilika. Ingawa nilikuwa na maswali mengi yasiyo na majibu, nilikuwa nikimwonea huruma kwa yale aliyokuwa ameyapitia kwenye kambi za wakimbizi."

"Aliyapitia mambo gani?"

Nilimsimulia juu ya shida alizopitia mama. Nikaongea kwamba baada ya kukutana na mama, niliweza kuelewa kulikuwa na ugumu kiasi gani kwake kuachana na Wahutu wenye msimamo mkali waliomfanya mateka wao.

Waandishi wa habari hufanya utafiti wao kabla ya mahojiano.

"Ulikuwa na mchumba ambaye aliachana nawe kwa namna ya kikatili sana baada ya kufahamu mama yako alikuwa Mhutu. Ungependa kutusimulia juu ya hilo?" aliuliza.

"Hapana. Siwezi kuzungumzia hilo," nilijibu. "Sikuwa na mchumba."

"Ninamaanisha mpenzi wako. Hukupigwa wewe na mpenzi wako baada ya kufahamu kuhusu mama yako?"

Ilinichukua sekunde kadhaa kabla ya kulijbu swali hilo. Kila kitu kilikuwa kikirushwa mubashara, na sikutaka kusema uongo.

"Ndiyo, nilikuwa na mpenzi... Hapana... Ninamaanisha, kulikuwa na mwanaume niliyekuwa nikitoka naye. Sina hakika kama alinipenda kiasi nilichokuwa nikimpenda. Vinginevyo, asingekuwa amenifanyia vile alivyonifanyia."

"Bado unampenda? Mliweza kupata muafaka?"

"Ni... Mmmh... Hapana. Hatukufanya mapatano. Tuliachana. Tayari sasa ninatoka na mtu mwingine."

"Itakuwaje endapo atakurudia kukuomba msamaha?"

Huku nikiwa nimekwama na kitu kooni, nilisema, "Maudhui ya mahojiano yamebadilika? Nimekuja hapa kusimulia hadithi ya mama yangu, na si simulizi yangu ya mapenzi. Niambie kama umemaliza mahojiano."

"Hiki ni kipindi cha runinga kuhusiana na masuala ya jinsi na ukatili dhidi ya wanawake. Ndiyo sababu ninavutiwa kufahamu ni kwa namna gani ulishambuliwa na mpenzi wako."

"Niliyoyapitia yanatofautiana na aliyoyapitia mama. Tafadhali zingatia madhila aliyoyapitia mama. Sipendi kuyazungumzia yangu."

"Sawa."

Nilimwambia mtangazaji kuwa madhila aliyoyapitia mama yalinifanya kuelewa vema ni kwa namna gani msiba wa taifa letu umewaathiri wanawake wengi katika ulimwengu unaotawaliwa na wanaume.

Baada ya dakika chache, alihitimisha mahojianao. Nikaondoka studio hapo. *Nilikuwa chizi kumzungumzia Shema runingani,* niliwaza. Sikutaka kumtengenezea taswira kama mtu mtesaji; hapana, hakuwa. Sekunde ile ile niliyoingia kwenye gari la ofisi, simu yangu iliita. Sikuitambua namba.

"Haloo," nilisema.

"Karabo, ni nani aliyekuruhusu kunizungumzia kwenye televisheni?" aliuliza.

"Hee, kwani nilikutaja jina lako?"

"Unataka kumaanisha hukunizungumzia mimi?"

"Shema, unataka nini kutoka kwangu? Wewe hukunizungumzia mara ya mwisho ulipokuwa kwenye runinga?"

"Ndiyo, nilimzungumzia msichana ninayempenda. Lakini wewe...umemzungumzia mtesaji wako, kabla ya kuongeza eti sasa una mahusiano na mwanaume mwingine. Ninaweza kumfahamu?"

"Hayakuhusu. Kama ni ulinipenda kiukweli, bado tungekuwa pamoja. Nani aliyeuvunja uhusiano wetu? Siyo wewe? Kwa hiyo ulinificha kwenye sanduku mahali ambako wanaume wengine wasingeweza kuniona?"

Alikuwa kimya simuni kwa nukta kadhaa. Nilimsikia akihema.

"Karabo, ningali nikikuhitaji," alisema. "tafadhali, nipe sekunde nikwambie neno moja."

"Mhuu?"

"Ninakutaka. Nina hakika, ingawa unajifanya, ungali ukinipenda pia."

"Hapana, tulikwishaachana."

"Vipi kuhusu ahadi zako? Uliniahidi kunipenda milele, haijalishi nataka ama la. Lakini hiyo siyo sababu ya mimi kukutaka. Nina tatizo, nawe ndiye mtu pekee anayeweza kunisaidia. Tafadhali, usiseme hapana. Njoo nyumbani kwangu kwa dakika chache leo usiku. Ninaishi Kacyiru. Ondoa shaka."

"Sawa, baada ya saa za kazi," nilisema.

Ni kwamba tu alikuwa amebonyeza kitufe kwenye rimoti yake kunifanya nipoteze mantiki ya kila kitu. Nikiwa na pete ya uchumba kidoleni kwangu, akili yangu ilinishawishi Shema hatothubutu kunishika. *Labda ana matatizo. Labda anahitaji msaada wangu,* niliwaza.

Saa zilikwenda haraka. Ziliposalia dakika tano kutimu saa kumi na moja jioni, simu iliita.

"Haloo," niliipokea.

"Mpenzi wangu, bado upo kazini?" Sugira aliuliza.

"Ndiyo."

"Ninaweza kuja kwa ajili yako?"

"Hapana."

"Kwa nini, mpenzi?"

"Bado nina kazi ya kuimalizia...na mama ameniagiza mahali baada ya kazi."

"Ninaelewa. Unaonaje nikikupeleka huko unakotaka kwenda?"

"Hapana, usijisumbue. Nitachukua teksi."

"Sawa."

Sawa yake ilitoka kwenye nafsi iliyohuzunishwa. Inawezekana Sugira alitambua ninamficha jambo.

Nilielekea Kacyiru. Nikiwa mbele ya majengo ya mawaziri, nilimpigia Shema. Alinielekeza nyumba iliyokuwa karibu na kituo cha mafuta barabara ya Kinamba. Nilipokelewa kwa mshangao wa nyumba yake iliyokuwa kubwa yenye nafasi ya kutosha, nzuri na yenye kupambwa vilivyo. Mapazia yenye mchanganyiko wa rangi za kahawia na dhahabu, samani za mbao, zulia lenye rangi za kahawa na ndovu, hapo sijataja vyombo vya kuwekea maua na mapambo mengine. Shema alikuwa amebadilika na kuwa mtu mwingine kabisa. Alinipa mkono kunisalimu na kunibusu shavuni. Nilipigwa shoti ya umeme mwilini mwangu, lakini nikiapia kuuweka umbali. Akanikaribisha kuketi kitini.

"Karibu. Nimefurahi kwa kukubali kwako mwaliko wangu. Ungependa kunywa nini?"

"Maji," nilijibu.

"Maji?" aliuliza. "Maji ya aina gani?"

"Maji tu."

Aliniletea. Shema alikuwa mahiri wa sanaa ya kuyaghasi maisha yangu. Alikuwa amevalia kaptula ya polo na vesti nyeupe. Sikuweza kuiweka miguu yangu ikatulia kila macho yangu yalipotua kwenye kifua chake. Ili kuichochea hali, naye alikuwa akitengeneza mazingira zaidi kila aliponiona kuhangaika. Nilijaribu kuyaficha macho yangu ili yasiyaone meno yake meupe yaliyopangana vema kwenye fizi nyeusi.

"Kwa nini unakuwa kama mgeni kwenye nyumba hii," aliuliza.

"Kwa sababu mimi ni mgeni."

"Karabo, tafadhali."

"Shema, unadhani wewe ni nani? Unadhani unaweza ukaniita nyumbani kwako, ukatabasamu kana kwamba hakuna kitu chochote kilichotokea baina yetu, na kunifanya nisahau kila kitu? Ninaweza kufahamu kwa nini umeniita?"

"Nilikukumbuka," alijibu.

"Hiyo ndiyo sababu ya kuniita hapa?"

"Hiyo ni moja ya sababu?"

"Sawa, niambie hizo sababu zingine. Uliniambia una tatizo. Ni tatizo gani?"

Shema alibadili kiti na kuungana nami kwenye kochi.

"Karabo, nimekuita hapa nyumbani kwangu kwa sababu ninadhani ndipo tunapoweza kuongea kwa uhuru. Ninataka... Ningependa kukuomba msamaha. Tafadhali nisamehe kwa kile nilichokufanyia. Ninajutia sana."

"Msamaha?"

"Ndiyo, ninamaanisha. Tafadhali, nisamehe kwa wehu wangu. Simulizi uliyoifanya kwenye kipindi imenifanya nipoteze fahari yangu kama mwanaume."

"Unaniomba msamaha kwa sababu ya hizo simulizi?" niliuliza.

"Hapana. Ninamaanisha...hadithi ya mama yako imeniumiza kichwa. Kuna siku moja ulitaka kuniambia kuhusu mama yako, lakini uchizi wangu haukuniruhusu kukusikiliza."

"Na leo? Uchizi wako umekwisha?"

"Karabo, tafadhali nisikilize. Niliacha kuvuta bangi. Sinywi tena. Maisha yangu yamebadilika. Ninajaribu kuwa Shema yule uliyekuwa ukinitia moyo niwe. Ninawiwa nawe kila kitu."

Shema alikuwa akinisogelea zaidi. Mwili wangu ulikuwa tayari unamsamehe kabla hata akili na roho yangu havijakitafakari alichokisema.

"Shema, ni sawa, nilikusamehe," nilisema baada ya kunywa funda la maji ili kuulainisha mdomo wangu. "Lakini mahusiano yalikwisha baina yako nami."

"Ninakushukuru," alisema. "Ni kweli kuwa sasa unatoka na mwanaume mwingine? Umevaa pete..."

"Hee! Pete? Ndiyo."

"Ninaelewa. Lakini Karabo, weka akilini kuwa ninakupenda na nitakupenda daima... Tafadhali niambie utanipenda kama ulivyoniahidi."

Macho yake yaliganda kwangu kana kwamba yanasubiri majibu yangu. Midomo yetu ilitiwa gundi baina yetu. Waya wa umeme ulinitetemesha mwili mzima. Niliyanyonya mate ya mwanaume pekee aliyejua kunizuzua vema. Akaipeleka mikono yake kwenye nywele zangu. Nilipoteza uelewa wa kilichokuwa kikiendelea. Niliulegeza mwili wangu na kumwacha afanye kile alichotaka kuufanyia. Tulifanya mapenzi kana kwamba ndiyo tunafanya kwa mara ya kwanza. Nilimwita majina yake yote na akanipa ng'ombe ambao sikuwa nao. Nilipiga kelele utadhani nilikuwa mama wa watoto wanne. Baada ya kufika kileleni, alikivuta kitambaa kilichokuwa kimezungushwa kwenye kochi, na kuifunika miguu yangu. Alicheza nyimbo za Kifaransa na kukilaza kichwa changu mapajani kwake. Tulibakia kimya hadi saa nne usiku. Nikamsihi aniruhusu niende.

"Karabo, ninapaswa kufanya nini ili unisamehe?"

"Hakuna kitu. Shema, ninakuchukia," nilijibu.

"Una uhakika?"

"Ndiyo. Kwa nini umenifanya nifanye hivi?"

"Mmmh? Hukupenda? Karabo, ninakupenda. Sema hunipendi. Utakuwa uongo."

Niliuficha uso wangu kwa mikono. Ilikuwa ni siku chache tu tangu nimkubalie Sugira ombi lake la kunioa. Nilijichukia namna nilivyokuwa msichana mbaya mwenye kumdanganya mpenzi wangu.

"Karabo, una mchumba, siyo mume. Unaweza kubadilisha mawazo yako wakati wowote."

"Hapana, siwezi. Ananipenda sana."

"Na wewe? Unampenda pia?" aliuliza.

"Ndiyo, ninampenda."

"Macho yako hayakubaliani na mdomo wako. Karabo, kama unaolewa na mtu usiyempenda, litakuwa kosa baya zaidi la maisha yako."

"Na vipi kuhusu kumpenda mwanaume asiyenipenda? Itanifanya kuwa sahihi?"

"Karabo, ninakupenda. Lakini kwa sasa, hatuzungumzii kuhusu mimi, lakini wewe. Ninaelewa kuwa hupo tayari kunipa nafasi nyingine, lakini tafadhali usijitupe kwa mwanaume usiyempenda."

"Niache nifanye ninachokiona sahihi. Tafadhali, sahau

kilichotokea baina yetu jioni hii. Lilikuwa kosa. Haitokaa itokee tena. Nimechumbiwa na hivi karibuni, nitaolewa na mwanaume anayenipenda."

"Hebu kwanza, ni nani huyo mwanaume anayetaka kukuoa?"

"Unamfahamu. Sina kitu cha kukwambia juu yake."

"Usiniambie ni yule jamaa uliyesoma naye..."

"Tafadhali... Sitaki kuliongelea hilo."

"Karabo, unaolewa na Mhutu? Kwa nini?" Shema aliuliza.

Chuki ya Shema dhidi ya Wahutu ilikuwa ingali mbichi kama ndiyo kwanza inaanza. Nilijutia kujiachia mikononi mwake.

"Unasema nini? Kwa hiyo bado una chuki dhidi ya Wahutu?" niliuliza.

"Hivyo sivyo nilivyosema. Karabo, Wahutu waliitendea familia yako yasiyoelezeka; tafadhali, usioelewa na Mhutu."

"Sawa. Kwa hiyo, unapendekeza nioelewa nawe, Mtusi unayenichukia kwa sababu mama yangu ni Mhutu?"

"Ni tofauti. Mama yako pia aliteswa na kuumizwa na Wahutu, licha ya ukweli walikuwa ndugu zake. Nimekuomba msamaha. Kutoka kwenye sakafu ya moyo wangu, nisamehe. Karabo, ninakupenda. Sitojali kama mama yako ni Mtusi ama Mhutu. Kwangu mimi, wewe ni Mtusi na mhanga wa mauaji ya kimbari."

"Kunipenda mimi ni jambo moja, lakini kunikubali mimi ni mtu wa namna gani ni jambo jingine. Unapaswa kuelewa maisha yangu yanahusiana kwa namna moja ama nyingine na wote, Watusi na Wahutu. Kama unachagua kuyashiriki maisha nami, unapaswa kujiandaa kuwakaribisha nyumbani kwako ndugu na rafiki zangu Wahutu. Kabla hujaelewa kwamba... Siwezi kuwa na mahusiano nawe."

"Lakini nimekusihi, usiolewe na Mhutu usiyempenda, kwa sababu unafikiria atakukubali vile ulivyo."

"Nimekwambia ninampenda. Tafadhali, nisindikize. Ninakwenda nyumbani."

Shema alibaki kimya na akaenda chumbani kwake kubadili nguo. Tukatoka nje ya nyumba yake. Akanifungulia mlango wa gari lake kubwa alilolinunua na kuniambia nipande ili anipeleke nyumbani. Hatukuzungumza njia nzima hadi tulipofika Kiyovu, nyumbani kwa ba'mkubwa Kamanzi. Shema akausogelea mdomo wangu haraka na kunipa busu la kwa heri. Nilitaka kumgomea lakini alinishika kwa nguvu kwa takribani dakika tano.

"Ninakupenda," alisema.

Sikumjibu. Nilishuka haraka kutoka garini na kukimbilia chumbani kwangu. Nilioga maji ya moto ili niondokane na harufu ya Shema. Nililia, nilijitukana kwa kufanya mapenzi na Shema ilhali nimechumbiwa na Sugira. Nilijikemea usiku kucha, nikijaribu kumwondoa Shema kwenye ndoto zangu.

16

Niliamka kesho yake asubuhi. Simu yangu ikiwa bado mkobani, kulikwa na simu nane kutoka kwa Sugira ambazo hakizupokelewa. Sikuwa najua nini cha kumwambia. Kwenye saa nne asubuhi, alinipigia tena. Nilimwambia niliisahau simu yangu ofisini usiku wa jana yake.

"Una ratiba gani leo usiku? Ninaweza kuja kukupitia?" aliuliza.

"Ndiyo," nilimjibu.

Macho yangu hayakutaka kukutana na macho yake, lakini sikuwa na chaguo kama kweli nilitaka kuyasimimamia maamuzi yangu ya kumsahau Shema na kuyafuata maamuzi ya kichwa changu. Sugira alikuwa mchumba wangu, na ilikuwa hivyo. Siku haikuwa ndefu. Gari lake lilisimama nje ya mlango wa ofisi yangu, alishuka garini na kunipa busu la salamu, akanifungulia mlango na kunikaribisha nipande.

"Mama ametualika kwa ajili ya chakula cha jioni," alisema. "Bila shaka huna ratiba zingine."

Moyo wangu uliruka mapigo kufahamu hekima ya mama yake ingeweza kusoma kitu kutoka usoni kwangu.

"Kwa nini tusiende Jumamosi ijayo?" nilisema.

"Hapana, Karabo, tafadhali, usinikatalie. Jana, nilikupigia bila mafanikio kabla sijaukubali mwaliko wake. Sikutaka kumwambia sikukupata kwenye simu. Niwie radhi. Nimemwambia leo utakuwepo."

"Sawa, twende."

Tulikwenda nyumbani kwao. Mama yake alikuwa ametuandalia Nyama iliyopikwa na kisamvu. Kulikuwa pia na wali uliokolea viungo na viazi vitamu, na kama haikutosha, aliongezea maharage yaliyochanganywa na mabiringanya. Mama yake Sugira alikuwa mwanamke mkamilifu. Kuna wakati nilijiuliza endapo Sugira asingeutarajia ukamilifu kama huo baada ya ndoa yetu. Kabla hatujakaribishwa kwenye meza ya chakula, shangazi yake Sugira na watoto wake waliingia. Kamana aliwakaribisha.

"Huyu ni Karabo, mkwe wetu, mchumba'ake Sugira," baba yake Sugira alisema.

"Ni baraka kubwa kwa familia yetu," Gatarina alisema. "Karabo si tu ni mkwe wetu. Ni kama binti yangu kabisa."

Shangazi alinikumbatia na kusema, "Utakuwa umesahau kutaja kitu kimoja. Uzuri wake umepitiliza kuliko kitu chochote kinachoweza kupatikana humu duniani."

Tukiwa mezani, nilifanya vitu vya ajabu. Kwanza, niliigonga bilauri ya maji ya shangazi yake Sugira na kuiolowesha meza yote. Kama haikuwa imetosha, nilipotaka kuongeza chumvi kwenye chakula changu, nilimwagia chumvi zaidi kwenye sahani yangu. Ikambidi mama yake Sugira aniletee sahani nyingine. Macho yao yalinitia Kiwewe. Sikuwa na majibu ya maswali yao mengi. Kila mmoja alijadili kuhusiana naa ndoa yangu na Sugira, na kwamba amefanya chaguo zuri sana. *Ni kweli mimi nilikuwa chaguo zuri kwa Sugira?* Moyo wangu haukutulia nao.

Dakika chache baada ya chakula, niliwatakia usiku mwema, na Sugira alikwenda kunishusha nyumbani kwa ba'mkubwa Kamanzi, Kiyovu. Nilimbusu haraka kumtakia usiku mwema na kuingia ndani ya nyumba.

Nikiwa chumbani kwangu, nikaipiga namba ya mamaa.

"Karabo, kila kitu kipo sawa? Kwa nini unanipigia usiku kama huu?"

"Nitakuja nyumbani kwako kesho," nilisema. "Ninataka kuongea nawe."

"Sawa. Nitakuwepo nyumbani. Bila shaka kila kitu kipo sawa."

"Ndiyo, nipo sawa."

Baada ya kazi, kesho yake, nilikwenda nyumbani kwa mama. Sikuweza kulifanya ombi la Sugira kunioa kuendelea kuwa siri. Ilikuwa muhimu sana kwangu suala la ndoa yangu na Sugira kuhitimishwa mapema iwezekanavyo ili Shema asahau kabisa kuhusu mimi. Nikiwa nyumbani, wadogo zangu walikuja kunisalimia kwa bashasha hasa nyusoni kwao.

"Karibu, Karabo," mama alisema. "Tumsifu Yesu Kristo."

"Milele, Amina," nilijibu.

Alinipa kikombe cha maziwa.

"Nini kinakughasi? Niambie."

"Mama, nipo sawa," nilijibu. "Lakini nina jambo muhimu la kukwambia."

Nilimwelezea maana ya pete iliyokuwa kidoleni kwangu. Alifurahi sana.

"Ndiyo yule mvulana aliyesherehekea nasi Krismasi? Mwanaume mwenye kujielewa sana yule. Bikira Maria amejibu sala zangu."

"Hee? Uliombea hilo?" niliuliza.

"Nilimwomba Mungu anipe nafasi ya kuwa pembeni yako siku ya harusi yako. Ameyajibu maombi yangu. Lakini kuna tatizo—"

"Tatizo?"

"Baba yako mkubwa. Tunapaswa kumwambia. Anatakiwa kusimama nafasi ya baba yako."

"Sidhani kama ni jambo la haraka kumwambia. Tutaongea naye siku nyingine."

"Hapana, anapaswa kujua. Hatuweza kufanya jambo lolote pasipo baraka zake. Lakini jambo la kwanza ninatakiwa kwenda kumpa shukrani zangu kabla sijazungumzia mambo ya harusi."

"Umeshasahau namna alivyokuongelesha ile mara ya mwisho? Unadhani atakupokea na hizo shukrani zako? Mama, nashindwa kuelewa kwa nini huelewi mambo yamebadilika Rwanda."

"Nitaongea naye. Niachie mimi hiyo kazi."

"Hapana, mama. Nitapaswa kuongea na ba'mkubwa Kamanzi mimi mwenyewe."

Kama alitaka ama la, nilijua ninatakiwa kuongea na ba'mkubwa Kamanzi. Mama hakuwa na akielewa baada ya mauaji ya kimbari mambo yalibadilika. Utengamano wa kijamii ulikuwa umecharangwacharangwa. Alikuwa akiamini ba'mkubwa Kamanzi anatakiwa kuwa na mamlaka kwenye ndoa yangu kama mwakilishi wa baba yangu. Ndiyo, ba'mkubwa Kamanzi alinipa ruhusa ya kuwachagua rafiki zangu, wawe Wahutu ama Watusi, lakini sikutaka kuwaza akiwaalika rafiki zake waje kuhudhuria harusi ambayo wake zake watakuwa Wahutu, hapo sijamtaja mwanamke wa Kihutu atakayepaswa kuketi naye pamoja kama mkewe, kama ilivyotafsirika kitamaduni. Nilimpa mama fedha niliyokuwa nimemletea, lakini sikumwambia nilikuwa nikitafuta nyumba ya kwenda kuishi pamoja.

Nilirudi nyumbani kwa ba'mkubwa Kamanzi.

"Haloo, Karabo, hujambo?"

Alinifanya niona mambo rahisi pale aliponisalimia akiwa mwenye bashasha kubwa usoni kwake.

"Sijambo, shikamoo," nilisema. "Una muda kidogo? Ningependa kuongea nawe."

Jambo la kustaajabisha, kumbe naye alikuwa akinisubiria ili tuzungumze. *Anataka kuniambia nini?* Nilijiuliza. Tuliingia sebuleni, na kisha akaanza kuzungumza.

"Nilitaka kuongea nawe, lakini hatukutani. Sijui muda gani unaondoka hapa nyumbani asubuhi, wala muda unaorudi jioni."

"Nisamehe, nimekuwa nikirudi kwa kuchelewa. Kwa mfano, leo nilikwenda nyumbani kwa mama."

"Nilitaka kuongea na wewe," alisema. "Siku chache zilizopita, kuna mtu alinipigia simu kuniambia ulikuwa runingani. Kwa nini uliyasema yote yale uliyoyasema kwenye runinga?"

"Nilisema chochote kibaya?" niliuliza.

"Kulikuwa na umuhimu wa kila mtu kujua kuwa mama yako ni Mhutu aliyekuwa kwenye kambi za wakimbizi?"

"Ndiyo, ilikuwa muhimu kwangu. Niwie radhi kusema hivi, wewe unapaswa kuwa mmoja wa watu wanaopaswa kutambua mama pia aliteswa na kuumizwa na wanamgambo wa Kihutu. Walimwua mumewe na watoto wake kabla ya kumfanya mateka wao kwenye kambi za wakimbizi. Ukishalitia hilo akilini mwako, hutomwumiza kwa kumlaumu kwa kifo cha kaka yako."

"Karabo!"

"Ba'mkubwa, kile kipindi cha runinga kilihusu ukatili dhidi ya wanawake. Ningependa kukwambia kuwa unaongeza pilipili kwenye maumivu ya mama."

"Ki vipi? Mimi nimemfanyia nini?" aliuliza.

"Kwa mfano, nimetoka nyumbani kwake. Masikini mama yangu, bado ana imani na mila na desturi za Kinyarwanda na kukuona wewe kama mwakilishi wa mumewe, ambaye kwako, anawiwa heshima ile ile ambayo angempa baba. Nilikwenda kumwambia… Hapana. Tuachane nayo."

"Ulikwenda kumwambia nini?"

Haikuwa muda muafaka kumwambia juu ya kuchumbiwa kwangu. Ba'mkubwa Kamanzi atafikiria itakuwa ni mama aliyenishauri kuolewa na Mhutu. Niliachana na mazungumzo hayo na kumwambia nilikwenda kumwambia mama ninakusudia kuhamia naye kwingine, na akasisitiza anapaswa kwanza kutoa shukrani zake kwa ba'mkubwa Kamanzi kabla sijahama nyumbani kwake.

"Acha kulia basi," ba'mkubwa alisema. "Sawa, anakaribishwa pindi atakapokuwa tayari."

Asubuhi iliyofuatia, nilimtaarifu mama kuwa ba'mkubwa Kamanzi amekubali anaweza kwenda kwa ajili ya tafrija ya shukrani. Aliniambia angewataarifu rafiki wa zamani wa baba kumsindikiza. Nilimwuliza endapo alimwomba kaka yake Gasana kumsindikiza.

"Tayari nimemwambia juu ya makusudio yangu. Hataki kushirikishwa. Alijibu hana lolote la kufanya na Watusi niliooana nao."

Baada ya wiki mbili, baadhi ya rafiki wa zamani wa baba walimsindikiza mama kwenda nyumbani kwa ba'mkubwa Kamanzi. Walileta maguduria ya pombe za asili na masanduku yenye chupa za pombe za kileo. Bwana Fidel, mmoja wa wanaume waliokuwa wamevalia kiasili, alizungumza kutoa neno la shukrani kwa niaba ya mama. Ba'mkubwa Kamanzi alisema hakuwa ametegemea kushukuriwa kwa kumlea mtoto wake mwenyewe. Fidel akajenga hoja kuwa, katika utamaduni wa Kinyarwanda, wanaume huwapa ng'ombe wake zao ambao, hujibu kwa kushukuru kupitia sherehe inayoitwa *gukura ubwatsi*. Wakacheka.

Siku chache baada ya tukio hilo, nilimwomba mama akubali kuhamia nami kwenye nyumba nyingine, lakini alinikatalia.

"Nina mpango mwingine," alisema.

"Mpango gani?" niliuliza.

"Wizara ya Wakimbizi na Warejeao imetuambia tuseme msaada mahsusi tunaouhitaji. Nilichagua kupewa msaada wa kuijenga upya nyumba yangu. Wameniambia kwamba kwa kuwa mume wangu aliuawa wakati wa mauaji ya kimbari dhidi ya Watusi, Mfuko wa Kuwasaidia Wahanga wa mauaji ya kimbari dhidi ya Watusi utaweza kushirikiana na wizara kunisaidia kuijenga tena nyumba. Nitaishi kwenye nyumba ya baba yako."

Sikuwahi kuota kuishi tena Biryogo, kwenye nyumba ya wazazi wangu.

"Mama, una uhakika tunaweza kurudi kuishi kwenye ile nyumba?"

"Ndiyo. Vile vile, unapaswa kumwambia mchumba wako atupe muda wa kutosha tukamilishe ujenzi. Utatokea nyumbani kwa baba yako siku ya harusi yako."

"Ki vipi? Unadhani itachukua muda gani?"

"Sijui. Muda wowote mrefu watakaoweza subiri. Kama mambo yatakwenda vema, ujenzi utaanza mwezi ujao. Utakamilika majira ya kiangazi ya mwaka 2007."

Ingawa Sugira hakulipenda wazo la kuisogeza harusi yetu hadi mwaka 2007, alisema asingeweza kulikataa ombi la mama. Tatizo langu kubwa lilikuwa ningewezaje kuendelea na uchumba na Sugira na wakati huo huo na mpenzi wangu wa zamani Shema. Nilipaswa kukata kila aina ya mawasiliano na Shema.

Miezi iliyofuatia haikuwa rahisi kwangu. Hatimaye, nikaamua kuishi na mama Gahanga. Ujenzi wa nyumba yake ulikuwa umeanza kama ilivyopangwa. Mama na ba'mkubwa Kamanzi waliendelea kufanyiana unafiki, lakini angalau walichagua maneno yao kwa uangalifu. Nilikuwa na fumbo kubwa la kulitatua, simu za Shema. Alikuwa akifanya kila aliloliweza kunipeleka nyumbani kwake. Wakati mwingine alinifuata kazini. Alinialika tupate kikombe cha kahawa ili anishirikishe masahibu yake. Kila mara alipotaka kuzungumza na mtu, moyo wangu ulinishawishi mimi ndiye huyo mtu. Tuliapiana kuiheshimu mipaka ya urafiki wetu, uwe ule "marafiki tu." Haikufanya kazi, na baada ya siku chache, nilitenda dhambi ile ile, tulianza na mabusu yaliyotufikisha kwenye usingizi mtukutu. Nilimkumbusha kwamba nimechumbiwa tayari. Aliniomba niusitishe uchumba na Mhutu. Nilimkatalia.

Muda ulikimbia sana. Ilipotimu Julai 2007, mama alikuwa amekamilisha sehemu kubwa ya ujenzi, huku paa, milango na madirisha vikiwa tayari. Ilibakia tu kupaka rangi, na kujenga mabanda ya nje.

"Sasa mnaweza kupanga tarehe ya harusi yenu," alisema.

"Tumekwishaipanga tayari," nilijibu. "Harusi yetu itafanyika mwezi Desemba 2007, siku ya Krismasi. Itakuwa ni miaka miwili kamili tangu siku Sugira aliyoniomba kunioa."

"Umekwishazungumza na baba yako mkubwa?"

"Hapana. Nitamwambia. Nitakwenda kumwona hivi karibuni."

Siku mbili baadaye, nilikwenda nyumbani kwa ba'mkubwa Kamanzi. Sikuwa nafahamu namna ya kuuanzisha mjadala.

"Nili... Nilitaka kukwambia kitu," nilisema.

"Tafadhali, niambie," alijibu.

"Nitaolewa hivi karibuni."

"Wao, hongera. Ni habari njema. Sasa mbona unaona aibu? Mwanaume gani huyo mwenye bahati?"

"Unamfahamu. Ni mtoto wa Kamana na mkewe Gatarina."

Alikuna paji la uso wake na tukabaki kimya kwa dakika kadhaa.

"Sawa. Nimekupata. Mama yako amekuongoza uolewa na Mhutu."

"Mama hajafanya lolote kwenye chaguo langu. Wala hata hakuwa akiifahamu familia hiyo hapo kabla. Nilikutana na Sugira tukiwa shule. Wazazi wetu hawakuwa wakijuana."

"Unadhani hiyo itaubadili ukweli kuwa ni Mhutu?" ba'mkubwa Kamanzi aliuliza.

"Hapana, labda napaswa kukukumbusha mimi pia nina damu ya Kihutu kwenye mishipa yangu."

"Ndiyo. Najua. Nimesema nimekupata. Ninakutakia harusi njema na yenye furaha."

Nilitulia kwa dakika chache, kabla ya kusema: "Mama amesema wewe utasimama kama baba siku ya harusi yangu."

"Kwa namna gani? Kamwambie mama yako akawatafute ndugu zake wa Kihutu kufanya hivyo. Kuna familia mimi siwezi kubadilishana nao ng'ombe na mwali. Unanielewa?"

Aliinuka na kuniacha peke yangu sebuleni. Niling'ata kucha zangu na kuyakanya macho yangu kutoyaruhusu machozi kutoka. Niliondoka nyumbani kwake na kurudi nyumbani kwa mama huko Gahanga.

"Usihofu, nitazungumza naye," mama alisema. "Huwezi kuolewa pasipo idhini ya baba yako mkubwa."

"Kwa nini? Ba'mkubwa Kamanzi anahusikaje na ndoa yangu? Kwa nini unaendelea kujing'ang'aniza kwa watu wasiokuheshimu kama shemeji yao?"

"Kamanzi siyo tu ni baba yako mkubwa. Ndiye aliyekutunza kipindi mimi sipo. Naye anayo haki ya kuishiriki furaha ya harusi yako. Siwezi kukubaliana naye katika hilo. Unanielewa?"

"Hapana."

Nilikuwa nimetengana na Shema kwa sababu yeye ni Mtusi ambaye alinipenda akiniona mimi kama Mtusi, ambaye hakuikubali damu ya Kihutu ndani yangu. Nilikuwa mbioni kutengana na Sugira, Mhutu, aliyenipenda vile nilivyo, kwa sababu, ingawa nilikuwa na damu ya Kihutu ndani yangu, nilipaswa kuliweka akilini mwangu kuwa, familia yangu ya Kitusi isingeweza kuoana na Wahutu. Ni dhahiri, bado nilikuwa nalaaniwa kwa kuubeba msalaba wa ukabila.

Kulipokucha kesho yake, nilimpigia simu Gatarina, mama yake Sugira. Nilihitaji kuzungumza naye chemba kuhusiana na mazungumzo yangu na ba'mkubwa Kamanzi na nini alichokisema mama kuhusiana na hilo.

"Ninakubaliana na mama yako," Gatarina alisema.

"Hata wewe? Kwa nini?" niliuliza.

"Baba yako mkubwa Kamanzi anakupenda sana, na unawiwa naye upendo na heshima. Kuna mambo mengi hayajui kuhusiana na familia yetu. Nitazungumza naye kama hutojali."

Niliamua kuwaachia wanawake hawa wawili, mama yangu wa Kihutu na mama yake Sugira ambaye ni Mtusi, kazi ya kumshawishi ba'mkubwa Kamanzi. Hakuna baina yao, aliyeonesha kutambua kuwa nchi yetu ilikuwa imevamiwa na mazimwi ya chuki.

Miezi ilikimbia mno. Tulihamia kwenye nyumba

yetu mwezi Septemba 2007. Kuishi Biryogo kulirejesha kumbukumbu za utotoni. Nilikumbuka maisha ya familia yetu kabla ya mauaji ya kimbari dhidi ya Watusi. Ingawa mama alikuwa ameongezea usanifu wa kisasa kama vile kwenye jiko na maliwato ya ndani, hakubadili sana usanifu wa nyumba ambayo wanamgambo wa Kihutu waliibomoa mwaka 1994. Chumba changu kilikuwa vile vile. Kilikuwa mkabala na chumba cha Fifi na Dudu, kikiwa na vitanda viwili kama ilivyokuwa kabla. Wadogo zangu wawili wa kike, Sana na Gwiza walilala kitanda cha pamoja, na Mucyo, mdogo wao wa kiume, akilala kitanda kingine. Chumba changu kilipambwa na baadhi ya picha za utotoni kwangu, na chumba kingine kilikuwa na picha za Fifi na Dudu, na pia zile za watoto wa mama. Katikati ya hizo picha, kulikuwa na mchoro wa mtoto, mdogo wangu wa kiume aliyeuawa na mjomba wangu Rwasibo wakati wa mauaji ya kimbari. Sebuleni, kulikuwa na picha ya mama na baba siku ya harusi yao. Nakala ya picha hiyo ilikuwepo pia chumbani kwa mama sambamba na picha zingine za baba.

"Ulizipata wapi hizi picha?" nilimwuliza mama.

"Kutoka kwa Fidel, rafiki wa zamani wa baba yako. Nilimwomba azikusanye kutoka kwa wote waliokuwa na picha zetu. Inasisimua sana kwamba kuna baadhi walizitunza picha."

Nilifurahi sana kuishi kwenye chumba changu cha utotoni. Jirani zetu wa Kihutu na Kitusi walikuja kutusabahi. Wengine walikuja kutuomba msamaha kwa yale waliyokuwa wameitendea familia yetu, na wengine walikuja kupiga majungu ya kisiasa. Mama alikuwa na namna ya kuwathibitishia kuwa angali Musanabera yule yule, aliyeweza kuhusiana vema na yeyote, mkubwa ama mdogo, mweusi ama mweupe.

Ilipotimu Desemba 2007, harusi yetu haikufanyika. Kumshawishi ba'mkubwa Kamanzi ilikuwa vita hasa, na mama aligoma kuridhia tarehe ya harusi yetu pasipo baraka za baba yangu mkubwa.

Mwezi Machi 2008, ba'mkubwa Kamanzi aliniita nyumbani kwake.

"Karabo, kwa nini hukuniambia Gatarina, mama yake Sugira anatokea Nyanza?"

"Hilo lingeweza kuubadili ukweli kuwa Sugira ni Mhutu?"

"Hapana, lakini sasa ninafahamu kuwa wazazi wake ni watu wema."

"Lakini baba yake ni Mhutu," nilisema.

"Ndiyo," ba'mkubwa alisema. "Lakini niliambiwa mkewe alimweka vizuri. Hana moyo wa kinyama kama mioyo ya Wahutu wengine."

"Ba'mkubwa, nisamehe, huelewi. Kusema kwamba mkewe ndiye aliyembadili inaonesha kwamba Wahutu wote ni watu waovu. Ndivyo unavyofikiri?"

"Hapana, hicho sicho ninachokimaanisha. Lakini wengi wao ni waovu na wenye tabia za ovyo, unatakiwa kulitambua hilo. Vyovyote vile, hii siyo sababu ya mimi kukuita. Nilitaka kukwambia kwamba nimeridhia wewe kuoana na mtoto wao. Lakini harusi haiwezi kufanyika kabla ya mwezi Julai. Unajua kwa nini, si ndiyo?"

"Ninajua. Hatuwezi kufanya harusi wakati wa siku mia moja za kumbukumbu."

Hakuwa sahihi kufikiri kuna watu ni waovu kwa sababu ya kabila lao. Lakini nilijichukulia kuwa sahihi kuwaachia mama na mama yake Sugira kuubadili moyo wake mchungu. Nilimpigia mama kumweleza hizi habari njema; kisha nikaenda kumtaarifu Sugira.

"Hizo ni habari njema," Sugira alisema. "Lakini nikiwa

muwazi, sipendi ukweli kwamba tunaendelea kusogeza mbele tarehe ya harusi yetu. Karabo, niambie, lini tutakuwa mume na mke? Mara ya kwanza, mama yako alitaka kumaliza ujenzi wa nyumba yake, halafu baba yako mkubwa hakutaka uoelewe na Mhutu, na sasa vile nimesamehewa kwa dhambi ya wahenga, tunatakiwa tusubiri hadi Julai baada ya kumbukizi. Ninaweza tu kutumaini kwa Julai 2018."

"Sugira, usiwe na shaka. Hii ni mara ya mwisho mimi kuwasikiliza. Kama watakuja na sababu zingine kuchelewesha harusi yetu, tutalazimika kwenda bomani tufunge ndoa ya kiserikali. Ninatumaini hutokuwa na tatizo na hilo."

"Hapana. Kama utaweza kukubali, kwangu mimi, tunaweza kuoana hata kesho.

→

Mwezi Aprili 2018 ukabisha hodi, na ilipotimu Aprili 7, mama alimkusanya kila mmoja kumsindikiza hadi kituo cha Kumbukumbu ya Mauaji ya Kimbari Kigali ili kuweka mashada ya maua kwenye kaburi la baba. Siku iliyofuata, mama alimsindikiza ba'mkubwa Kamanzi na ukoo wa Abatsobe kwenda Nyanza kwa ajili ya kutoa heshima kwa ndugu wa upande wa baba waliouawa wakati wa mauaji ya kimbari dhidi ya Watusi. Sikwenda nao.

Saa tano kamili asubuhi, Shema alinipigia. Sauti yake ilijaa sonona. Alikuwa na maumivu ya kichwa. Pengine ilitokana na kuanza kwa kipindi cha kumbukumbu. Nikaamua kushinda naye. Ilinibidi kuwa pembeni yake kumwepusha kuzungumza na mizimu ya familia yake. Nilimsaidia kupika na nikamwazima masikio yangu kadri alivyokuwa akinisimulia kuhusiana na familia yake namna kumbukumbu zilivyomjia upya katika kipindi hiki cha kumbukizi. Kila mara alipomzungumzia mama yake, nilishindwa kuyazuia machozi. Sote tuliomboleza. Nilishawishika kwamba endapo mama yake Shema angekuwa hai, hatima ya mapenzi yetu ingekuwa katika mwelekeo sahihi. Siku ile, pamoja na kuwa tulibusiana, tulijizuia kufanya mapenzi.

"Shema, kila mara ninapokuja hapa, nakuapia hakuna kitu kitakachotokea baina yetu. Lakini naishia kujilegeza kifuani kwako. Sitorudi tena."

"Usiseme hivyo," alijibu, akiniwekea mkono wake mdomoni kwangu.

"Wakati mwingine najiona kama mchafu na mwenye dhambi nisiyestahili hata kusali kwa Mungu."

"Mchafu? Unaupata uchafu kutoka kwangu?"

"Shema, tafadhali, tunachokifanya kinaitwa dhambi. Nimechumbiwa na mwanaume mwingine. Unanielewa?"

"Hapana, tunafanya mapenzi, siyo dhambi," alijibu akitabasamu, akinivutia karibu naye kwa minajili ya hanjamu nyingine. Alinitazama na kuniambia, "Uliniambia kuwa hujawahi kufanya naye. Usiniambie kwamba—"

"Hapana, hatujawahi kabisa kufanya. Lakini unapaswa kufahamu kwamba yeye ni mchumba wangu na kwamba katika kipindi cha miezi mitatu, tutakuwa tunaishi pamoja kama mume na mke."

"Sawa, nifahamishe pale utakapokuwa umeusalimisha mwili wako kwake. Kitu pekee ninachokifahamu ni kwamba, kabla hujamtanulia mwanaume mwingine miguu yako, wewe bado ni wangu na wangu peke yangu."

"Lakini Shema... Tafadhali, acha hizo."

Alinibusu tena.

"Harusi yenu ni lini?"

"Mwezi Julai."

"Na nani? Bado hata sijanunua suti yangu ya harusi. Nani mwingine atakeyethubutu kukuvisha pete? Kamwambie ameishia kwenye pete ya uchumba. Harusi? Hapana. Sitomruhusu akuchukue." Alipiga magoti na kuongeza, "Tafadhali nisamehe. Sitisha uchumba. Ninakusihi."

"Shema, nilikwambia haiwezekani. Tafadhali, tuachane na haya maongezi."

Alikuwa msumbufu, lakini alipaswa kuelewa kuwa tayari nilikuwa mbali na Sugira. Sauti ya simu ilitukatisha.

"Haloo," nilimwambia mtu aliyekuwa upande mwingine.

"Haloo, mpenzi," Sugira alisema. "Mambo vipi? Nilitaka kukutia moyo. Jua kuwa nipo nawe katika sala."

"Oh, Sugira, nisamehe. Nilisahau kukwambia sijaenda Nyanza. Sijisikii vizuri."

"Shida ni nini, mpenzi?" aliuliza. "Ondoa shaka. Nakuja nyumbani kwako dakika moja tu."

"Hapana, siyo sasa... Si... Sitaki kuzungumza na yeyote."

"Kwa nini? Hata mimi? Ninakuja."

"Tafadhali, usije. Si—"

Shema alinipokonya simu, akaikata, na kisha kuizima. Nilimsihi anirudishe nyumbani ili Sugira akifika asitambue kuwa sikuwepo. Alinibishia na kuniambia angenirudisha nyumbani saa kumi na mbili jioni. Nilimkatalia lakini Shema alikuwa na mbinu za kunituliza. Alikwenda jikono, akaniletea tufa, akaniomba niling'ate. Alinisimulia kuhusiana na ubunifu wake wa mitindo, akachukua daftari, na kunionesha magauni yote aliyoyabuni kwa ajili yangu. Jioni ilipowadia, kama alivyokuwa ameniahidi, alinipeleka nyumbani.

Tukiwa Biryogo, ambako si mbali kutoka nyumbani kwetu, alisimamisha gari na kunipa busu la kwa heri. Mtu aligonga dirisha la gari. Hofu ilinipiga miguuni, ikalivuta

tumbo langu, na kuivuruga akili yangu. Shema alishuka
kutoka garini. Niliogopa kupindukia mpambano baina
yako.

"Shema, Shema," nilipayuka.

Alijifanya kutonisikia. Alimsogelea Sugira, na kwa
mshangao kwangu, alimpa mkono. Sugira aligoma
kumsalimia. Alimwambia Sugira maneno ambayo
sikuyasikia. Nilishusha kioo cha gari nijaribu kuyasikia
mazungumzo yao.

"Nisikilize na nisikilize kwa umakini," Shema alisema.
"Duniani humu, nimewahi kuwapenda wanawake wawili
tu; wa kwanza alikuwa mama yangu, na wa pili ni Karabo.
Mama hayupo tena duniani humu. Ninaye Karabo tu.
Unajitia kwamba una... Sijui. Nisikilize kwa umakini, siku
utakayothubutu kuinyanyua mikono yako michafu kwa
Karabo, utalazimika kuitafuta sayari nyingine ya kuishi...
Sitokuachia."

"Usihofu. Mimi siyo mpotezi kama wewe mwenye
kuwapiga wanawake. Mimi si teja." Sugira alinigeukia na
kusema, "Karabo, nilikuwa na wasiwasi, lakini nakuona upo
vema. Usiku mwema."

Aliingia garini mwake na kuliwasha. Nilishuka kutoka
garini kwa Shema na nilipojaribu kulikimbilia gari la
Sugira, Shema alinishika mkono. Niliutupa mkono wake na
kumwita Sugira kwa nguvu.

"Sugira, tafadhali, nisikilize. Sivyo kama unavyofikiria."

Alisimamisha gari lake na kugeuka kusema: "Labda
siyo kama ninavyofikiria, lakini sina mashaka na kile
nilichokiona." Akalitia moto tena gari lake na kutimua
vumbi.

Nikarudi kwa Shema.

"Tafadhali, nawe washa gari lako," nilisema. "Nahitaji
kuwa peke yangu."

"Siendi kokote," alijibu.

"Shema, endapo unanipenda kama unavyosema, tafadhali ondoka."

"Ninakupenda, lakini sitoondoka hadi utakapoingia nyumbani kwako."

Baada ya kuingia nyumbani, nilimsihi aondoke. Nilikimbilia chumbani kwangu na kuubana mto wangu mwekundu. Nilikuwa naanza kuwa kama wale wasichana wenye kuwachezea wapenzi wao kama karata? Nilijiuliza. Nilikuwa na pete ya uchumba kidoleni kwangu, lakini moyo wangu ulikuwa tayari kwa pete ya dhahabu ya Shema. Kuusitisha uchumba wangu na Sugira halikuwa jambo la kufanywa. Ningeumia zaidi yake, lakini pia kuwa watu wengine waliokuwa muhimu kwangu.

"Naweza kuingia?"

Alikuwa Sugira.

"Ndiyo," nilijibu.

"Karabo, nisamehe kwa tabia yangu. Sikupaswa kuondoka pasipo kukusikiliza ulichotaka kuniambia."

"Mmmh... Mimi ndiye ninayepaswa kukuomba msamaha."

"Sasa, niambie, yule siye mpenzi wako wa zamani? Usiniambie unaendelea naye kisirisiri. Niambie nilikuwa ninaota."

"Ndiyo, ni yeye, lakini kama nilivyokwambia, sivyo unavyofikiria."

"Unajua ninachokifikiria? Niambie ni nini basi kama sicho ninachokifikiria."

"Sugira, uhusiano wangu na Shema ulikwishavunjika. Wewe ni mchumba wangu na hivi karibuni utakuwa mume wangu."

"Vipi kuhusu yule mliyekuwa mkibusiana dakika chache zilizopita? Una uhusiano gani naye?"

"Hakuna. Yeye ndiye aliyenibusu. Mimi sikumbusu."

"Nini? Sijakupata. Tafadhali, elezea."

"Nilikuwa naumwa kichwa, na wakati nikienda kununua dawa za kutuliza maumivu, nilikutana na Shema akitoka duka la madawa. Akanipa lifti kunirudisha nyumbani. Wakati tunafika, alinibusu kuniaga. Ndivyo ilivyotokea."

"Hilo busu lazima lilikuwa la kuzuzuwa," Sugira alisema akitabasamu kikejeli. "Vyovyote vile, kama unadhani unanidanganya, unajidanganya mwenyewe. Njoo basi, nataka uende nami mahali fulani."

"Saa hizi? Nimechoka. Tunaweza kwenda kesho?"

"Hapana, usikatae endapo unataka maridhiano. Karabo, pengine ninaweza ninakuelewa namna ambavyo hujanipa moyo wako, lakini kama unampenda mtu mwingine kisirisiri, moyo wangu utavunjika. Twende."

Nilikubali kutoka naye huku nikimsisitiza kutochelewa kurudi. Alinipeleka hadi ofisini kwake mjini na kunionesha ramani ya nyumba aliyokuwa akiisanifu kwa ajili yetu.

"Karabo, tumepata uwanja Kibagabaga. Ninapanga kuijenga hii nyumba. Umeipenda ramani yake?"

"Ni nzuri," nilijbu, nikijiuliza sababu ya yeye kunileta ofisini kwake.

Aliketi kwenye kochi na kuniambia niungane naye ili anielezee kwa kina juu ya ramani hiyo. Baada ya kumkaribia alinivuta niketi mapajani kwake. Akaanza kunichezea vidole na mikono.

"Karabo, unatumia uchawi wa namna gani? Kwa nini ninakupenda sana kiasi hiki?"

"Mmmh? Ki vipi?"

"Nitazame. Ninaonekana kama mtu ambaye hivi punde ametoka kumwona mchumba wake akibusiana na mwanaume mwingine? Namaanisha mpenzi wako wa zamani ambaye mmeshiriki tunda usilotaka kunionjesha mimi. Hivi kwani mimi unanichukuliaje?"

"Sugira, acha basi, tafadhali. Kuna nini kinaendelea kwako?"

"Kwa nini unauvunja moyo wangu? Tafadhali, niambie huwa hufanyi na mtu mwingine, wakati huniruhusu mimi walau kuweka mikono yangu mapajani kwako."

"Nimekwambia mimi sijafanya kitu chochote na Shema. Tafadhali, niache mimi nitoke."

Macho ya Sugira yalikuwa mekundu. Kiungo kwenye suruali yake kilituna. Mikono yake ilikaza. Niliogopa.

"Nibusu Karabo, ninakutaka."

Aliusogelea mdomo wangu kuubusu, na mkono wake mwingine uliipandisha sketi yangu, wakati mkono mwingine ukizitafuta chuchu zangu. Niliusukuma mikono yake kwa nguvu, lakini ilikuwa thabiti. Moyo wangu ulienda mbio nilipomwona akitoa uume wake uliosimama kwenye suruali ake. Nilipiga kelele. Aliuondoa mkono wake gotini kwangu na kuurudisha uume wake ndani ya suruali.

"Karabo, kwa nini unanifanya niteseke sana?" aliniuliza kwa sauti yenye kuunguruma mithili ya simba.

"Sugira, tafadhali niache niende nyumbani."

Nilivifunga vifungo vya shati langu, nikaiweka sketi yangu vizuri, na kukimbilia kwenye mlango wa ofisi yake. Niliufungua mlango na kwenda haraka kwenye lifti ya jengo. Nikiwa nje, sauti iliniita jina.

"Ingia kwenye gari," Sugira alisema. "Ondoa shaka, nitakupeleka nyumbani."

Niliingia kwenye gari. Hatukuongeleshana hadi tunafika Biryogo.

"Tafadhali nisamehe," nilisema.

"Kwa nini?" Sugira aliuliza.

"Kwa kila kitu ambacho kimetokea ofisini kwako."

"Ninapaswa pia kukusamehe kwa kukataa kufanya nami kile ambacho unakifanya na yule unayemwita mpenzi wako wa zamani?" aliuliza. "Nenda nyumbani. Tutazungumza siku nyingine. Nisamehe kwa kujaribu kukulazimisha."

Nikiwa nyumbani, nilimkuta mama akiwa ameketi sebuleni. Nilimsalimia wima wima nikiharakishia chumbani kwangu.

"Karabo, kuna shida gani?" aliuliza.

"Kila kitu kipo sawa," nilijibu.

"Hebu rudi hapa."

"Mama, nimechoka. Tutaongea kesho."

Niliingia chumbani, nikauchukua mto wangu mwekundu, na kuuuliza maswali ya kile kilichokuwa kikinitokea. Usiku ule, niliamua, ninapaswa kumsahau Shema. Nilipaswa kumwomba msamaha Sugira, na kumwona Mungu kuwa hisia zangu zikubali anishike. Niliishawishi nafsi yangu kuwa labda baada ya kuoana kwetu, nitakuwa nikifanya naye kama inavyopaswa na mkataba tutakaokuwa tumeusaini mbele ya Mungu na Serikali.

Baada ya siku chache, niliweza kuzungumza na Sugira. Tulitingwa na maandalizi ya harusi yetu. Nilizipuuza simu zote za Shema. Miezi ya Aprili, Mei na Juni ilikuwa bora zaidi katika uhusiano wangu na Sugira. Tuliishi kama wapenzi hasa ambao wamechumbiana huku tukitumia muda mwingi kuwatembelea ndugu zetu kadha wa kadhaa na kusambaza kadi za mialiko ya harusi yetu. Harusi yetu ilipangwa kufanyika Julai 15, 2008.

Furaha yangu haikudumu. Wiki mbili kabla ya siku ya harusi, mama aliingia chumbani mikono yake ikiwa kichwani.

"Tunapaswa kusitisha maandalizi ya harusi," alisema.

"Kwa nini? Kimetokea nini?"

"Baba mkwe wako amekamatwa?"

"Mmmh? Kwa nini? Amefanya nini?"

"Anatuhumiwa na uhalifu wakati wa mauaji ya kimbari. Amehukumiwa na mahakama ya *gacaca*."

"Ooh, Mungu wangu, haiwezekani!"

Zilikuwa habari za kusikitisha sana kwangu.

"Sijui. Mkewe anasema mumewe hana hatia. Watakata rufaa."

"Wacha nimpigie simu Sugira."

Wakati nikiichukua simu, niligundua sikuwa nimepokea simu tano kutoka kwa Sugira. Nilikwenda mbio mbio nyumbani kwake.

Alikuwa ameketi bustanini.

"Karabo, baba yangu hakumwua mtu. Hana hatia."

"Amehukumiwa kwa kosa gani?" niliuliza.

"Amehukumiwa kwa kifo cha binamu yake mama yangu, ni shangazi yangu ambaye aliishi nasi wakati wa mauaji ya kimbari dhidi ya Watusi. Wakati mauaji yakianza, aliondoka na mpenzi wake Mhutu, ambaye aliahidi kumlinda. Mahakama ya Gacaca imehitimisha kuwa ni baba yangu ndiye aliyemkabidhi mikononi mwa mwuaji wa Kihutu. Karabo, hii si kweli. Baba alimsihi sana asiondoke, lakini alikuwa na imani kubwa kwa mpenzi wake."

"Pole Sugira, baba yako ataachiwa si punde."

"Sina hakika. Wakati wa mchakato wa Gacaca, walimwuliza baba aliseme jina la mtu aliyemwua, kama hakuwa yeye. Kitu pekee tunachokikumbuka wote, mpenzi wake alikuwa akiitwa Emmanuel. Hakuna aliyelifahamu jina lake la pili."

"Kitu cha muhimu na cha haraka zaidi, ni kumtafutia baba yako mwanasheria mzuri."

"Tayari amekwishahukumiwa na Gacaca kifungo cha miaka kumi na tisa jela. Mama amempata mwanasheria, na tayari tumekwishakata rufaa."

Nilibaki na Sugira. Hatukuweza kukubaliana na kilichokuwa kikitutokea. Tuliiahirisha tena mipango ya harusi yetu. Nilikuwa na tumaini kwamba, endapo baba yake Sugira hana hatia kabisa, mama yake asingekata tamaa kumpigania atoke.

Mama alitaka kuzifikisha habari hizi mbaya kwa ba'mkubwa Kamanzi. Nilikataa. Nilikwenda kuzungumza naye mimi mwenyewe.

"Bibi harusi mtarajiwa huyo," ba'mkubwa Kamanzi alisema, akinikaribisha ndani. "Mnaendeleaje na maandalizi ya harusi?"

"Ba'mkubwa, nilitaka kuzungumza nawe."

"Unaonekana una matatizo. Shida ni nini?"

"Kamana amekatamatwa."

"Kwa nini?"

"Ameshitakiwa kwa kushiriki mauaji ya kimbari dhidi ya Watusi. Amehukumiwa na mahakama ya Gacaca ya Kicukiro."

"Nilisema," ba'mkubwa alisema akikuna kichwa chake. "Karabo, uliwezaje kuniingiza mimi kwenye haya mambo yote? Niambie, nitaambiaje waalikwa wangu kwamba hakuna harusi? Nitawaambia nini? Kwamba baba yake mkwe wangu mtarajiwa ni mchochezi wa mauaji ya kimbari?"

"Jambo la muhimu zaidi kwa sasa ni kumtoa jela," nilisema.

"Kwa nini kumtoa mchochezi wa mauji ya kimbari? Ili uweze kuolewa na mtoto wake?"

"Ba'mkubwa, Kamana hakumwua mtu yeyote."

"Karabo, mwanangu, tafadhali, umejuwaje? Haiwezi

ikawa pasipo sababu jirani zake wakamtolea ushahidi kwenye Gacaca. Wengi wa hao Wahutu unaojihusianisha nao walitenda mauaji ya kimbari."

Niliinuka na kuagana na ba'mkubwa.

Ndiyo, sikuwa najua. Lakini mzigo wa mwisho ambao ningeweza kuubeba moyoni mwangu ulikuwa kuushawishi moyo wangu kwamba baba yake Sugira hakushiriki mauaji ya kimbari dhidi ya Watusi. Sikutaka kuwaza kuwa sikuwa tu ninakwenda kuoana na Mhutu, bali mtoto wa mchochezi wa mauaji ya kimbari. Sikuwa sahihi juu ya wazazi wa Sugira? Niliwaona kama familia ya kistaarabu. Nilipaswa kukipata kina cha hiyo kesi. Nilipaswa kufahamu endapo Kamana hakuwa na hatia kweli kama mtoto wake alivyoshikilia, ama endapo alikuwa mwuaji kama wanamgambo wa Kihutu waliowaua baba yangu na dada zangu.

Mjomba wangu Gasana alikuwa rafiki mzuri wa Kamana. Nilikuwa na hakika kwa kuwa alikuwa waziri, angetusaidia kufuatilia keso yake. Nikachukua teksi kwenda Nyarutarama. Haikuwa habari ngeni kwake. Tayari alikuwa na taarifa kwamba Kamana alikuwa gerezani.

"Nani amekwambia nilifanya kazi kwenye mfumo wa kisheria?" mjomba Gasana aliuliza. "Mimi ni waziri wa maji na misitu, siyo waziri wa mahakama na magereza."

"Mjomba, lakini Kamana ni rafiki yako—"

"Mama yako pia alinipigia, na mke wa Kamana haachi tu kunishinikiza. Kamwambie kila mmoja, sihusiki lolote kwenye hiyo kesi. Yeye si Mhutu wa kwanza wala wa mwisho kufungwa."

"Tafadhali, kitu tunachokitaka ni kufuatilia kesi yake kwenye mahakama ya rufaa. Vyovyote yatakavyokuwa maamuzi ya mwisho, tutayakubali, lakini baada ya rufani."

"Sikiliza Karabo, na sikiliza vizuri kabisa," mjomba Gasana alisema kwa sauti ya juu yenye kukasirika. "Nenda

kamwambie mama yako nimekwishawaonya nyote wawili.
Msijihusishe na kesi ya Kamana. Chukueni tahadhari,
hamumjui vizuri kiasi cha kumtetea."

Alichokisema kilinipa shida. Nilimwomba aniambie
kila kitu alichokifahamu kuhusiana na kesi, lakini alikataa.
Niliondoka nyumbani kwake nikiwa na moyo mzito kifuani
kwangu.

17

Mwaka 2009, bado baba yake Sugira alikuwa gerezani. Siku moja nikiwa na mama sebuleni huku tukisikiliza radio, ilitangazwa kuwa Rais amemfukuza mjomba Gasana kutoka kwenye nafasi yake ya uwaziri wa maji na misitu.

"Hatimaye, Rais amemfukuza," nilisema.

"Karabo, kwa nini unasema hivyo?" mama aliuliza.

"Mama, kaka yako si mtu wa kuaminiwa."

"Labda, nilidhani alikuwa mtaalamu kwenye alichokuwa akikifanya kama waziri."

Siku ya Ijumaa, baada ya kazi za juma zima, nilipita nyumbani kwa ba'mkubwa Kamanzi.

"Karabo, umesikia habari za mjomba wako Gasana?" ba'mkubwa Kamanzi aliuliza.

"Ndiyo," nilijibu.

"Oh, unafahamu kuwa sasa amekuwa mkimbizi? Amekimbia nchi."

"Ki vipi? Hilo, sikuwa najua. Kitu pekee nilichokuwa najua ni kwamba amefukuzwa kazi."

"Ndiyo, aliungana na vikundi vya wapinzani. Amekuwa kinyume na serikali aliyoitumikia kwa miaka mingi."

"Na hivyo," nilisema. "Labda atatuonesha rangi yake halisi."

"Rangi yake halisi? Karabo, unajua nini kuhusu Gasana?" ba'mkubwa Kamanzi aliuliza.

"Sina kitu hasa. Alikuwa na ndimi mbili. Hakuwahi kuungana nasi wakati tukiwakumbuka wahanga wa mauaji ya kimbari dhidi ya Watusi, wakati huo huo alionekana kwenye runinga akitoa hotuba za kinafiki kuhusiana na mauaji ya kimbari."

"Nini zaidi unafahamu kumhusu? Alishiriki mauaji ya kimbari?" ba'mkubwa aliuliza kana kwamba anafanya upelelezi.

"Hapana, sidhani hivyo. Alikuwa Urusi mwaka 1994."

———

Siku chache baadaye, nilikuwa nikitazama runinga, nikajikuta nikipata habari mbaya. Bomu lililipuliwa Kigali, eneo la jirani la Remera. Hakukuwa na vifo bali majeruhi wachache. Tetesi zilienea kwamba shambulio hilo lilifanywa na vikundi vya kipinzani vya Wanyarwanda ambao walikimbilia nje ya nchi tangu mwaka 1994. Sikuyaamini masikio yangu. Je, wajomba zangu wawili walikuwa sehemu ya vikundi hivyo vilivyotaka kuidhoofisha nchi yetu? *Tupo mbioni kuishuhudia 1994 nyingine?* Mtu mmoja tu angeweza kuniambia nini kilichokuwa kikitokea Rwanda.

Nilimkuta mama akiwa ameketi kwenye kiti kidogo cha kuegamia kikiwa konani, akiwa amejitanda kanga. Nilimwambia ninataka kwenda mahali upesi. Nikachukua teksi inipeleke Kiyovu.

Nilipofika, nilimwomba ba'mkubwa Kamanzi anielezee kile nilichokisikia redioni. Aliniambia polisi walikuwa

A. *Happy Umwagarwa*

bado wakifanya upelelezi juu ya shambulio la mabomu. Nilimwuliza endapo ni vile vikundi vya wapinzani, ambavyo wajomba zangu Rwasibo na Gasana walikuwa wanachama wake, kama vilihusika na mashambulio hayo.

"Ndiyo, labda, lakini hatujui."

"Ba'mkubwa, nani mwingine mwenye kuidhoofisha nchi yetu, kama siyo wanamgambo wa Kihutu walio nje ya nchi?"

"Karabo, kuna vitu huwezi kuvielewa kirahisi. Tunapaswa kuyasubiri matokeo ya uchunguzi." Alikikuna kichwa chake kabla ya kuongeza, "Na licha ya hayo, wakati huu, siyo wajomba zako tu wanaoweza kuwa wamehusika, bali... Bali pia, ndugu zako upande wa baba."

"Ndugu zangu upande wa baba? Unamaanisha nini? Na wewe pia—" Moyo ulinipasuka kifuani.

"Hapana, siyo mimi. Ninamzungumzia Rutayisire, kaka yangu."

"Nani? Ana nini cha kufanya na wanamgambo wa Kihutu?"

"Hawaitwi tena wanamgambo wa Kihutu. Sasa ni Wanyarwanda wa makabila tofauti. Wanasema wanapigania ukombozi wa nchi yetu."

"Kwa hiyo, unamaanisha ba'mkubwa Rutayisire ameungana na baadhi ya vikundi vya Wahutu?"

"Ndiyo, na si yeye peke yake. Wapo baadhi ya Watusi wengine wanaosema wanapingana na utawala wa sasa. Rutayisire amehama Kenya. Sasa anaishi Marekani. Pengine siku moja, utamsikia akizungumza kwenye redio za kimataifa, ama unaweza ukaona anachokiandika mtandaoni."

Sikuweza kuamini kwamba, miaka kumi na tano baada ya mauaji ya kimbari dhidi ya Watusu, waliopona wangeweza kuungana na wachochezi wa mauaji hayo na kuunda vikundi vya kisiasa. Moyo wangu na akili yangu vilihangaishwa na ukweli kuwa daima ndugu zangu walikuwa wakihusishwa na vurugu hizo za kisiasa. Kama haikutosha vile mimi kuwa na ndugu upande wa mama wa Kihutu walioshiriki kwenye mauaji ya kimbari dhidi ya Watusi, sasa nilikuwa mbioni kuwa ndugu wa baba zangu wa Kitusi walioipinga serikali iliyokuwa madarakani.

"Ba'mkubwa, naweza kusema kitu?" niliuliza.

"Ndiyo."

"Baba yangu, kabla ya kifo chake, aliniambia kuwa uungwana na ustaarabu havihusiani lolote na kabila la mtu. Unadhani alikuwa sahihi?"

"Kwa nini unaniuliza mimi?"

"Ba'mkubwa, kama ni kweli ba'mkubwa Rutayisire ni miongoni mwa waliofanya mashambulio ya mabomu, yeye si Mtusi? Tunapaswa kusema Watusi wote ni wabaya?"

"Bila shaka hapana. Nimekwambia hakuna mtu anayefahamu nani hasa anahusika na hayo mashambulio ya mabomu." Alikuna kichwa chake, akakunja miguu, akabaki kimya kwa nukta kadhaa, na kuongeza, "Tafadhali, usimwambie mtu yeyote kuwa Rutayisire ni baba yako mkubwa. Usimzungumzie kamwe. Unanielewa?"

"Ndiyo."

Sikuwa na hakika endapo ba'mkubwa Kamanzi alielewa nilichokidhamiria. Sikujua chochote kuhusiana na michezo ama mapambano ya kisiasa na hivyo kutothibitisha utambulisho wa wale waliotupa mabomu. Kitu pekee nilichotaka kukisema ni kuwa watu wa makabila mbalimbali walikuwa na uwezo wa kuunganisha nguvu zao kufanya jambo sahihi, katika namna ile ile ambayo wangefanya jambo baya. Lilikuwa ni suala la uchaguzi tu na wala siyo kabila.

—➤

Mashambulizi ya mabomu yaliendelea. Siku ya Septemba 9, 2009, redio ilitangaza juu ya mashambulizi mapya katikati ya jiji la Kigali. Mtangazaji alisema mtu mmoja aitwaye Shema alifariki. Mgongo wangu ulivunjika vipandevipande kutokana na mshituko. Huku mikono ikinitetemeka, niliichukua simu yangu kumpigia Shema. Simu yake haikuwa hewani. Niliipiga tena baada ya nukta chache. Bado haikuwa hewani. Nikampigia Muhire. Hakuwa amemwona Shema kwa muda mrefu. Huku koo langu likiwa limenikwama kiasi cha kunizuia kupiga yowe, redio iliirudia habari hiyo, na mtangazaji kusema, "Shema, mbunifu maarufu wa mitindo, amejeruhiwa vibaya kutokana na shambulio hilo la bomu. Hajafariki kama ilivyotangazwa awali. Amekimbizwa Hospitali Kuu ya Kigali na kulazwa kwenye wodi la wagonjwa mahututi."

Nilikwenda haraka hospitalini. Tayari alikuwa amepelekwa chumba cha upasuaji.

"Wewe ni dada yake?" muuguzi aliuliza.

"Ndiyo, mimi ni rafiki yake… Hapana, binamu yake… Tafadhali, yu hali gani?"

"Vipi kuhusu ndugu wengine?"

"Hana ndugu wengine. Wote waliuawa. Tafadhali, niruhusu nimwone."

"Oh, naye ni mhanga wa mauaji ya kimbari? Oh, Mungu wangu, usiniambie kuwa alipona mauaji ya kimbari ili kuja kuuawa na haya mashambulio ya mabomu miaka kumi na tano baadaye. Inasikitisha sana."

"Atakufa?" niliuliza, vinyweleo vikinisimama mwili mzima, miguu ikinitetemeka, huku tumbo likiniunguruma.

"Sijui hata. Tunapaswa kumwomba Mungu. Ana hali mbaya sana."

Akili yangu ilikuwa ndogo sana kukubali kuwa Shema anaweza kufa. Sikuwa nimekimeza kila kitu kilichonitokea wakati wa mauaji ya kimbari dhidi ya Watusi, lakini nisingeweza kuwasamehe wauaji wa Shema, ndugu zangu na kila mmoja mwingine. Nilitaka nikimbie hadi kwenye kilele cha mlima, niwapazie sauti yangu Wanyarwanda wote, niwaamshe, na niwaambie wameipoteza kabisa ladha ya maisha yao. Huku moyo wangu ukijawa majonzi na maumivu ya kichwa kutokana na hasira, nilieendelea kusubiri koridoni karibu na chumba cha upasuaji.

Baada ya saa tatu, muuguzi alirejea.

"Utukufu ni kwa Mungu," alisema. "Upasuaji umefanikiwa.

"Anaendeleaje?" niliuliza. "Ninaweza kuingia kumwona."

"Hapana. Huwezi kuingina. Unaweza tu kumwona kupitia kioo. Twende huku."

Nilichukua simu yangu na kumpigia mama.

"Karabo, hujambo?" aliuliza. "Upo wapi? Mimi na Sugira hatuna amani."

"Sikiliza, mama. Usimwambie mtu yeyote. Chukua teksi uje Hospitali Kuu ya Kigali."

"Namna gani? Karabo, niambie umepatwa na nini?"

"Hakuna kitu. Tafadhali njoo peke yako hapa hospitali."

Macho yangu hayakuweza kumwacha Shema. Kichwa chake kilifungwa bandeji nyeupe. Sikuweza kupita kwenye kioo hicho nikambusu ama kumwekea mikono yangu mashavuni kwake. Machozi yaligoma kunitoka. Kama ningeyalazimisha zaidi, damu ingenitoka kupitia mishipa ya machoni.

Baada ya dakika chache, mama aliwasili. Aliponiona tu usoni, aliuelewa ukubwa wa kile nilichokuwa nikikipitia. Nywele zangu zilinisimama mithili ya wale waimbaji maaurufu wa muziki wa *rock* waliotamba miaka ya themanini. Uso wangu ulikuwa kama ule wa bibi kizee muda mfupi kabla ya kifo chake.

"Karabo, ni nini hiki?" mama aliuliza.

"Mama, tazama," nilisema nikionesha kidole kule aliko Shema.

"Ni nani?"

"Wanamgambo wa Kihutu walimwua mama yake. Wewe ndiye mama yake wa pekee aliyenaye..."

"Mimi?"

"Ndiyo. Kuanzia leo, wewe ni mama yake. Usiniulize mimi maswali. Waliniambia angeweza kufa... Hapanaaaaa, tafadhali. Ninakusihi. Mpe nafasi aivute harufu nzuri ya mama. Nina hakika itayaokoa maisha yake."

"Karabo, ni nani kwani?"

"Ni kaka ambaye sikupata kuwa naye. Daima alikuwa upande wangu nilipokuwa peke yangu na mpweke. Tafadhali, mtunze kama ambavyo ungemtunza mtoto wako mwenyewe. Nitakaa hapa nawe na nitaweza tu kwenda kazini endapo nitamwacha nawe."

"Sasa mimi nitasemaje wauguzi wakiniuliza maswali?"

"Waambie wewe ni mama yake mdogo."

Mama hakuonesha kushawishika, lakini macho yangu yaliyopooza na ngozi iliyopoa vilimwambia mama kwa kina Shema alikuwa nani kwangu. Mashavu yangu yalitoa chunusi ambazo sikupata kuwa nazo hapo kabla. Nilishinda kutwa nzima na mama, macho yetu yakiwa kwa Shema. Ilipotimu jioni, nilimwomba mama arudi nyumbani ili aje kesho yake asubuhi nami niweze kwenda kazini.

Asubuhi ya kesho yake nikiwa ofisini, simu yangu iliita.

"Haloo Karabo, upo wapi?" Sugira aliuliza.

"Nisamehe, sikupokea simu zako."

"Nini kimetokea?"

"Eeh... Hakuna kitu."

"Usinidanganye. Unanitia wivu."

"Wivu? Tafadhali, acha hizo."

"Nakutania."

Aliniuliza kama tungekutana jioni yake, nilimkatalia.

"Karabo, ninatumaini humtilii shaka baba yangu. Nimekwambia hana hatia. Yeye si mchochezi wa mauaji ya kimbari."

"Wacha tusubiri maamuzi ya mahakama ya rufaa," nilijibu.

"Tafadhali, usifanye makosa ya kudhania baba yangu ni mwuaji. Yeye siyo."

"Sawa Sugira, wacha nifanye kazi. Nitaongea nawe baadaye."

Ingawa sikufurahia baba yake Sugira kuwa jela, nilidhani ninaweza kuitumia hiyo kama sababu ya kunipunguzia kukutana na Sugira, ili nizingatie zaidi kumtunza Shema.

Siku kadhaa zilipita bila Shema kurejewa na fahamu. Mama alishinda hospitali kutwa nzima, huku mie nikikesha usiku kucha. Madaktari na wauguzi walituambia haikutuhitaji sisi kuwa pale muda wote, lakini hatukuweza kumwacha Shema peke yake. Nilimwambia mama ukweli, lakini si ukweli wote. Alifahamu Shema ni mpenzi wangu wa zamani ambaye tuliachana baada ya yeye kufahamu mama yangu ni Mhutu aliyekuwa akiishi katika kambi za wakimbizi, lakini sikumwambia juu ya uraibu wake wa dawa za kulevya, wala kwamba aliwahi kunishambulia vibaya sana. Kitu pekee nilichosisitiza, Shema alikuwa na msongo mkubwa wa mawazo kutokana na madhila aliyoyapitia miaka ya tisini na kuwa familia yake yote iliteketezwa wakati wa mauaji ya kimbari dhidi ya Watusi.

"Usihofu," mama alisema. "Ninaelewa ananihitaji. Nitampatia ladha ya upendo wa mama."

"Utakuwa pembeni yake, mama?"

Sikuyaamini masikio yangu. Mama alikuwa mwema sana.

"Ndiyo, tunapaswa kufufua matumaini ya watu kama Shema. Siku Mungu atakapoyafungua macho yake, nami nitakuwa karibu kabisa na kitanda chake cha ugonjwa katika namna ile ile ambayo mama yake angefanya endapo wanamgambo wa Kihutu wasingekuwa wamemwua. Nitampatia maziwa, nimshike mikononi mwangu, na kumruhusu akilaze kichwa chake kifuani kwangu."

"Inapendeza sana," nilisema. "Tumwombe Mungu ampe nguvu ya kuzinduka."

"Bikira Maria hawezi kuniangusha. Hunisikia kila mara nimwitapo."

Mama alishika Rosari mikononi mwake, akiisema kimoyomoyo.

"Ahsante kwa kumwombea," nilisema.

Sikujua nimshukuruje malaika aliyeniongoza nimpigie simu mama. Ingawa sikuwa nikiamini kupitia Bikira Maria, nilikuwa na hakika hakuna sala yenye nguvu kushinda upendo na ushirikiano kutoka kwa mama.

Majuma matatu yalipita bila ya Shema kuzinduka. Siku aliyozinduka, nilipokea simu kutoka kwa mama.

"Karabo, kwa nini unaweka simu yako mbali? Nimejaribu kukupigia mara nyingi bila mafanikio."

"Nisamehe, nilikuwa kwenye kikao."

"Shema ameyafumbua macho yake," mama alisema.

"Ki vipi? Oh Mungu wangu, ahsante, Bwana. Anaendeleaje? Amesemaje?"

Sikuwa najua swali la kuuliza. Miale ya furaha iliujaza moyo wangu.

"Nilikuwa pembeni yake. Hakupatambua mahali alipo. Aliniuliza mimi ni nani. Nimemwambia ni mama yake mdogo."

"Ikawaje...?"

"Hajasema neno zaidi. Alionesha kuchoka sana akarejea kulala."

"Oh, mama, niambie kila kitu. Ameuliza maswali gani? Bado amelala?"

"Tulia basi. Ninarudi ndani, lakini nakuomba jambo moja. Usije leo usiku. Bado hayupo tayari kuufahamu ukweli."

"Sawa, nitakufa kwa kitete. Lakini upo sahihi, huu si wakati sahihi wa yeye kufahamu wewe ni nani."

Moyo wangu ulijaa mapenzi na heshima kwa mama. Maishani mwangu sikuwahi kukutana na aliyebarikiwa kama mama. Aliishi kwa maadili yale yale aliyotundisha nyakati za sala kabla ya kulala tulipokuwa wadogo.

Nilikwenda hospitali siku iliyofuata, lakini mama hakuniruhusu kuongea na Shema. Aliungana nami kwenye chumba kingine kunisimulia kilichotokea baada ya Shema kuamka kwa mara ya pili. Mama aliendelea na uongo wake kwa Shema kuwa ni mama yake mdogo ambaye hawakuwahi kukutana hapo kabla. Shema alionesha kufurahia kufahamu alikuwa na ndugu mwingine upande wa mama yake aliyekuwa angali hai. Lakini sura ya mama ilionekana kufahamika kwa Shema. Shema alimwambia mama alifanana na msichana aliyepata kumpenda. Mama alipatwa hofu Shema angemtambua kwamba siyo vile alivyomwambia, hadi pale Shema alipoongeza kuwa mama yake Karabo aliyemwona pichani alikuwa angavu na kijana zaidi. Shema alikuwa na mashaka lakini akaamua kujishawishi mwenyewe kuwa mama yake mdogo alionekana kama mama.

Shema alibakia hospitali wiki nyingine zaidi. Siku aliyoruhusiwa, nilikwenda nyumbani kwake kumsubiri yeye na mama. Mara tu Shema aliponiona, bomu lililipuka. Nilithibitisha mashaka yake yalikuwa sahihi, kwamba yule mwanamke aliyemwita mama mdogo, kimsingi alikuwa mama yangu. Alitazama kushoto na kulia ili kuyaficha macho yake. Nilihofia asije kunirukia na kuninyonga mzimamzima.

"Nyie nyote, tokeni nje ya nyumba yangu kabla sijaita polisi," alisema.

"Shema, nisamehe tafadhali, nisikilize."

"Karabo, unadhani msamaha wangu unakuja kutoka kwenye mto ambao huwa haukauki kamwe? Umethubutu vipi kunidanganya tena? Mama yako aliniambia yeye ni mama yangu mdogo. Mimi? Shema? Duniani humu? Alithubutu vipi kunidanganya uongo mkubwa hivyo? Nyie nyote ni wanawake msio na mioyo."

Kabla sijamjibu Shema, mama aliweka begi lake mgongoni na kusema, "Karabo, mimi nakwenda." Akamgeukia Shema. "Ahsante kwa kunifanya nipewe baraka ya kuyashiriki maumivu yako. Mimi si mama yako wala mama yako mdogo, lakini ni mama. Karabo aliniambia yote aliyoyaelewa juu ya huzuni yako, lakini sikukubali kuwa nawe kwa ajili yake. Mama zenu wawili waliniagiza kukutunza, mama aliyekunyonyesha, na Bikira Maria, mama anayekulinda kutoka mbinguni. Walikuwa nami hospitalini. Hukuweza kuwaona, lakini walikuwa pembeni yangu." Alimsogelea Shema, akachora ishara ya msalaba kwa mkono kwenye paji la uso wa Shema, na kusema, "Mungu akubariki. Ninakutakia kupona haraka."

Aliondoka kabla Shema hajaweza kutafakari kila kitu na kujibu. Alionesha kuguswa, lakini alitaka kuuthibitisha uanaume wake.

"Karabo, nawe pia, toka hapa. Nataka kuwa peke yangu."

"Mimi siendi kokote," nilijibu. "Naomba unisamehe kwa kumsihi mama akudanganye. Tulifanya hivi kwa faida yako."

"Kwa faida yangu?"

"Ndiyo. Kama angesema wazi yeye ni mama yangu, usingemruhusu kukaa nawe hospitalini."

Shema alirukia kitandani, akakigeuza kichwa chake na kujifanya kuyafumba macho yake. Nilikwenda jikoni kumwandalia supu ya moto. Nikaiwasha kompyuta yangu na kuweka nyimbo za Kifaransa azipendazo.

"Oh, Karabo, bado upo hapa?" Shema aliniuliza nilipomwamsha saa kumi na mbili jioni. "Nashindwa kukutafakari. Kwa namna gani uliamua kumshawishi mama yako anitunze nikiwa hospitali?"

"Samahani," nilijibu.

"Siwezi kukusamehe," alisema. "Lakini angalau, mama yako alinifanya nijisikie kama mama yangu amefufuka kutoka katika wafu. Sikutilia mashaka alikuwa mama yako. Tafadhali, usinidanganye zaidi. Unaniahidi?"

"Ndiyo, ninakuahidi."

Mimi na mama, tulikuwa tumefikia lengo letu.

"Kitu kingine... Kamwe usiseme mama yako ni Mhutu. Sijawahi kumwona Mhutu mzuri na mwenye utu kama yule."

"Mmmh? Wanawake wa Kihutu kwani wapoje?" niliuliza.

Alitabasamu bila ya kujibu swali langu. Niliipooza supu na kumnywesha kwa kijiko kama vile ni mtoto wangu. Baadaye nikambusu kumuaga.

——➤

Kukutana kwangu na Sugira kulipungua zaidi. Sikuweza kumfariji. Kila mara tulipokutana, aliniambia baba yake hakuwa na hatia. Nilikuwa na mashaka yangu. Kumwepusha kuyaona mashaka usoni kwangu, nilikwenda kuzungumza naye. Licha ya jitihada za Sugira na mama yake kumtoa Kamana kutoka gerezani, tayari mwaka mzima ulikatika tangu afungwe. Kikawaida, kesi za rufaa nchini Rwanda zilihitimishwa ndani ya siku chache, lakini katika kipindi hicho, ilikuwa muhimu kuchunguza kwa kina mfumo wa kisheria wa kijadi kupitia mahakama za Gacaca.

Kila siku baada ya kazi, nilikwenda nyumbani kwa Shema. Isipokuwa kwa baadhi ya vidonda, kiujumla alikuwa akipona haraka.

Siku ya Ijumaa, baada ya kupata kwetu chai ya pamoja, Shema aliuliza, "Mama yetu hajambo?"

"Mama yetu?" niliuliza. "Oh, hajambo."

"Kwa nini haji kumtembelea mtoto wake? Unapaswa kumwambia kuwa binti yake hanitunzi vizuri."

"Hivyo ndivyo unavyosema? Sawa."

"Acha kuuvuta mdomo wako. Nami pia ninahitaji matunzo ya mama."

"Shema, kwa utamaduni wetu, watoto ndiyo huwatembelea wazazi wao. Atafurahi kukukaribisha, kukupa maziwa, na kukusimulia hadithi."

"Ndiyo, siku si nyingi nitakwenda kumwona mama yangu mpya."

"Utakaribishwa."

Aliacha kuchora mitindo ya nguo aliyokuwa akiibuni na kuniuliza, "Eh, niambie. Nini kimetokea kwenye harusi yako?"

"Mmmh? Kuna kitu kimetokea." Donge lilinikaba kooni. "Baba yake Sugira yupo gerezani."

"Gerezani?"

"Ndiyo. Ali... Alishitakiwa kwa kushiriki mauaji ya kimbari."

"Yafute machozi yako," alisema. Akanialika kukilaza kichwa changu kifuani kwake huku akizichezea nywele zangu. "Nisamehe kusema hivi, lakini nilijua kuna kitu alikuwa akikificha Sugira."

Kichwa changu kikiwa kifuani kwa Shema, nilimruhusu anifute machozi yangu. Mpapaso wake ulianzia kwenye nywele zangu, shingoni, na hadi kifuani. Kama mwanaume mwenye shauku aliyekuwa akikitafuta cha kuking'ata, alinivuta hadi usawa wa mashavu yake, akautazama mdomo wangu, na kuunyonya kwa hisia zilizoje. Mikono yake ikasafiri hadi kwenye chuchu zangu, hadi kitovuni, na kabla hata sijampokea katikati ya miguu yangu, alinitekenya na kisha kurudi kuziminya tena chuchu zangu. Baada ya dakika chache, kichwa chake kilikuwa katikati ya miguu yangu kikinogewa na utamu wa kunyonya chumvichumvi. Kama mwanamke mtu mzima wa Kiafrika, nilimsukuma ili afanye katika namna ya kijadi zaidi. Naye, kama mwanaume mtu mzima wa Kiafrika ambaye kila kitu kilikuwa chini ya mamlaka yake, aliuingiza uume wake ndani kabisa na kuupiga kwa nguvu. Shema alikuwa mahiri wa kanuni za mchezo. Tulifanya mapenzi usiku kucha.

Kulipokucha kesho yake, aliniandalia matunda na mtindi kama stafutahi. Niliyaficha macho yangu, nikikumbuka ningali nimechumbiwa na Sugira.

"Nini kinakughasi? Sahau kuhusu huyo mpotezi

unayemwita Sugira," Shema alisema kana kwamba aliyasoma mawazo yangu. "Siwezi kukuamrisha unachokifanya. Lakini, tafadhali, jipe muda ulifikirie hilo. Nimekutana na mama yako, na sasa ninajua yeye si Mhutu kama ulivyoniambia. Atafurahi sana kumwozesha binti yake kwa mtoto wake wa kuasili. Nipe mimi nafasi, tafadhali."

"Shema, ninafurahi umetambua kwamba mama ni mtu mwungwana. Lakini hilo halimfanyi yeye kuwa Mtusi. Uungwana pia unapatikana miongoni mwa Wahutu."

"Yule jamaa yako wa Kihutu unayemwita mchumba, naye ni mtu mwungwana? Kwa nini hakukwambia kuwa baba yake alitenda mauaji ya kimbari?"

"Mimi nimechumbiwa na Sugira, na siyo baba yake," nilijibu.

"Kama baba, kama mtoto."

Ndiyo, pengine nilikuwa nimeanza kutilia mashaka kutokuwa na hatia kwa Kamana, lakini siyo ule uungwana ambao mtoto wake amenionesha tangu tukiwa shuleni. Shema hakuwa na mamlaka juu ya mustakabali wa uchumba wangu na Sugira.

"Shema, unakosea. Kwanza, baba yake Sugira anaweza kutokuwa na hatia; pili, ninamjua Sugira kuwa si mtu mbaya kama unavyofikiria. Unapaswa kutambua kuwa siyo Wahutu wote ni watu waovu."

"Ninakupenda sana. Lakini pia ninakuhuzunikia. Hutaki kuelewa kwamba unakwenda kufanya kosa kubwa zaidi la maisha yako. Hupendani na Sugira…"

"Unajuaje kuwa sipendani naye?" niliuliza.

"Kama ungekuwa, usingekuwa umejilaza kitandani kwangu. Potelea mbali, hilo siyo tatizo langu. Unakwenda kuoana na Mhutu baada ya yote waliyozitendea familia zetu. Umejaribu kufikiria wanachokifanya sasa? Nani mwenye kuyatupa hayo mabumo yaliyokaribia kuyachukua maisha yangu?"

"Tuachane na kuongelea mambo ya mashambulizi ya mabomu kwa sababu hatujui nani anaweza kuwa mhusika. Lakini kwa taarifa yako, nimesikia linaweza kuwa kundi lenye mchanganyiko wa Wahutu na Watusi."

"Hiyo siyo kweli. Vyovyote vile, kama Mtusi mmoja ama wawili wameungana na Wahutu, naye anakosea tu kama wewe."

Niliinuka kutoka kitandani na kuvaa nguo. Niliachana na stafutahi yenye kuvutia na kukimbilia teksi. Shema aliniita jina langu kwa nguvu, lakini niligoma kurudi. Nilipaswa kwenda chumbani kwangu na kufikiri. Hakuwa sahihi kuhusiana na Wahutu na Watusi, lakini kuhusu ukweli sikuwa nikipendana na Sugira. Moyo wa Shema ulijaa chuki dhidi ya Wahutu. Ilikuwa kama vile iliandikwa kwenye kuta za ubongo wake kwamba Wahutu ni watu waovu. Nilikuwa nimedhania mama angeyabadili mawazo yake, lakini badala ya kuelewa, ameamua kulibadili kabila la mama kutoka kuwa Mhutu na kumfanya Mtusi. Kwa Shema, mimi sikuwa tena mwenye mchanganyiko wa makabili, bali Mtusi kwa asilimia mia moja. Hicho sicho nilichokuwa nikikitaka. Alipaswa kunikubali kwa vile nilivyo, na sivyo kwa vile alivyonitaka kuwa.

―――

Nilipofika nyumbani, nilimkuta mama ameketi mlangoni.

"Hivi Sugira amefanikiwa kuongea nawe kwenye simu?" aliniuliza bila hata salamu ya asubuhi.

"Hapana, ooh Mungu wangu, simu yangu ipo wapi?"

Ilikuwa chini kabisa ya mkoba wangu.

"Tafadhali, mpigie, Kamana ameachiwa kutoka gerezani."

"Ameachiwa?" niliuza, kabla ya kutoa mlio wa *tss*.

"Ndiyo, hana hatia. Huna furaha kuwa yupo huru? Hiyo *tss* yako inamaanisha nini?"

Kuachiwa kwa baba yake Sugira kulinighasi zaidi. Nilitingisha kichwa kutokana na hofu kusingekuwa na kisingizio zaidi cha kuichelewesha harusi yetu. Mtu aliyekuwa akigonga mlangoni, alinikatisha kutoka kwenye kitendawili changu. Sugira alitokea akiwa mwenye nguvu mikononi mwake, akanichezesha upande huu na upande ule, akiimba, "Mungu ni mwema siku zote."

"Mama, harusi yetu itakuwa kesho," Sugira alisema.

"Kesho?" niliuliza, kabla mama hajajibu.

"Ndiyo mpenzi, una tatizo na hilo?" Sugira aliuliza.

"Baba hana hatia. Ondoa shaka. Huendi kuoelewa na mtoto wa mchocheaji wa mauaji ya kimbari." Alitoa tabasamu kubwa.

"Unafanya utani, haitowezekana kesho."

"Kwa nini isiwe? Mapadri watakuwa likizo kesho?"

Aliacha kufanya utani na kutuambia wazazi wake wamependekeza kufanyika kwa harusi ya kijadi tarehe 17 Novemba 2009. Mama alijibu angeshauriana na ba'mkubwa Kamanzi kabla ya kuithibitishia familia ya Kamana hiyo tarehe ya harusi. Ilipotimu jioni, mama alinituma kwenda kuzifikisha habari hizi kwa ba'mkubwa Kamanzi. Nilifanya hivyo. Ba'mkubwa Kamanzi alitoa baraka zake kwa harusi yangu na Sugira pasipo kigugumizi.

Siku zilizofuatia, mimi na Sugira tulitingwa na manunuzi ya harusi. Hakuniacha peke yangu hapo kwa sekunde. Kila mara mkono wake uliponishika, nilimwambia asubirie siku ya harusi.

Asubuhi moja, niliamka kutoka kitandani, nikaitwaa rozari aliyoiweka mama chumbani kwangu ili kunilinda, na kumwomba Bikira Maria.

"Malaika Gabrieli amebadili namna yake ya kufanya kazi? Kwa nini alimshawishi Sugira peke yake kuwa mimi ni mchumba wake? Kwa nini hakuzungumza nami? Aliuruhusu moyo wangu kumwangukia Shema. Nitawezaje kuolewa na Sugira ilhali moyo wangu upo na Shema? Tafadhali, nijibu mimi, Bikira Maria. Nimechanganyikiwa."

Hakunijibu. Angalau yeye aliitunza bikira yake, lakini yangu nilikwishampatia Shema kabla hata hatujabarikiwa na mbingu. Niliachana na huo upuuzi, nikalijaribu gauni langu la harusi, na kujikagua kwenye kioo. Labda ningechagua gauni la kijivu, na siyo jeupe. Hakukuwa na kitu chochote cheupe kuhusiana na ndoa yangu na Sugira. Nililivua gauni na kwenda kwa wapambe wangu wa heshima kwa ajili ya mazoezi ya hatua. Wote walinikodolea macho kana kwamba nilikuwa mwenye bahati zaidi. Nilikuwa mbioni kuolewa na kijana msomi anayetoka familia ya kitajiri.

18

Siku mbili kabla ya siku ya harusi, nilipokea simu kutoka kwa Shema. Nilisita kuipokea, lakini nisingeweza kumpuuza.

"Nilitaka kukutakia harusi njema," alisema.

"Eh? Nani kakwambia?"

"Habari hupepea, mpenzi wangu. Lakini hiyo siyo sababu pekee ya kutaka kuongea nawe. Nilitaka kukuaga. Kesho ninakwenda Ufaransa."

"Nini? Kwa nini?"

"Nimealikwa na nyumba ya mitindo iliyopo Paris inaitwa LaBelle. Nitakuwa huko kwa miezi nane."

"Kwa nini hukuniambia? Shema, upo wapi kwani? Naweza kuja kukuona?"

"Hapana. Tafadhali, usije. Ninakutakia ndoa njema na yenye furaha kwa Sugira. Kwa heri."

Ilikuwa imekwisha. Shema ameniambia kwa heri. Nililililia penzi letu. Nililazimika kulizika. Moyo wangu uliishiwa nguvu. Kichwa changu kikanivurugika. Nilihitaji dawa za kutuliza maumivu. Nikaamua kwenda kununua dawa kwenye duka la madawa la mtaani. Nikachukua pakiti ya panado kwenye kabati ambalo halikuwa mbali na kaunta, kisha nikaenda kulipia. Nyuma ya kaunta kulikuwa na makabati mengine. Nikaona kikasha kidogo kilichokuwa na maandishi ya Kifaransa yakionesha ni kipimo cha mimba, kikaiteka nadhari yangu. Wimbi la mawazo likanizonga akilini. *Hivi ni lini nilifanya mapenzi na Shema kwa mara ya mwisho?* Nilijiuliza. *Vipi kama nilikuwa kwenye siku za hatari?* Hapana. Nilifahamu namna ya kuzikokotoa siku zangu, na mara zote nilikosea, na kulazimika kumeza vidonge siku iliyofuatia. Sauti ilinong'ona moyoni mwangu: *Kama tahadhari, itakuwa jambo zuri kwa wewe kununua kipimo. Nani anajua?*

Niliporejea chumbani kwangu, nilikikodolea kipimo. Pengine itakuwa baraka kuwa na mtoto wa Shema, lakini itauumiza moyo wa Sugira. Watu wengi watavunjwa moyo, ikiwamo familia yangu na ya Sugira. Kama kawaida, akili yangu ilianza kunichanganya zaidi. *Hutokuwa mtu wa kwanza wala wa mwisho kuolewa na mwanaume wakati umebeba mtoto wa mtu mwingine.*

Kulipopambazuka kesho yake, sikuwa tu nimevurugwa na maumivu ya kichwa, bali pia ya tumbo. Mwili wote uliniuma. Baadhi ya rafiki walinishauri ninywe maziwa kwa wingi. Haikusaidia kabisa. Nilikwenda kumwona daktari. Rafiki zangu walitaka kunisindikiza, lakini niliwakatalia.

Nilikwenda kwenye zahanati ndogo iliyopo barabara ya Paulo wa Sita, nilimwambia daktari ninahisi nina malaria. Akaniambia niende maabara kwa ajili ya vipimo vya damu. Wakati mtu wa maabara akijiandaa kuchukua tone la damu kwa ajili ya kupima malaria, wazo lilinijia kichwani.

"Unaweza pia ukanipima... kama nina mimba?"

"Lakini siyo kwa hiyo damu," alijibu. "Nitahitaji mkojo." Wakati nikijiandaa kumwambia "Achana nayo", alinipa chupa ndogo ya kuwekea mkojo. "Msalani ni upande wako wa kushoto."

Baada ya kuuweka mkojo wangu kwenye chupa hiyo ndogo, nilirudi maabara na kumkabidhi. Aliniambia niyasubirie majibu kwa dakika chache. Nilikuwa nikiumwa kichwa na tumbo, lakini baada ya kumpa mkojo kwa ajili ya kipimo, nilitetemeka. Pengine malaria ilikuwa ikishika kasi kwenye mishipa na mifupa yangu. Haikuchukua muda mrefu kabla ya mtaalamu wa maabara kuniita jina langu.

"Nina habari njema pekee," alisema. "Huna malaria. Jambo la pili, hongera, una ujauzito."

"Ujauzito?"

"Hii ni mimba yako ya kwanza?"

"Ndiyo. Ahsante."

Mawingu mazito kama mawe yaliniangukia kutoka angani. Nilikimbilia getini nitoke nje ya zahanati hiyo, ili nipande pikipiki ya kwanza.

"Kimbiza kadri unavyoweza. Kama huwezi kuovateki magari, yaache yatugonge. Tunakwenda Kacyiru."

Ndani ya dakika kumi tu, nilikuwa nyumbani kwa Shema. Mlango ulikuwa umefungwa. Nilibisha hodi lakini hakuna aliyeitikia. Niliipiga namba yake. Simu yake ilizimwa.

"Twende uwanja wa ndege wa Kanombe," nilimwambia mwendesha pikipiki, "Tafadhali, haraka sana."

Tulipofika uwanja wa ndege, nilitazama kushoto na kulia lakini sikumwona Shema. Nikausukuma mlango kuingia ndani ya jengo.

"Tuoneshe tiketi yako na pasipoti," askari polisi alisema.

"Mimi sisafiri. Ninahitaji kuongea na mtu. Anasafiri na *Air Belgolaise*."

"*Air Belgolaise*? Mtu unayemtafuta anaweza kuwa bado kuwasili hapa. Ndege hiyo inaondoka saa mbili kamili usiku."

Niliipiga tena namba ya Shema, lakini bado

haikupatikana. Nilirudi Kacyiru, nako hakuwepo pia. Kulikuwa na simu nyingi sana kutoka kwa Sugira na mama— sikutaka kuongea nao. Nilirudi uwanja wa ndege, nikaketi chini karibu na mlango, macho yangu yakimtazama kila mmoja aliyekuwa akipita.

Saa kumi na mbili jioni, kundi la watu lilitokea. Mkono ukalishika bega langu.

"Haloo Karabo, mambo vipi?"

"Poa kabisa, na wewe? Kitambo sana."

"Hongera. Kesho si ndiyo harusi yako? Unafanya nini hapa? Huna sherehe ya kuagana na maisha ya peke yako?"

"Ndiyo. Nitakwenda nyumbani si punde."

"Heri yako. Wewe si kama sisi ambao bado hatujawapata vijana watufaao. Mpendwa wangu, wacha niende. Ninakutakia harusi njema."

"Ahsante."

Baada ya kuzungumza na msichana niliyewahi kuishi naye chumba kimoja chuoni, Karigirwa, nilimwona Shema miongoni mwa watu waliokuwa kwenye ukumbi wa wanaoondoka uwanjani hapo. Nilimkimbilia. Polisi alinizuia.

"Sina tiketi ya ndege," nilisema. "Tafadhali, unaweza kuniitia yule jamaa kwenye koti jeusi la ngozi? Yule anayepitisha mizigo yake kukaguliwa."

Badala ya kwenda kuzungumza na Shema, polisi huyo aliendelea na ukaguzi wa karatasi za wasafiri wengine kabla sijamsogelea tena.

"Unakwenda kuzungumza naye?"

"Nimewaambia wenzangu wakamwite. Anakuja."

Shema hakutokea. Maumivu ya kichwa yalinizidi. Baada ya zaidi ya saa, polisi alinijia.

"Tunaomba radhi," alisema. "Mwenzangu alimpotea. Hakuweza kuzungumza naye. Anasafiri na ndege gani?"

"Anasafiri na *Air Belgolaise*," nilijibu.

"Oh, tayari wamekwishaingia kwenye ndege. Pole sana, dada, huwezi kuongea naye."

Niliwaomba waizuie ndege, lakini walikataa. Nilikuwa nimechelewa sana. Akili yangu ilishindwa kuniambia nini cha kukifanya. Chini ya saa kumi na tano zilikuwa zimebakia kabla ya harusi yangu. Nilitaka nilale hapo uwanja wa ndege, lakini hilo lisingeweza kumrudisha Shema. Hakukuwa na bodaboda. Nikaingia kwenye miongoni mwa teksi za uwanja wa ndege.

"Biryogo tafadhali," nilimwambia dereva.

"Biryogo? Utanilipa faranga za Kinyarwanda elfu kumi."

"Endesha gari. Nitakulipa kadri unavyotaka."

Nilimkuta mama ameketi sebuleni, akiwa ameifunika mikono yake kwa kanga. Kikombe cha chai kikiwa mkononi.

"Karabo, ulikuwa wapi tangu asubuhi?" aliuliza.

"Sugira ameondoka hapa dakika chache zilizopita. Rafiki zako wamekusubiri saa nyingi hadi wamekata tamaa. Nini kinaendelea na harusi yako?"

"Nisamehe. Nilikwenda kliniki?"

"Kutoka asubuhi hadi usiku huu? Na hayo macho mekundu? Karabo, ni nini? Nini kinatokea?"

"Wacha niende nikalale. Tutazungumza asubuhi."

Mama alisisitiza tuongee, lakini nikaenda haraka chumbani kwangu. Alinifuata na kuendelea kunisihi nimwambie kwa nini ninapoa. Maneno hayakuweza kunitoka mdomoni kwangu. Nilijilazimisha kuyazuia machozi.

"Karabo, niambie, kweli kabisa unataka hii harusi kufanyika?"

"Ndiyo, mama. Hakuna tatizo."

"Sina hakika tena," alisema. "Vyovyote vile, unahitaji

kulala. Familia ya Kamana watakuwa hapa kesho kabla ya saa tatu kamili asubuhi. Wamenihakikishia hawatochelewa, kwa sababu mtapaswa kuwa bomani kwa ajili ya ndoa ya kiserikali kabla ya saa saba mchana."

"Usiku mwema, mama."

"Lala vizuri."

Baada ya kuondoka chumbani kwangu, niliketi kitandani kukokotoa hesabu. Ulikuwa wasaa wa kufikiri na kufanya maamuzi muhimu ya maisha yangu. Pengine, ndoa ya kijadi haikuwa ikitambulika kisheria, lakini ndoa ya kiserikali iliyopangwa kufungwa siku hiyo hiyo ingeweza tu kubadilishwa kwa talaka ya kisheria. Shema alikuwa amekwenda, na uwezekano wa kurejea Afrika kwa wale waliokwenda Ulaya ungeweza tu kuhesabiwa kwa vidole. Wakati uliwadia kwa mimi kujifunza kwamba sikumhitaji mtu yeyote ili kunipa tabasamu maishani mwangu. Nilichukua vipande viwili vya karatasi na kalamu, nikaandika herufi mbili, na kuyafumba macho yangu, nikijifanya kulala.

Ilipotimu saa kumi na moja na nusu alfajiri, nilikuwa tayari. Nilivaa jinsi yangu ya bluu iliyokolea na fulana nyeusi, nikiongezea na koti la ngozi, nikatinga raba nyepesi nyeusu, na kulichukua sanduku langu hadi nje ya chumba. Nilitembea kwa kunyata nikihofia kumwamsha mama. Baada ya kuiweka barua yake juu ya meza ya chakula, niliufungua mlango na kuondoka nyumbani hapo.

"Twende katikati ya jiji, karibu na ofisi ya posta," nilimwambia dereva teksi.

Nilisimama ofisini kwa Sugira, na kuipitisha barua chini ya mlango. Nikamtumia ujumbe:

Nenda ofisini kwako kabla ya kuja kwenye ndoa ya kimila.
Nimeweka barua kwa kuipitisha chini ya mlango wa ofisi

*yako. Ninatumaini utaipata nguvu ya kunisamehe ndani
ya moyo wako. Ninayahifadhi mapenzi tele na heshima
kwako.*

Niliizima simu na kumwambia dereva kunipeleka hadi
kituo cha mabasi. Nilipofika Nyabugogo, nilipanda basi la
kwenda Butare.

Nilipofika mji wa Astrida, nililipia chumba kwenye
hosteli iliyoitwa *Holiday Quarters*. Saa ya ukutani ilisoma
saa tatu na nusu asubuhi. Moyo uliniwaka moto kifuani
kwangu. Mama alifanyaje baada ya kuisoma barua yangu?
Labda alilia. Labda hakuweza kutoa machozi. Nisingeweza
kuisamehe nafasi yangu kwa kumfanya awe mlengwa wa
matusi ya ba'mkubwa Kamanzi. Niliiwasha kompyuta yangu
ili nimwandikie Shema barua-pepe ndefu. Nilimshukuru
kwa kuyatia maisha yangu viungo vya mapenzi na mahaba,
na kwa kunibariki na Shema mdogo, mtoto aliyekuwa
akikuwa tumboni mwangu. Nilibonyeza kitufe cha *tuma*
kabla ya kuizima kompyuta yangu.

Sikumpigia simu mama, Sugira wala yeyote Kigali
aliyekuwa akijiuliza mahali nilipo. Nilipaswa niwape muda
wa kutosha wa kunisahau. Nilipaswa kuyafuta machozi
yaliyokuwa yakinibubujika mashavuni kwangu kwa zaidi
ya miaka kumi na tano. Nilipaswa kulifumbua fumbo la
maisha yangu. Nilipaswa kuunganisha nukta zote. Daftari
dogo lisingenitosha. Niliiwasha kompyuta yangu na kuanza
kuandika hadithi ya maisha yangu. Niliisimulia hadithi ya
familia yangu, utoto wangu uliojawa na upendo na vitu vyote
vizuri, mazungumzo niliyokuwa nikiyafanya na baba kabla
hajauawa na wanamgambo wa Kihutu, damu ya baba yangu
na dada zangu iliyomwagika Aprili 7, 1994, na miaka yote
ambayo mama hakuwepo ili niweze kukilaza kichwa changu
kifuani kwake kulikojaa maziwa na upendo. Niliandika

kuhusu madhila ambayo mama aliyapitia. Niliandika kuhusu Devota. Niliandika kuhusu Shema. Niliandika kuhusu Sugira na familia yake. Nilipunguza mkanganyiko uliosababishwa na tabia ya baba yangu mkubwa Mtusi, Kamanzi na mjomba wangu Mhutu, Gasana, wote ambao mioyo yao ilitiwa kiza na chuki dhidi ya wote waliovaa kofia zisizo za makabila yao. Nilielezea wasiwasi wangu, mashaka yangu, mapenzi yangu, na chuki zangu. *Kwa nini wakati wote ninalazimika kusimama kwenye njiapanda ya msiba wa Rwanda? Kwa nini ninalazimika kuubeba mzigo wa ukabila. Kwa nini?* Niliandika katika aya, kurasa, na sura.

Baada ya siku tano, niliuaga mji wa Astrida na kurejea Kigali. Safari ilinichukua saa mbili. Tumbo langu lilinivuruga ile nukta macho yangu yalipoiona Nabugogo. Milima na majengo ya Kigali vilinitazama kana kwamba vilitaka kuninyonga nikiwa hai. Niliogopa kukutana na mama. Ba'mkubwa Kamanzi angeniua kwa kumwomba aipe heshima ndoa yangu, ambayo niliitoroka dakika ya mwisho. Kila kitu kilitokea kwa sababu yao. Nilipotea na kutelekezwa, kwanza na mama aliyewaruhusu ndugu zake wa Kihutu kumfanya mateka, kisha na ba'mkubwa Kamazi, aliyekuwa ametiwa upofu na moyo wake wenye vidonda na chuki yake dhidi ya Wahutu.

Kama wakithubutu kuongea nami, nitayatema yote mbele ya pua zao, niliwaza.

Nilisimama nje ya mlango wa nyumba yetu Biryogo. Sikuweza kubisha hodi, lakini nilipaswa kuingia kabla jirani wa Biryogo hawajaanza kuteta juu ya kurudi kwangu. Mdogo wangu wa kike Sana alitoka kufungua mlango. Alirudi ndani mbio kumwambia mama nimerudi. Mama hakutoka. Alinisubiri ndani ya nyumba.

"Mama…"

Maneno hayakuweza kutoka kutokana na moyo wangu

kujawa sonona. Alinikaribisha nikilaze kichwa changu kifuani kwake. Sote tuliomboleza. "Mwanangu, niambie kila kitu. Mimi ni mama yako. Nini kilikutokea?"

"Mama, kwa nini uliniacha peke yangu kwenye hii dunia? Kwa nini uliniacha ning'atwe na meno makali ya dunia hii?"

"Mwanangu, yafute basi machozi," alisema, akanikumbatia kwa nguvu kifuani kwake.

"Mama, ninakupenda. Haya yote yametokea kwa sababu ninakupenda. Kichwa changu kiliushawishi moyo wangu kukuchukia, lakini sikuweza kuzifuta kumbukumbu zote za utotoni. Nilitaka kukusahau, lakini kila usiku na kila mchana, niliota nikikilaza kichwa changu kifuani kwako. Nililikumbuka tabasamu lako na harufu yako ya kuvutia. Tafadhali, nisamehe."

"Karabo, hilo tulilizungumzia. Ninaijutia siku niliyokuacha wewe, dada zako na baba yako." Alibaki kimywa kwa nukta kadhaa kabla ya kuongeza, "Niambie. Kwa nini ulilazimika kuiacha siku yako ya harusi? Sugira alikufanya nini? Ninakusikiliza. Zungumza nami kama binti azungumzapo na mama yake."

"Sugira hakufanya lolote baya," nilijibu. "Nililisaliti penzi lake."

"Sawa, ninaelewa. Tulia basi. Nenda ukanywe kikombe cha maziwa. Tutalizungumzia hilo baadaye."

"Mmmh? Maziwa?"

"Ndiyo, mimi ni mama, shingo yako inaweza kuniambia zaidi ya unavyoweza kusema. Utaniambia nani ni mhusika wa ujauzito wako."

"Ni... Mama...unajua..."

"Tafadhali, tutalizungumzia hilo baadaye. Tulia uvute pumzi. Wacha nikakuletee maziwa."

Alikwenda jikoni.

Baada ya kunywa maziwa, sijui pengine ni kwa sababu sikuwa nimekula kitu tangu asubuhi, nilishikwa na kichefuchefu, nikaenda haraka maliwatoni kutapika. Hakuna kilichotoka kooni kwangu. Nikarejea sebuleni.

"Ndiyo, mama, nina mimba. Nilifanya kipimo cha mimba siku moja kabla ya harusi yangu na Sugira."

"Ni ya nani?"

"Shema."

"Umeutia huzuni moyo wa Sugira. Aliwaambia wazazi wake wasije kwenye ndoa ya kijadi kwa sababu umeondoka na mtu aitwaye Shema. Gatarina alinipigia simu kunionya kuwa Shema ni mvuta bangi. Sikuwambia kuwa nilimfahamu Shema aliyekuwa akimzungumzia. Nilikuwa na wasiwasi juu yako. Nilisali kila siku ili urudi hapa kwangu. Nilitukanwa. Niliitwa majina. Yote ni kwa sababu yako..."

"Oh, mama, nisamehe. Nani aliyekutukana? Kwa nini?"

"Usiwe na wasiwasi. Niliadhibiwa kwa dhambi zangu. Ni msalaba ninaolazimika kuubeba. Kuna madhara yaliyosababishwa na ile miaka kumi na moja ukiwa peke yako pasipo mama wa kukuongoza na kukuonesha njia sahihi. Ingawa sikikubali ulichokifanya, ninapaswa kuweka akilini mwangu kuwa wewe ni binti yangu. Nitashiriki furaha yako, maumivu yako, na aibu yako, kama italazimu."

"Mama, ninampenda Shema. Lakini siwezi kuishi naye. Sitoolewa kamwe."

"Kama unampenda Shema, kwa nini ulikubali kuchumbiwa na Sugira?"

"Nilifanya kila kitu kwa ajili yako, mama. Nilipaswa nichague kati yako na Shema. Lilikuwa fumbo gumu sana kwangu. Lakini sasa, kila kitu kimetatuliwa. Ninaye Shema tumboni mwangu na mama pembeni yangu. Utamtunza huyu mtoto kama ulivyomtunza Shema akiwa hospitalini."

"Shema yupo wapi?" mama aliuliza.

"Ameondoka. Amekwenda Ulaya. Hatorudi. Mapenzi yetu hayawezekani."

Nilimwambia mama kwa kina juu ya kiwango cha chuki ya Shema dhidi ya Wahutu. Namna alivyonishambulia siku aliyofahamu kwamba nilimdanganya kuhusu mama yangu wa Kihutu, na kwamba bado niliogopa hata kama Shema alinipenda, bado alikuwa akijutia ukweli wa uwepo wa damu ya Kihutu ndani yangu na alijaribu kujishawishi mwenyewe kwamba sikuchanganya makabila, bali kuwa Mtusi asilimia mia moja.

"Usiwe na shaka. Wakati utamfundisha kwamba uungawana hauna lolote la kufanya na kabila. Karabo, tunapaswa kuweka miadi na daktari wa wanawake. Pia utalazimika kwenda kumwomba msamaha baba yako mkubwa Kamanzi."

"Ndiyo, ni lazima nimwone daktari wa wanawake. Kuhusu ba'mkubwa Kamanzi, nilitaka nikutane naye, familia ya Kamana, wewe na baadhi ya rafiki zangu. Nilitaka niongee nanyi kwa pamoja, wakati huo huo."

"Kwa namna gani?"

"Tunaweza kuwaalika wote Jumamosi ijayo. Wale ambao hawatokuja watapoteza haki ya kuniuliza maswali baadaye."

"Unasema nini?" mama aliuliza, kwa sauti ya ukali.

"Acha hizo. Unadhani unaweza ukamwita tu baba yako mkubwa hapa aje kukusikiliza unachotaka kumwambia?"

Nilimbishia kwa kusema endapo ba'mkubwa Kamanzi hatoweza kuja nyumbani kwa mama yangu, hatokuwa na haki ya kuniuliza maswali juu ya nilichokifanya. Mama aliushikilia msimamo wake wa kutokubaliana nami na kunitaka niende nikazungumze na ba'mkubwa Kamanzi.

Kutwa nzima, mama alinipa dondoo za kiafya kuhusiana

na ujauzito. Aliniambia juu ya tabia za ulaji nilizopaswa kuzianza na kwamba nilipaswa kupumzika maraa nyingi kadri iwezekanavyo. Kuna muda aliacha kuongea, akatoa sauti ya *tss*, na kusema, "Hivi sivyo nilivyokuwa nimetamani iwe. Niliisubiri harusi yako kwa shauku, na kwamba pindi ungeshika mimba, ungeniambia nikusindikize hospitali, lakini mume wako angekuwepo kukukanda miguu yako."

"Nisamehe, mama."

"Mpenzi wangu, jambo la muhimu sasa ni kwamba nipo mbioni kuwa bibi. Ninamshukuru Bwana. Ni baraka kubwa kumwona mjukuu wa kwanza wa Kalisa. Lazima baba yako atakuwa mbingu ya saba."

"Atakuwa huko?" niliuliza. "Labda atakuwa amenikasirikia kwa kushika kwangu ujauzito nje ya ndoa."

"Ndiyo, inaumiza kila moyo wa mzazi, hususani kwenye utamaduni wetu; msichana analazimika kuitunza bikra yake hadi ndoa. Lakini sasa yupo mbinguni, nina hakika anatutazama kwa macho ya rehema na kusamehe."

Baada ya kula chajio na mama, nilikwenda chumbani kwangu. Kabla ya kuyafumba macho yangu, niliiwasha tarapakato yangu kutazama barua-pepe. Shema hakuwa amenijibu. *Labda hakufika salama huko Ufaransa*, niliwaza. *Au ameamua tu kuipuuza barua-pepe yangu.*

Asubuhi ya kesho yake, mama alinisindikiza kumwona daktari wa wanawake. Daktari alifanya vipimo vya picha.

"Mimba yako ina wiki sita," daktari alisema. "Unaweza kuyaona mapigo ya moyo ya mtoto wako? Yataonekana vizuri baada ya wiki nane."

Niliona alama ambayo haikuonekana vizuri kwenye kioo cha kompyuta.

"Ni wa kiume ama wa kike?" niliuliza.

Wote, mama na daktari walicheka.

"Ni mapema mno kusema,"

Alinipa ushauri wa namna ya kuishi, na aina ya vyakula ninavyopaswa kula. Mama alinitazama kwa macho ya *Sikukwambia?* Daktari alinipa karatasi niipeleke maabara kwa ajili ya vipimo vingine. Baada ya kuchukuliwa damu na mkojo, aliniambia nirudi tena baada ya siku tatu kwa ajili ya majibu.

Tulipokuwa getini tukitoka hospitali, mama alisema, "Sasa panda basi uende Kiyovu. Nenda ukaongee na baba yako mkubwa Kamanzi. Nenda ukamwombe msamaha. Yeye ni kama baba yako. Atakuelewa."

"Unataka kwenda nami?" niliuliza.

"Hapana, ni vema uende peke yako."

Mama alipanda basi la Biryogo, nami nikiingia kwenye mojawapo ya mabasi ya Kiyovu.

Wote ba'mkubwa na ma'mkubwa walikuwa bado kazini nilipowasili. Nami nikaingia kwenye chumba cha wageni na kujilaza kitandani. Baada ya saa kumi na moja kamili jioni, nilizisikia sauti zao. Niliwaachia dakika chache wamalizie mazungumzo yao, wabadili nguo, na kurejea sebuleni. Katika wakati muafaka, nikatoka chumbani.

"Wewe? Unafanya nini hapa?" ba'mkubwa Kamanzi aliuliza. "Tafadhali, toka nyumbani kwangu. Toka nje."

Maneno yake yalinichapa kwenye kina cha ndoo ya sonona langu na kunilipua kwa hasira.

"Ondoa shaka," nilijibu. "Ninaondoka, na sitorudi tena. Lakini kabla sijaondoka, nipe dakika moja niseme neno. Nisamehe."

"Sitaki kuusikiliza tena ujinga wako. Umenifanya niupoteze utu wangu wote. Ndiyo, wewe ni mtu mzima kama ulivyokuwa ukinikumbusha kila mara. Toka hapa. Nimeshaimaliza kazi yangu kama mzazi."

"Sawa, kama hutaki kunisikiliza, sina sababu ya kusisitiza. Kwa heri." Nilielekea mlangoni.

"Karabo, rudi hapa," Birungi alisema kwa sauti ya juu. Alimgeukia mumewe na kusema, "Tafadhali, angalau msikilize anachotaka kukisema."

Nilirudi na kuketi kitini kwenye meza ya kahawa.

"Ninaomba msamaha kwa kukuomba kunisaidia kwa ajili ya harusi ambayo sikuwa tayari nayo. Kitu pekee ninachokitaka kutoka kwako ni msamaha."

"Sitokusamehe kamwe," ba'mkubwa Kamanzi alisema. "Kwa nini hukuniambia kabla hujakimbia? Mama yako alikuficha wapi?"

"Mama hahusiki na chochote kilichotokea. Dhambi yake ni sawa tu na yako."

"Ki vipi? Mimi ndiye niliyekushauri uolewe na Mhutu kabla ya kuja kufahamu ulikuwa uamuzi mbaya? Au, pengine, mama yako amekutafutia Mhutu mwingine?"

Nilimtazama ba'mkubwa Kamanzi kwa hasira mno lakini nikiwa nimevurugwa na kisirani. Sikuweza kumweleza zaidi.

"Kama nisingekuwa nimemchagua Mhutu, nani mwingine ningekuwa nimemchagua? Yule Mtusi niliyempenda, ukamtupilia mbali akafe kwa simanzi ya hii dunia ovu? Akazikusanya shida zake zilizomwanza ile siku wanamgambo wa Kihutu walipoiua familia yake. Na unajua ni nani aliyeilipa gharama yake? Mimi. Alinipiga. Alinitapikia kisirani chake chote dhidi ya dunia na chuki yake yote dhidi ya Wahutu."

"Unamzungumzia Shema? Ninahusika nini na matatizo yake? Mimi ni mwuza unga?"

"Ndiyo. Ninamzungumzia Shema, ambaye familia yake iliteketezwa na wanamgambo wa Kihutu. Shema, ambaye alikukimbilia, akiutarajia upendo kutoka kwa Mtusi aliyemwona angemwamini. Ulimfanyia nini? badala ya kumpa hifadhi nyumbani kwako na moyoni mwako, ulimrudisha akapambane peke yake na dunia akijawa na majonzi. Ungeweza kumfanyia hivyo mtoto wako mwenyewe, pasipo kujali ni dhambi gani aliyokuwa ameifanya? Shema hakuwa Mtusi? Alistahili kutendewa kama fuko la takataka na wale aliowaona watu wake?"

"Karabo, hebu funga mdomo wako," Birungi alisema. "Huwezi kumwambia baba yako mkubwa namna hiyo."

"Birungi, mwache atuoneshe alivyokosa adabu," ba'mkubwa alisema, "Ulitarajia nini kutoka kwake?"

"Ba'mkubwa, simaanishi kukuvunjia heshima. Nilitaka tu niuelezee ukweli niliouhifadhi kwa miaka mingi."

"Nilidhani nimekulea uwe msichana mwenye akili," ba'mkubwa alisema. "Niambie ni kwa namna gani, ndani ya Rwanda hii yote, Mtusi pekee uliyeweza kumpata ni huyo teja unayemwita Shema au uolewe na mmoja wa Wahutu waliomwua baba yako. Hivyo ndivyo unavyotaka kuniambia?"

"Ndiyo, nilitafuta humu Rwanda, na hakuna ambaye angeweza kunioa. Baadhi yao ni Wahutu unaowalaani kwa sababu ya kile walichokifanya ndugu zao kwa familia yetu ya Kitusi. Wengine ni Watusi ambao hawataki kuchangamana nami Mtusi niliyezaliwa kwa mama Mhutu."

Alitoa tabasamu la dharau, kabla ya kusema, "Ulimchagua Mhutu na ulituomba tukuunge mkono. Kwa nini hukuolewa naye?"

"Sugira ni mtu mwungwana sana. Naye anaubeba mzigo wa ukabila kama mimi. Yeye si Mhutu tu kama unavyomwita. Ana urithi wa vyote, Uhutu na Utusi. Na hata kama angekuwa Mhutu, ninaiheshimu sana familia yake. Wamenithibitishia kwamba uungwana hauhusiani chochote na kabila la mtu. Walikuwa upande wangu pale nilipohitaji kifua cha kukiegamia, na mtu wa kunifuta machozi. Ulimkataa Devota, mhanga wa Kitusi;

walimwogesha, walimlisha, walimpumzisha pale alipoiaga dunia hii. Ninatamani ningeweza kuwalipa kwa hilo, lakini kwa sababu fulani fulani, moyo wangu ulimchagua Shema, roho nyingine iliyohitaji upendo."

"Karabo, sipendezewi na namna unavyoongea nami. Kwa nini sasa hukuolewa na yule teja uliyekuwa umezama kwenye mapenzi yake?"

"Kwa namna ile ile ambayo vidonda vya moyo wako vilikuzuia kuyahisi maumivu ya Shema, vivyo hivyo, huzuni yake ilimzuia kuyatambua machozi mashavuni kwangu."

"Kwa hiyo, kila kitu kilisababishwa na mimi? Ndicho unachojaribu kukisema hapa?"

"Hapana, ba'mkubwa. Ninamaanisha, licha ya kwamba nilimpenda sana Shema, alikuwa na huzuni mno kuweza kutafsiri maumivu yangu mwenyewe. Shema, kama wewe, ana moyo mchungu sana na anawalaani sana Wahutu kwa mikosi yote aliyoipitia maishani mwake. Alinipenda lakini hakunikubali vile nilivyo. Wewe pia, unanipenda, hilo, sina shaka nalo kamwe. Lakini chuki uliyo nayo dhidi ya Wahutu imekuzuia kuelewa ni kwa namna gani nimeumizwa na msiba wa Rwanda. Ni mara ngapi umenikumbusha kuwa nina damu ya Kihutu? Unafikiri kwa kumdhihaki mama ndipo unanifuta machozi ambayo yamekuwa yakinibubujika mashavuni kwangu tangu siku ile baba na dada zangu walipouawa?"

Badala ya kunijibu, ba'mkuwa aliinuka kutoka kitini na kutoka nje.

"Karabo, kwa nini umeyasema hayo yote?" Birungi aliuliza.

"Nilipaswa kumwambia ukweli."

"Hapana, hivyo sivyo unavyotakiwa kuongea na baba yako mkubwa. Umekuja kumwomba msamaha, lakini badala yake umemshushia tuhuma."

"Hapana, sikutaka kumlaumu. Nilitaka atambue kwamba yale yalitokea ni miongoni mwa madhara ya matatizo tuliyoyapitia. Sote tumeteseka."

"Ndiyo, upo sahihi. Niambie, tafadhali, usinidanganye. Una mimba?"

"Ndiyo. Ni mimba ya Shema."

"Imekuwaje?"

Nilimsimulia kila kitu kilichotokea baina yangu na Shema, na namna gani niliambulia patupu kila nilipojaribu kumsahau Shema na kuolewa na Sugira, ambaye naye pia anashiriki kuubeba mzigo wa kuwa na mchanganyiko wa makabila.

"Sikuwa sahihi," nilisema. "Nisingeweza kuyalazimisha mapenzi. Ni Shema ambaye ninapendana naye. Ananipenda pia, lakini hatuwezi kuoana tukiwa tumezungukwa na Watusi na Wahutu wa Rwanda."

"Nitazungumza na Kamanzi," Birungi alisema. "Anakupenda sana. Anakuona kama binti yake mwenyewe. Kama ulivyomwambia, sote tuna vidonda ambavyo havijapona. Kuna wakati anaumwa sana kichwa kutokana na kila kitu ilichokipitia familia yake, na humpofusha. Mimi pia, ninakiri kwako kwamba umeyafungua macho ya moyo wangu. Pole sana kwa kila kitu ulichokipitia."

Nilimuaga Birungi na kutoka nyumbani kwao.

Kama kawaida, nilimkuta mama akiwa ameketi kwenye kochi sebuleni. Nilimsalimia na kwenda haraka chumbani kwangu. Alinikumbusha kuwa mwanamke mjamzito hatakiwi kuacha kula hata mlo mmoja. Alikuwa ameniandalia supu ya samaki na mboga ya spinachi. Nikarejea sebuleni na kuketi mezani ili ninywe supu kabla ya kula *imvange* kama chakula kikuu.

"Mambo yamekwendaje nyumbani kwa Kamanzi?" aliuliza.

"Hayajaenda vema," nilijibu.

"Umefanikiwa kumwomba msamaha?"

"Ndiyo."

"Na? amekusamehe?"

"Hapana."

Nilimsimulia juu ya mazungumzo yangu na ba'mkubwa Kamanzi na Birungi. Aliniambia Birungi alikuwa sahihi, na kwamba sipaswi kuzungumza na baba yangu mkubwa kwa namna ile.

"Mama, sitaki kumzungumzia ba'mkubwa Kamanzi. Ana matatizo yake ya kuyashughulikia."

"Sote tuna matatizo, na hakuna mkamilifu. Lakini kama ninavyokwambia kila mara, Kamanzi anastahili heshima yako. Aliichukua nafasi ya baba yako kukukuza wakati ulipobaki mwenyewe kwenye hii nchi."

"Kabisa, na hiyo ndiyo sababu sitaki tumzungumzie. Ninamshukuru sana kwa kunipa malazi, mavazi na chakula. Lakini kama angekuwa amenipa kifua chake nimwagie machozi yangu, nisingekuwa nimeangukia kifuani kwa Shema."

"Karabo, usimlaumu baba yako mkubwa kwa hayo yote. Sote tuna sehemu yetu ya wajibu. Hakuna mtakatifu hata moja miongoni mwa wakazi wa hii dunia." Alibaki kimya kwa nukta chache kabla ya kuongeza, "Nimezungumza na Gatarina kwenye simu."

"Amesemaje?" niliuliza.

"Bado anahuzunishwa na kilichotokea. Atakuja hapa Jumamosi."

"Hapana, mama. Sitoweza kukabiliana na macho ya mama yake Sugira. Kama kuna mtu mmoja ambaye mimi ninamheshimu sana, ni Gatarina. Ni mwanamke mkarimu na mwenye utu sana. Aliniamini. Niliusaliti upendo wake. Sugira atakuja naye?"

"Hapana. Sugira yupo Ulaya."

"Ulaya? Wapi hasa? Anafanya nini Ulaya?"

"Yupo Ufaransa, anachukua masomo ya uzamili. Mama yake ameniambia kwamba baada ya kuvunjwa moyo, Sugira aliomba kuondoka nchini. Alivunjika moyo hasa."

"Asijekutana na Shema huko Paris."

"Ufaransa ni nchi kubwa," mama alisema. "Hawawezi kukutana."

"Natumaini hivyo."

Tukatakiana usiku mwema.

Kulipopambazuka kesho yake, niliamka kama kawaida na kupata amshakinywa chenye matunda na maziwa. Nilikwenda kazini, baada ya takribani miezi miwili ya likizo. Kila mtu kazini alinitazama, lakini hakuna aliyethubutu kuniuliza japo swali. Niliungumza tu na mkurugenzi na kumwambia harusi haikufanyika na kwamba nilikuwa mjamzito, lakini sikumpa taarifa zaidi.

Siku ya Jumamosi, nilikuwa chumbani kwangu mama aliponiita ili nisalimiane na mama yake Sugira. Nilivaa sweta refu, juu ya sketi pana na ndefu. Niliungana nao sebuleni. Huku akiwa na mshituko machoni kwake, Gatarina alikubali kunipa mkono. Nikaketi kitini nikitafuna kucha zangu.

"Nili...nilitaka kuomba msamaha," nilisema, nikiyakatisha maongezi yao kuhusu mvua na misimu.

"Kuomba msamaha kwa lipi?" Gatarina aliuliza.

Swali hilo rahisi lilikuwa gumu sana kwangu kulijibu. Ningewezaje kuelezea kwa namna gani niliikatili familia ambayo ilinipa upendo katika ule wakati niliouhitaji zaidi?

"Kwa kuondoka siku ambayo nilipaswa kuolewa na Sugira."

"Hiyo ni dhambi?" Gatarina aliuliza. "Ama dhambi ni kile kilichokufanya wewe uondoke. Kwa nini ulimfanyia vile?"

Macho ya Gatarina yalikuwa yakiufanya moyo wangu kuugua.

"Tafadhali nisamehe. Ulikuwa mama mwema sana kwangu wakati mama yangu alipokuwa mbali nami. Ulinifuta machozi. Niliupata upendo wa familia nyumbani kwako. Siwezi kamwe kuisamehe nafsi yangu kwa kuusaliti upendo ule."

"Kama ningekuwa mama mwema, mtoto wangu asingekimbiwa na mchumba wake siku ya harusi yake."

"Hapana. Mama, kila kitu kilikuwa makosa yangu. Niliusaliti uungwana na upendo wa Sugira." Nikalipuka kilio kabla ya kuongeza, "Sitaki kuzungumzia juu ya falsafa za mapenzi, ambazo hazina maana kabisa. Ninampenda na kumheshimu Sugira. Lakini mapenzi yangu kwake hayakukifikia kiwango cha uchizi ambao wote tuliuhitaji ili tuweze kuishi chini ya paa moja na ndani ya chumba kimoja."

"Karabo, acha kuongea ujinga," Gatarina alifoka. "Kwa nini ulimdanganya Sugira kuwa unampenda? Kwa nini ulimfanya akupende? Umeuvunja moyo wake. Sugira alikaribia kujiua. Ulimfanya nini mtoto wangu?" Gatarina aliyageuzia macho yake kwa mama. "Musanabera, ongea na binti yako."

Mama alibaki kimya.

"Mama, tafadhali, nisamehe. Daima ulikuwepo kwa ajili yangu pale ambapo sikuwa na mtu wa kuzungumza naye. Sugira alikuwa rafiki yangu mkubwa, na kaka ambaye sikupata kuwa naye. Alinipenda. Niliutamani upendo, na niliupata bora kutoka kwake, lakini moyo wangu haukumrudishia mapenzi aliyonipa. Ninaomba msamaha."

Kabla hajajibu, nilipiga magoti mbele yake. Aliniambia niinuke.

"Huhitaji kufanya hivyo. Unapaswa kufahamu

ulituumiza sote. Lakini yamekwisha sasa. Hakuna kinachoweza kufanywa."

Niliinuka na kwenda chumbani kwangu ili nikayamwage machozi kwenye mto wangu mwekundu.

Baada ya saa moja hivi, mama aliniita ili nimuage mama yake Sugira. Macho yao wote yalikuwa mekundu. Mama yake Sugira akanikumbatia.

"Mama yako amenisimulia kila kitu. Hatujafurahia kile ulichokifanya. Lakini, kama mama zako, tunakuelewa. Hupaswi kuwaficha mama zako kitu chochote. Kama ungekuwa umeniambia mimi kila kitu ulichokuwa ukikipitia, ningekuwa nimekupa ushauri fulani."

Baada ya Gatarina kuondoka, nilimwuliza mama walichokuwa wamekijadili. Aliniambia walizungumza kama mama.

Siku, wiki na miezi vilipita. Niliendelea kumtumia Shema barua-pepe, lakini hakujibu hata moja. Baada ya miezi mitano ya ujauzito, nilikwenda tena kwa daktari wa wanawake. Alinifanyia kipimo cha picha.

"Unakiona hicho kiumbe kidogo?" daktari aliuliza.

"Kipi?"

"Hiyo ni sehemu ya siri ya mtoto wako. Ni wa kiume."

Moyo wangu ulijawa furaha. Nilijaribu kumuwazia mtoto mweusi mwenye fizi nyeusi. Tayari nilikuwa na jina lake kichwani mwangu, Davis Shema Kalisa.

Nilipotoka hospitali, nilipita kutoa fedha kwenye kiotomotela cha jirani. Nikaenda mjini kununua vitu vya watoto kwenye duka la *Mother's Smile*.

Nilipowasili nyumbani, niliiwasha tarapakato yangu, na kuandika barua-pepe nyingine kwa Shema.

"Mungu amenipatia Shema mwingine. Shema wako, Shema wetu. Ahsante kwa kuniachia sehemu yako. Shema ninayembeba tumboni mwangu, daima atanikumbusha juu ya Shema ninayembeba moyoni mwangu. Jina lake ni Davis Shema Kalisa. Kama unapendelea majina mengine, utalazimika kuandaa sherehe ya kumpa jina mtoto siku ya nane. Kwa heri. Nakupenda. Karabo."

Niliizima kompyuta. Hiyo ilikuwa barua-pepe yangu ya tano kwa Shema.

Wakati nikiendelea kuchambua nguo nilizozinunua kwa ajili ya mtoto, simu yangu iliita. Ilitoka kwa ba'mkubwa Kamanzi.

"Karabo, hujambo?"

"Sijambo, shikamoo."

"Marahaba. Mwambie mama yako ninakuja kuwatembelea leo jioni."

Ba'mkubwa Kamanzi hakuwahi kumtembelea mama tangu arejee Rwanda. Nilikwenda mbio sebuleni kumwambia mama juu ya ujio wa ba'mkubwa.

"Bikira Maria amenijibu sala zangu tena," mama alisema.

"Ki vipi? Ulikuwa ukimwomba ili ba'mkubwa Kamanzi akutembelee?"

"Si hivyo tu. Huu ni mwanzo tu. Nilimwomba Mungu anipe nafasi ya kushika vema nafasi yangu kama mke mwema kwa baba yako na mkwe bora kwa familia yao. Kalisa hana furaha kwamba mahusiano yangu na ndugu zake si mazuri."

Mama aliandaa chakula nilichokijua kwamba baba alikipenda zaidi. Ilikuwa ndizi, mboga za majani, na sosi ya karanga. Aliipamba nyumba nzima kwa maua. Nilimtazama na kucheka. *Anadhani ba'mkubwa Kamanzi atambadili baba?* Asingeweza kuthubutu kumtandikia kitanda, lakini kumchukulia kama mume wake.

Ilipotimu saa kumi na mbili jioni, muungurumo wa gari

la ba'mkubwa Kamanzi ulisikika. Mama aliniagiza kwenda kufungua geti. Watu wa Biryogo walikuwa nje ya nyumba zao wakipiga majungu juu mwanajeshi mrefu aliyeyachafua mabega yake kwa nyota. Niliufungua mlango, macho yangu yakiwa chini. Ba'mkubwa Kamanzi alinikumbatia.

"Hujui kwamba unapaswa kuwa mtu wa kwanza kunisalimia?"

"Kwa vipi?"

"Unapaswa kusema *Amashyo,* nami nitakujibu *Amashyo-ngore.*"

"Mmmh? Nilidhani mtu mzima ndiye anayepaswa kusema *Amashyo.*"

"Ndiyo, kikawaida, mtu mzima ndiye mwenye kupaswa kuanza kumsalimia mdogo. Lakini inapokuja kwa mwanaume na mwanamke, daima ni mwanamke ndiye mwenye kupaswa kusema kwa mwanaume, *Amashyo,* pasipo kujali tofauti yao ya umri."

"Amashyo," nilisema.

"Amashyo-ngore," aliitikia.

Uso wake ulikuwa na mchanganyiko wa furaha na kuzongwa na mawazo alipokuwa akiyatazama mapambo ya nyumbani kwetu.

"Musanabera, umefanya nini? Siwezi kuyaamini macho yangu."

"Ahsante. Hunisalimii?" mama alisema, akimkaribisha ba'mkubwa mikononi mwake. "Amashyo."

"Amashyo-ngore," aliitikia. "Mara ya mwisho nilipokuwa hapa, hapakuwa na nyumba. Ilinuka harufu ya vifo. Kitu pekee nilichokisikia zilikuwa sauti za mizimu ya Kalisa na watoto wake wakiwasihi Wahutu kutowaua. Lakini sasa, inanukia harufu ya uwepo wa Kalisa."

"Ahsante," mama alisema. "Ungependelea kunywa nini?"

"Chochote kilichopo."

"Kila kitu kipo. Ungependelea bia kidogo?"

"Ndiyo, tafadhali naomba *Prismus* ya baridi."

Mama alileta bia na kumhudumia ba'mkubwa. Aliketi kwenye kochi. Walizungumza juu ya mvua na misimu. Baada ya dakika chake, mama alijifanya kuiweka vema kanga yake na kuiweka mikono yake kichwani ili kuziweka vema nywele zake.

"Karabo aliniambia alikuja kuongea nawe miezi michache iliyopita."

"Ndiyo, alikuja. Nilikuwa nimemkasirikia. Lakini, kama wazazi wake, hatuna chaguo zaidi. Kama hatuwezi kumsamehe, nani afanye hivyo?" ba'mkubwa Kamanzi alinigeukia na kusema, "Karabo, binti yangu, unatakiwa kuliweka akilini kwamba ninakupenda. Nilikisikia ulichoniambia mara ya mwisho. Mtoto anaendeleaje?"

"Mtoto? Hajambo?"

Ina maana mimba yangu inaonekana pamoja na kuvaa sweta kubwa? Nilijiuliza. Amejuwaje kuwa nina mimba?"

"Birungi aliniambia kila kitu. Kama mzazi wako, kitu pekee ninachoweza kukifurahia ni kuwa nitakuwa na mjukuu. Na Shema? Yupo wapi?"

Nilimwambia ba'mkubwa Kamanzi kwamba Shema aliondoka Rwanda na pengine asingerudi tena.

"Usiwe na wasiwasi, upo na familia yako. Hutokosa kitu chochote. Wakati sahihi ukiwadia, utampata mchumba mwingine atakayekustahili kwa namna ulivyo mwanamke mwenye thamani." Aliyeguzia macho yake kwa mama na kuongeza, "Mama yako ni mwanamke jasiri na mwungwana. Atakupa ushauri."

Sikuyaamini masikio yangu, wala macho yangu. *Nini kimemtokea ba'mkubwa Kamanzi? Ni malaika yupi aliyemtokea ndotoni mwake na kuubadili moyo wake?"* Nilijiuliza huku nikielekea chumbani kwangu ili niwape nafasi mama na baba yangu mkubwa kuzungumza kwa faragha. Walikuwa na mengi ya kujadiliana.

Walitumia saa nzima pamoja, kabla mama hajaniita ili nipate chajio na ba'mkubwa. Baada ya chakula, ba'mkubwa Kamanzi aliaga.

"Mama, niambie kila kitu. Mmezungumza nini?"

"Tulikuwa na mazungumzo mazito na ya uwazi."

"Niambie zaidi."

"Kwa nini unataka kufahamu siri kati ya mume na mkewe?" mama aliuliza uso wake ukijawa bashasha.

Nilisisitiza, na mama alinipa dondoo za yale waliyokuwa wameyazungumza. Walizungumza kuhusa baba, na ndoa yake na mama yangu. Walizungumzia familia zao; familia ya Kihutu ya mama, na ile ya Kitusi ya baba. Walizungumzia historia ya Rwanda, mauaji ya kimbari dhid ya Watusi, na, muhimu zaidi, madhara yake kwenye familia yetu.

"Kamanzi ameniomba msamaha, kama ndicho ulichotaka kukijua," mama alisema, akinizawadia tabasamu jingine. "Ameniambia namna moyo wake ulivyokuwa umeumizwa na yale yote ambayo familia yao iliyapitia, mauaji ya baba yake mwaka 1963, shida walizozipitia wakiishi kama wakimbizi nchini Uganda, na kifo cha Kalisa na ndugu zake wengine wengi, waliouawa na wanamgambo wa Kihutu wakati wa mauaji ya kimbari ya mwaka 1994."

"Sasa hayo yanahusika vipi na kukuomba kwake msamaha?" niliuliza.

"Simanzi yake ilimzuia kutambua kuwa nami nilikuwa nikiyapitia mateso ya kumpoteza mume na watoto wangu wakati wa mauaji ya kimbari dhidi ya Watusi."

"Hiyo bado haitoshi. Sijaridhishwa."

"Kwa nini?" mama aliuliza.

"Ba'mkubwa Kamanzi anapaswa kuelewa kwamba

uungwana na utu wema hauhusiani chochote na kabila la mtu. Hakupaswa kukuweka wewe kwenye shimo moja na wale waliowaua ndugu zake."

"Ndiyo," mama alijibu. "Ametambua kuwa siyo Wahutu wote waliokuwa watu wabaya na kwamba baadhi ya Wahutu waliteswa na madhila ya mauaji ya kimbari dhidi ya Watusi. Aliongeza kuwa ananionea huruma kwa shida nilizozipitia humu Rwanda, kwenye kambi za wakimbizi za Kongo na Malawi."

19

Mateke ya mtoto aliyekuwa akikuwa tumboni mwangu yalithibitisha alikuwa thabiti kama baba yake.

Ilipotimu Mei 20, 2010, nilijisikia uchovu, kusinzia na kutapika. Nilipumua kwa shida, na sikuona vizuri. Huku mikono yangu ikiwa tumboni, niliketi kitandani. Nilijaribu kumwita mama kwa nguvu, lakini sauti haikunitoka. Niliinuka ili nimfuate sebuleni, na nilipoufungua mlango, nilianguka. Mama aliita gari la kubebea wagonjwa kutoka Hospitali Kuu ya Kigali. Liliwasili baada ya dakika chache. Walinichukua kunipeleka hospitali. Nikiwa ndani ya gari la wagonjwa, niliwekewa kifaa cha hewa puani kwangu. Walimwuliza mama kama nililalamikia shinikizo la damu. Mama alisema hapana. Nilikuwa naogopa kilichokuwa kikienda kunitokea.

Tulipowasili hospitalini, walinipeleka kitengo cha wagonjwa mahututi.

"Tutafanya vipimo vichache," daktari alimwambia mama.

"Dokta, niambie. Ana tatizo gani? Tafadhali niambie."

"Hatufahamu bado. Lakini hali ni mbaya. Dalili zinatia shaka."

Walichukua kipimo cha damu na kunipima pia kwa kupiga picha, kisha kunipeleka chumba kilichokuwa karibu na chumba cha upasuaji.

Baada ya muda mfupi, daktari alimwita mama.

"Ana hali mbaya na yenye kutisha. Mume wake yupo wapi?"

"Tafadhali, Dokta, niambie mimi. Anaumwa kitu gani? Mimi ni mama yake."

"Amepatwa na ugandaji wa giligili ya kiinitete. Ugiligili unaomzunguka mtoto kwenye uterasi umechanganyika na damu ya mama. Inaweza kumsababishia shambulio la moyo na kushindwa kwa mfumo wa upumuaji ambapo damu inakosa oksijeni ya kutosha. Tunatakiwa kumwokoa mtoto ama mama. Uwezekano wa kuwaokoa wote wawili ni mdogo sana."

Kabla mama hajasema chochote, niliufumbua mdomo wangu kuongea, lakini sauti haikuweza kutoka. Nilimpungia mkono daktari, nikimwomba aje karibu yangu. Nikamwambia kwa sauti ya chini, "Mwokoe mtoto."

Alishindwa kuusoma mdomo wangu. Niliitwaa karatasi na kalamu kutoka mkononi mwake na kuandika:

"Mwokoe mtoto. Mwandikie baba yake, Shema. Barua-pepe yake: *shema@lovemates.fic*"

Daktari alichukua karatasi na kwenda kutazama kama kila kitu kilikuwa sawa kwenye chumba cha upasuaji. Niliyafumba macho yangu na kumwomba Mungu wangu. Tayari mama alikwishaiweka rosary shingoni kwangu. niliugusa msalama na kumwomba Bikira Maria kumwokoa mtoto wangu.

Baada ya dakika chache, kitu fulani kilinitokea. Niliingia kwenye handaki lenye giza. Mwishoni mwake, kulikuwa na nuru ya neema ikijawa na rangi nyeupe na bluu. Nilimwona baba, Dudu, Fifi, Devota, bibi na ndugu zangu wengi wengine waliokuwa wamekufa. *Pengine daktari alikuwa amefanya kama nilivyomwambia,* niliwaza. Mwishoni mwa handaki, Dudu na Fifi walinipa tabasamu. Lakini baba, Devota na bibi hawakufurahishwa. Waligoma kunisalimia. "Unafanya nini hapa? Hebu rudi duniani kwenye maisha," baba alisema kwa kupaza sauti.

"Hapana, baba, nataka kuwa nawe," nilijibu.

"Huwezi kukaa hapa. Watu wengi wangali wakikuhitaji."

"Baba, nimemaliza kazi yangu. Mama amerudi Rwanda. Amepatana na ba'mkubwa Kamanzi."

"Karabo, bado una kazi zaidi ya kuifanya na miaka zaidi ya kuimaliza. Nifuate. Nitakuonesha."

Alinishika mikono na kunipeleka hadi kwenye kilele cha mlima, ambako taswira yake ilipambwa na milima mingi.

"Mtazame huyu mwanamke anayekoka moto kwa fito."

"Ndiyo, ninamwona," nilijibu.

"Unapaswa umfute machozi yake. Yeye ni miongoni mwa wale unaowaita Watusi. Wahutu waliwua wanafamilia wake wote. Lakini chakula anachokiandaa si kwa ajili ya kuwapoza roho zao. Ni kwa ajili ya mume wake, ambaye yupo gerezani. Ndiye aliyemwua kwa panga baba wa mwanamke huyu dhaifu."

"Kwa nini sasa ampelekee chakula mwuaji wa familia yake, hata kama ni mumewe?"

"Hafanyi hivyo kwa ajili yake, bali kwa ajili ya watoto wake sita, wanaompenda mwanaume wanayemwita Baba. Wacha nikuoneshe watu wengine."

Alinionesha mlima mwingine.

"Unamwona mwanamke yule kijana mwenye sketi nyeusi? Unaweza kuisoma sonona usoni kwake?"

"Ndiyo. Nini kilimpata?"

"Hajawahi kamwe kumwona baba yake maishani

mwake. Kwa mara ya kwanza alisikia kuhusu baba yake pale mwanaume aliyekuwa amemchumbia alipomtelekeza siku moja kabla ya harusi."

"Kwa nini?" niliuliza.

"Aliivunja harusi baada ya kufahamu kwamba baba wa msichana aliyekuwa mbioni kumwona alikuwa mchocheaji wa mauaji ya kimbari. Baba yake na mama yake hawakuwahi kuishi pamoja kama mume na mke. Baba yake hakuwahi kumkubali kama binti yake. Mama wa mwanamke yule mdogo, bibi yake, na wanafamilia wengine wote waliuawa na wanamgambo wa Kihutu wakati wa mauaji ya kimbari dhidi ya Watusi. Anaishiriki aibu ya baba yake ambaye kamwe hakuwahi kumtambua kama binti yake, ilhali moyo wake umetiwa simanzi na kuuawa kwa mama yake."

Baba aliuvuta mlima mwingine ambao haukuwa mbali na Ziwa Muhazi.

"Mtazame mwanamke yule anayelima shamba. Simanzi inakaribia kumwua. Yeye ni miongoni mwa wale unaowaita Wahutu. Wanafamilia wake wengi walishiriki kwenye mauaji ya kimbari dhidi ya Watusi. Wale ambao hawapo gerezani wameikimbia nchi. Lakini hicho sicho kimvunjacho zaidi moyo wake."

"Labda anajutia kwa kile walichokifanya ndugu zake," nilisema.

"Aliolewa na Mtusi. Mume wake na watoto wake wawili waliuawa na baba yake mwenyewe. Mauaji ya kimbari dhidi ya Watusi yamemfanya kuwa mjane. Lakini matatizo yake ni zaidi ya hilo. Watoto wake watatu walipona mauaji ya kimbari, wa kiume mmoja na mabinti wawili. Wanamchukia mama yao. Hawazungumzi naye kamwe. Wanaishi Kigali na huwaambia wale wote wasiowajua vizuri kuwa wazazi wao wote waliuawa wakati wa mauaji ya kimbari dhidi ya

Watusi. Kila mara wanapokuja Kayonza, madhumuni yao makubwa huwa kumtukana mama yako kwa kumlaumu kutokana na vitendo vya ndugu zake wa Kihutu."

"Oh, inasikitisha sana. Lazima itakuwa ni hatari sana kuoana na mtu asiyetokana na kabila lako."

"Hapana. Hilo si kweli. Wapo wengine wengi wanaoteseka, lakini siyo kwa sababu walioana na watu wa nje ya kabila lao."

Aliuvuta mlima mwingine, akanionesha Mlima Huye.

"Unamwona mwanamke yule mzee aliyeshika chupa mikononi mwake? Ile chupa imejaa maji anayoyaita *maji matakatifu*. Hana ndugu kabisa duniani humu. Familia yake yote, mume wake na watoto wake saba, waliuawa wakati wa mauaji ya kimbari dhidi ya Watusi. Lakini jambo la kusikitisha zaidi ni kwamba, wale wote waliopaswa kuikoa roho yake ndiyo waliyoyafanya maisha yake kuwa magumu zaidi. Kwa namna fulani amechizika. Wengine wanasema amerogwa. Wapo wengine wanaodiriki kusema kwamba anayafanya hayo yote ili kutafuta kuonewa huruma na kupewa chakula cha bure. Yeye anafikiri kwamba kila mtu humu duniani ni mwovu na mwenye kukosa utu, na ndiyo maana anayatawanya yale anayoyaita maji matakatifu."

Baba aliniwekea mkono wake begani kwangu na kusema, "Karabo, mwanamke yule anahitaji upendo."

"Oh, Mungu wangu, kuna mioyo mingi iliyovunjika na kuwa na vidonda humu nchini."

"Ndiyo. Unapaswa kwenda kuwasaidia. Wanahitaji upendo na kukumbatiwa."

Alinionesha mlima mwingine na kuikuza taswira yake.

"Mtazame yule mwanaume anayetembelea kiti cha magurudumu. Alijeruhiwa wakati wa vita vya mwaka 1990 hadi mwaka 1994. Aliupoteza uanaume wake. Serikali ilimpeleka kwenye hospitali zote bora duniani, lakini hali yake haiponeki. Anaishi kwenye maumivu usiku na mchana na hana mtu wa kumfuta machozi kwa sababu ndugu zake wote waliuawa wakati wa mauaji ya kimbari dhidi ya Watusi."

"Baba, vipi kuwahusu Wahutu ambao hawakuoana na Watusi? Nao wameyapita madhila kama hayo?" niliuliza.

"Mtazame yule mwanamke mzee anayekoka moto. Watoto wake na mume wake walishiriki kwenye mauaji ya kimbari dhidi ya Watusi. Wakati wa mauaji ya kimbari, kila mara mume wake aliporejea kutoka kwenye mauaji, alimwonya kuwa alichokuwa akikifanya hakikuwa sahihi, na mumewe alimpiga, na wakati mwingine kwa ubapa wa panga, ama kwa kiboko. Anauguza majeraha aliyosababishiwa na mume wake. Watoto wake watatu wapo jela, na wengine wameikimbia nchi. Watu wengi hawafahamu kabisa juu ya vile anavyojisikia ama kuwaza. Inahuzunisha. Ninaweza kukisikia kile anachoiambia nafsi yake, lakini siwezi kusaidia. Angali akikilaani kile ilichokifanya familia yake, lakini hakuna anayemwamini. Watu wengine wanamwita mchocheaji wa mauaji ya kimbari aliyezeeka."

"Ninaelewa," nilisema. "Lakini angalau Wahutu hawajafa. Huwezi kuifananisha huzuni yake na ile ya wale ambao familia zao ziliteketezwa wakati wa mauaji ya kimbari."

"Karabo, binti yangu, msiba wa Rwanda ulizifikia familia nyingi za Wahutu kabla, wakati na baada ya mauaji ya kimbari dhidi ya Watusi. Mfikirie Mugabo, binamu yako, ambaye mama na dada yake waliuawa Kongo. Vipi kuwahusu wale waliokufa Kibeho ama maeneo mengine ya Rwanda?"

Alinionesha jiji, na pale alipolivuta karibu, nililitambua eneo ya Kacyiru.

"Mtazame mwanamke yule. Anajitambulisha kama

Mhutu. Mume wake aliuawa wakati wa mauaji ya kimbari dhidi ya Watusi. Hakuwa Mtusi wala wale Wahutu wanaokumbukwa kila tarehe kumi na tatu ya mwezi Aprili."

"Kwa nini aliuawa?" niliuliza. "Pengine sura yake ilifanana na wale waliotambuliwa kama Watusi."

"Hapana, wala hakufanana na namna Watusi walivyoelezewa. Aliunga mkono mapambano ya waasi wa ukombozi. Alisema waasi wa ukombozi hawakuwa maadui wa Rwanda, bali Wanyarwanda waliokuwa wakitaka kurejea nyumbani. Alikuwa mchakarikaji katika kukusanya michango yetu ili kusaidia mapambano. Alikuwa rafiki mwema sana kwangu. Tulimtuma kule ambako tulishindwa kwenda, kwa sababu asingeweza kutiliwa shaka. Lakini haikuchukua muda mrefu kabla ya Wahutu wenye msimamo mkali hawajamtilia shaka. Hata kabla ya mwezi Aprili 1994, tayari alikuwa kwenye orodha ya wale waliokuwa wakiwindwa. Alikuwa miongoni mwa wahanga wa mwanzo kabisa wa mauaji ya kimbari dhidi ya Watusi. Wanamgambo wa Kihutu waliivamia nyumba yake tarehe 8 Aprili 1994. Waliimiminia risasi familia nzima, lakini kwa kudra za Mungu, mkewe na watoto wake wawili wa mwisho kuzaliwa walipona. Aliuawa na mabinti zake wawili. Jambo linalosikitisha leo ni kwamba watoto wake hulia kila mara baadhi ya Wanyarwanda wanapowatukana, wakiwaita majina kama abaginga ama Interahamwe, na kuwaweka kwenye kapu moja na wachocheaji wa mauaji ya kimbari waliowaua baba yao na dada zao. Hawajioni kama wenye kutambuliwa miongoni mwa wahanga wa mauaji ya kimbari dhidi ya Watusi."

"Oh, baba, inasikitisha sana."

"Karabo, ninaweza kukuonesha watu wengine wengi. Lakini unapaswa kurudi Rwanda na kuiokoa mioyo yote. Wacha nikuoneshe wawili wa mwisho."

Aliivuta sehemu nyingine ya jiji. Ilionekana kama Kicukiro.

"Mtazame mwanamke yule mzee. Alikuwa mkimbizi nchini Uganda tangu mwaka 1963. Watoto wake wote watatu waliyapoteza maisha yako kwenye uwanja wa mapambano. Hali yake inafanana na ile ya yule mwanamke mwingine. Alirejea kutoka Burundi alikokuwa mkimbizi tangu mwaka 1959. Kama wale waliorejea kutoka Uganda, watoto wake hawakupona kwenye vita ya mwaka 1990 hadi 1994. Binti yake mkubwa alifariki nchini Rwanda kwa UKIMWI mwaka 1998. Anaamini kuwa kipaumbele kikubwa kimewekwa kwa wahanga wa mauaji ya kimbari kuliko zile familia zilizowapoteza wapendwa wao wakati wa vita vya miaka mine. Wakati mwingine, familia hizo hujihisi kusahauliwa."

"Baba, sitaki kurudi Rwanda. Siwezi kuishi kwenye jamii hiyo iliyochanikachanika ambayo kila mmoja analia usiku na mchana."

"Karabo, unapaswa kwenda. Ninatamani ningerudi, lakini kamba inayoniunganisha na maisha tayari ilikwishakatika. Unaitunza yako. Bado hata hujavuka kuingia ukanda wa kifo. Wacha nikwambie jambo moja zaidi kabla hujaondoka. Mtunze sana mama yako na mponye vidonda vya moyo wake."

"Baba, subiri, sikiliza, nina maswali mengi... Baba..."

Kuna kitu kilinisukuma, na sikumwona tena baba, Fifi, Dudu, Devota, bibi, wala wengine. Nilirudi kwenye kiza kinene. Haikuonekana kama handaki. Lilikuwa ni eneo tu lenye giza ambako sikuweza kuona wala kusikia chochote. Nilipoteza ufahamu wa muda na mahali, hadi pale sauti fulani ilipozigonga ngoma za masikio yangu. Niliyafumbua macho yangu. Kulikuwa na halaiki ya watu wakiwa kwenye eproni nyeupe.

"Ni miujiza. Sala za mama yake zimemrudisha."

"Karabo," mama alipiga kelele. "Oh, Bikira Maria uliyejaa neema na rehema, ahsante kwa kumwomba Yesu kumrudisha binti yangu kama vile alivyomwinua Lazaro."

"Mnatakiwa mtoke nje," daktari aliwaambia watu waliokuwepo chumbani humo. "Pindi mtu anapozinduka baada ya kuwa amepoteza fahamu, huwa mchovu sana. Anahitaji kupumzika."

Walitoka nje huku macho yangu yakijaribu kufumba. Baada ya saa chache, jinamizi ama ndoto iliniamsha.

"Mtoto wangu," nilipaza sauti. "Mtoto wangu yupo wapi? Nani aliwaambia mmwachie mtoto wangu afe? Niacheni mimi nife. Mtoto wangu yupo wapi?"

"Karabo mpenzi wangu, mtoto wetu huyu hapa. Nisamehe kwa kubadili jina lake. Jina lake ni Rukundo Shema wa Karabo."

"Mmmh? Shema...ninaota?"

Aliniwekea mikono yake mashavuni kwangu na kusema, "Mpenzi wangu, tafadhali nisamehe. Ninakusihi." Alipiga magoti mbele ya kitanda na kuongeza, "Tafadhali Karabo, nipe nafasi ya kumlea huyu malaika ambaye Mungu amemtuma kutufuta machozi yetu yote. Nitaipandisha milima nawe. Nitatembea nawe mabondeni, na pale tutakapozifikia njiapanda, tutasimama na kuwakaribisha wote kwa upendo, pasipo kujali majina yao, ama makundi wanayotambulishwa nayo. Kama utakubali kuwa mke wangu, nitakuwa mume wako. Mungu atatubarikia na wana na watoto watakaoifanya Rwanda, si tu kuwa nchi ya asali na maziwa, bali pia ya upendo na maisha. Utaolewa nami?"

Niliuvuta mkono wangu kutoka kwenye mashuka na kumpa Shema kidole changu. Alinivalisha pete aliyotoka nayo Paris iliyomeremeta dhahabu. Sauti zilisikika ndani ya chumba zikitupongeza.

"Hongera. Mungu awabariki sana kama wenza."

"Sugira, wewe?"

"Karabo, rafiki yangu mkubwa. Kamwe usiombe msamaha kwa sababu ya mapenzi. Unajua ninakupenda na nitakupenda daima." Sugira aliyageuzia macho yake kwa Shema na kusema, "Usinitazame hivyo. Ninampenda kama dada yangu, rafiki yangu mkubwa. Hongereni nyote."

Sugira na Shema walinisimulia namna walivyokutana Ufaransa. Sugira alimwokoa Shema alipokuwa mbioni kushambuliwa na wahuni kwenye ukumbi wa usiku unaomilikiwa na Mnyarwanda jijini Paris. Mwanzo, Sugira alishangaa kumwona Shema Ufaransa ilhali alidhani alitoroka nami. Kwa upande mwingine, Shema alishangaa alichokuwa akikifanya Sugira huko. Sugira ndiye aliyemfahamisha Shema kwamba harusi haikufungwa. Shema alizisoma barua-pepe zangu siku chache kabla ya kurejea kwake Rwanda.

"Tayari nina msimamizi wangu wa harusi, Sugira. Wasimamizi wako wapo tayari?"

"Hapana, siwezi kuwa msimamizi wa mpinzani wangu," Sugira alisema.

Walicheka. Niliwatazama kwa bashasha wanaume hao wawili, huku moyo wangu ukicheza na mapenzi juu yao. Kwenye upande mwingine wa chumba kulikuwa na Kamana na Gatarina—wazazi wa Sugira—mama, ba'mkubwa Kamanzi na watu wengine wote wa kwenye maisha yangu, Mugabo binamu yangu, Muhire, kaka yake Devota na Karega, rafiki yake Muhire.

Miezi miwili baadaye, Kanisa Kuu la Mtakatifu Maiko lilisherehekea harusi yangu na Shema, mwanaume pekee aliyejua namna ya kuusisimua mwili wangu. Pembeni yake, alikuwepo Sugira, msimamizi wake wa harusi, rafiki aliyeniazima masikio yake pale nilipoyahitaji zaidi. Ba'mkubwa Kamanzi aliniongoza kuingia na kunikabidhi kwa mwanaume mrefu, mzuri aliyejaaliwa tabasamu lililoyatia nakshi meno yake meupe yenye fizi nyeusi. Alikwenda kuketi kitini kwake katikati ya mama na mkewe, Birungi. Wakati wa usiku, mimi na Shema tulifanya mapenzi kana kwamba ndiyo mara yetu ya kwanza. Mwili wangu, moyo wangu, na akili yangu, kila kitu kilikuwa chake. Kulipokucha, niliamka kuiandika sura ya mwisho ya kitabu hiki. Shema aliniletea amshakinywa chumbani na kukodolea nilichokuwa nikikiandika. Nilimsimulia kile nilichokiona wakati nikipitia nusu-kifo, na simulizi zote alizonisimulia baba. Alinisikiliza huku akitoa mlio wa *tss* kabla ya kusema, "Jana, walituficha kitu. Hayajaisha. Tunapaswa kusali kwamba makovu mapya ya Wanyarwanda yasibubujike damu tena."

"Mmmh? Shema, unasema kitu gani? Walituficha kitu gani?"

"Mashambulizi ya mabomu tena. Watu wawili walifariki katikati ya jiji."

"Tena? Shema. Nalazimika kukwambia kitu. Mjomba wangu na baba yangu mkubwa wanaweza kuwa nyuma ya mashambulio hayo. Sasa wamejiunga na upinzani. Wakati huu ninawazungumzia baba yangu mkubwa wa Kitusi Rutayisire na mjomba wangu wa Kihutu Gasana."

"Sikuwa nafahamu kwamba sasa ni wanachama wa upinzani. Lakini, mpenzi wangu, acha kuhitimisha. Hakuna mtu mwenye kuwafahamu walio nyuma ya haya mashambulizi ya mabomu. Inaweza kuwa michezo ya kisiasa ambayo mimi na wewe hatuwezi kuifahamu."

"Ki vipi?" niliuliza.

"Karabo, nikiwa Ulaya, nilikutana na Wanyarwanda wengi, Wahutu na Watusi. Watu wengi wameumizwa na msiba wa Rwanda. Nilifanya makosa kudhania uovu umo tu kwenye mishipa ya Wahutu. Kabila halihusiani chochote na kuwa mtu mwungwana ama mwovu. Kama ningekuwa nikikifahamu ninachokifahamu sana miaka kumi iliyopita, tayari mimi nawe tungeshakuwa wazazi wa watoto wanne."

"Hee, inapendeza kwamba umebadilika. Lakini ni nani mwenye kuyatupa mabomu?"

"Sijui. Kama ambavyo sijui ni nani aliyemwua Fred Rwigema, shujaa aliyeyaanzisha mapambano ya mwaka 1990. Vile vile, sifahamu ni nani aliyeitungua ndege ya Rais wa zamani, Habyarimana mwaka 1994. Kuna mambo mengi ambayo hatutoweza kuyaelewa."

"Shema, huwezi kusema hivyo. Usiniambie sasa utaongea kama wale wapinzani wanaomtuhumu—"

"Sijasema kitu. Sijui. Tafadhali hebu pata kifungua kinywa chako na uiombee Rwanda. Ondoa shaka, kama watayarushia mabomu angani, nitaogelea nawe kwenye maji ya ziwa. Kama watayarushia ardhini, nitaruka nawe angani."

Fungua ukurasa kusoma:

Barua ya mwandishi kwa Msomaji

Isomwe baada ya kuwa umemaliza
kusoma *Mioyo Miongoni Mwetu*

Msomaji Mpendwa,
Ahsante kwa kusoma Mioyo Miongoni Mwetu.
Kabla ya kubonyeza kitufe kuuruhusu mswada huu uende kwa mchapishaji, moyo wangu ulipiga kite, na miguu yangu kutetemeka. Nilijiuliza ni kwa namna gani rafiki zangu walioteseka na ugonjwa wa "wao na sisi" wangeipokea riwaya yangu ya kwanza.

Niliogopa kwamba Mioyo Miongoni Mwetu itatuhumiwa kwa kutoelezea kwa kina mambo muhimu kuhusiana na historia ya Rwanda hapo kabla, wakati, na baada ya mauaji ya kimbari dhidi ya Watusi.

Niliogopeshwa kwamba Mioyo Miongoni Mwetu inaweza kushutumiwa kwa kuzipuuza simulizi za baadhi ya Wanyarwanda na yale waliyoyapitia kabla, wakati na baada ya mauaji ya kimbari dhidi ya Watusi.

Nilipatwa hofu kwamba Mioyo Miongoni Mwetu inaweza kushutumiwa kwa kumwaga wino kwenye kurasa zile zile za wale waliosimama upande wa kulia wa msiba ule na wale waliosimama upande wa kushoto wa msiba.

Nilikuwa na hofu kwamba Mioyo Miongoni Mwetu inaweza kushutumiwa kwa kutowapa sifa wale waliostahili sifa na kutowalaumu wale waliozistahili lawama.

A. Happy Umwagarwa

Nilikuwa nikiogopa kwamba Mioyo Miongoni Mwetu inaweza kushutumiwa kwa kuwalaumu wale waliostahili kusifiwa na kuwafuta machozi wale waliostahili kulaaniwa. Hakuna chochote miongoni mwa haya hapo juu yaliyobeba madhumuni ya inaweza kushutumiwa kwa kuwalaumu wale waliostahili kusifiwa na kuwafuta machozi wale waliostahili kulaaniwa.

Hakuna chochote miongoni mwa haya hapo juu yaliyobeba madhumuni ya Mioyo Miongoni Mwetu. Nilipokuwa nikianza kuandika hii riwaya yangu ya kwanza, nililenga kuandika kitabu ambacho:

Kilizingatia kipindi cha baada ya mauaji ya kimbari dhidi ya Watusi kikiwa na lengo ya kuyachora vema madhila ya wahanga, aibu ya wachocheaji wa mauaji hayo, na kwa umuhimu mkubwa mkanganyiko uliokuwa ukielea baina ya hao wawili.

Kimewatoa wahusika na nafsi walizoziwakilisha, uhuru wa kufikiri, kusema, na kutenda, jambo ambalo halikuwa la kawaida kiutamaduni na kisiasa nchini Rwanda, kabla na baada ya mauaji ya kimbari.

Kinasimulia simulizi inayoelezea uunguwana na utu wema ambao hauhusiani chochote na kile kinachoitwa ukabila.

Kinachotafakari kwa kina uhalisia wa jamii tunayoiishi ambako hakuna mashujaa wa asilimia mia moja, wala wahalifu wa asilimia mia moja. Dunia ambayo watu wa kawaida huishi, hudanganya, huchukia, hupenda, na ambao wakati mwingine huchanganywa na mwingiliano baina wa mapenzi na chuki.

Kinaunganisha jamii iliyochanwachanwa kwa upendo, upendo-binafsi, upendo wa huba, upendo wa mama, upendo wa baba, na upendo kwa mtu mwingine.

Hata hivyo, kadri nilivyokuwa nikizifuatilia simulizi za

wahusika wa Mioyo Miongoni Mwetu, ilinirudisha nyuma hadi kwenye funzo muhimu linalopaswa kupigiwa mstari kutoka kwenye kile kilichotokea Rwanda:

Wengi wetu tumeipitia simanzi ya kuwapoteza wapendwa wetu kwa sababu ya kifo. Baadhi yetu tumepitia nyakati za kutisha zaidi pale wapendwa wetu walipouawa, na hakuna kitu ama hakuna mtu atakayetetea sababu ya kumwua binadamu mwingine. Hata hivyo, ni wachache tu miongoni mwetu tunaojua namna binadamu anavyojisikia pale wapenda wetu wanapouawa na wale tuliowaona kuwa watu wetu, wale tulioshiriki nao maji na chakula, wale tuliowaita jirani zetu, rafiki na/ama ndugu zetu.

Rwanda imepitia aina nyingi za shida na misiba kabla, wakati wa, na baada ya mwaka 1994, lakini hakuna yoyote miongoni mwa hiyo itakayoweza kufananishwa na mauaji ya kimbari dhidi ya Watusi, pale ambapo watoto, vijana na wanawake na wanaume wazee waliuawa kwa sababu tu walitambulishwa na jamii kama Watusi. Tofauti moja kubwa kati ya mauaji ya kimbari dhidi ya Watusi na misiba mingine ambayo Rwanda imepata kuipitia ni ukweli kwamba, wauaji wengi, pamoja na kuwa waliungwa mkono na kufadhiliwa na wanasiasa na wanajeshi, walikuwa watu wa kawaida kabisa waliofahamika kwa majina na sura zao kwenye jamii zao, ambao waliwawinda watu wengine kwenye jamii zao ili kuwatesa na kuwafyeka. Jirani waliwaua jirani, wenza waliwaua wenza wao, watoto waliwaua mama zao, na wajomba waliwaua wapwa wao. Baada ya mauaji ya kimbari, watu hao hao walipaswa kuishi pamoja tena kwenye jamii zile zile kama wanandugu wa familia moja.

Mioyo Miongoni Mwetu inaibua kwa wasomaji kwamba ingawa mauaji yaliwalenga Watusi wa rika na jinsia zote, litakuwa kosa kubwa kuwaweka Wahutu wote kwenye kapu moja na kuwaita wote kuwa "wachochezi wa mauaji ya kimbari." Muktadha mwingine ambao dunia haitouelewa kamwe kwa wakati unaostahiki, ni namna gani Watusi wachache, ikijumuishwa viongozi wa Interahamwe (kikundi cha mstari wa mbele cha wanamgambo, wengi wakiwa Wahutu), walishiriki katika mauaji ya kimbari dhidi ya Watusi, na kwa namna gani baadhi ya Wahutu, waliotazamwa kama wenye msimamo wa kati, waliuawa pia wakati wa mauaji ya kimbari dhidi ya Watusi. Hata hivyo, hii haipaswi kutoa jukwaa kwa wale—kwa sababu ya ugonjwa wa "wao na sisi" wanaouugua kutoka—wanaoshindwa kukubali kwamba wakusudiwa wakuu walikuwa Watusi, wakiwemo wale waliokuwa bado matumboni mwa mama zao.

Mioyo Miongoni Mwetu inaweka bayana kwa wasomaji kwamba mioyo mingi ya Wanyarwanda imeumizwa na kwamba wale wanaowaona kama watu wao wanaendelea kuifanya mioyo yao kuvuja damu tena na zaidi.

Baadhi ya Wanyarwanda wanalaumiwa kwa kushindwa kusamehe na kusahau kana kwamba ni jambo rahisi. Wanashutumiwa kwa kujawa na chuki dhidi ya wale wanaowaona kwamba ndiyo waliowasababishia vidonda vyao.

Baadhi ya Wanyarwanda wameshindwa kuviokota vipande vya maisha yao vilivyovunjwavunjwa, na vidonda vyao vinaendelea kutoneshwa na wale wenye kuwanyooshea vidole kwa sababu ya maisha yao yaliyovurugika na kuwalaumu kwa kusalimu kwao amri kwa msongo wa mawazo, uraibu wa dawa za kulevya, tabia za ngono hatarishi, ulevi, ama uzamiaji wa kiroho uliopitiliza.

Baadhi ya Wanyarwanda wanalaumiwa kwa kuyaruhusu machozi kuwabubujika mashavuni kwao, licha ya ukweli kwamba wanaonwa kama wenye kuyashiriki majina na wale wachocheaji wa mauaji ya kimbari, hata pale ambapo wala hata hawaishiriki aibu yao.

Baadhi ya Wanyarwanda wanaumizwa na ukweli kwamba wale wanaoishiriki nao Rwanda hawapo tayari kuwapa jukwaa la kusimulia hadithi zao na kulia huzuni yao, kwa sababu, haijalishi inaumiza kwa kiasi gani, hadithi hizo zitatia mwanga pande za kiza za historia ya Rwanda na uhalisia ambao baadhi ya watu wangependa kuufagilia chini ya zulia ili waweze kuendana na kasi ya mwendo na kusonga mbele pasipo ulazima wa kujua endapo, wapi, na kwa namna gani safari itahitimishwa.

Baadhi ya Wanyarwanda wana hofu juu ya nini maisha yao ya baadaye yamewaandalia kwa ajili ya nchi yao. Wanataka kupaza sauti na kuwaita wana na mabinti wote wa Rwanda, wakusanyike kwenye kilele cha mlima, waketi kwenye nyasi za gacaca, na kuwauliza manabidii na wanafalsafa wa Rwanda endapo tiba ya uovu imekwishagunduliwa na endapo Wanyarwanda wote wamekwishaipata dozi yake.

Ninatambua kwamba Mioyo Miongoni Mwetu haiwezi kamwe kusimulia hadithi za Wanyarwanda wote, wala kutatua matatizo ya wahusika wake.

Lakini, ninayo hakika, kadri tunavyoutumia muda wetu kuandika simulizi zaidi, tutawapa Wanyarwanda zaidi jukwaa, pengine siyo kwa ajili ya kuchungua ubishani wa kwa nini ilitokea na nani aliyetenda, lakini kuelezea namna gani iliiumiza mioyo yao na kuicharanga jamii yao pendwa ya Rwanda.

Kutoka hapa, Wanyarwanda wengi wataona haja ya kuwasikiliza wengine, kuyafuta machozi yao, na kuwaalika wana na mabinti wote wa Rwanda kufufua na kujenga upya jamii yao. Sizungumzii tu kuhusu majumba na barabara, bali misingi ya sisi ni nani kama chombo cha ubinadamu wetu kwa ujumla.

Kwa mara nyingine tena, ahsante.

A. Happy Umwagarwa.

A. Happy Umwagarwa ni mwandishi, msimulizi na mshairi kutoka Rwanda. Mwaka 1994, alipona kwenye mauaji ya kimbari dhidi ya Watusi, ambayo yaliyachukua maisha ya baba yake na wanafamilia wengine. Tukio hilo lilimwachia mafumbo mengi kichwani mwake juu ya kwa nini watu hufikiria, kujisikia, na kutenda vile watendavyo.

Akiongozwa na nukuu kutoka kwa Toni Morrison, "Kama kuna kitabu ambacho unataka kukisoma, lakini hakijapata kuandikwa, wewe ndiye unayepaswa kukiandika," Happy anaeleza kwamba anaiandikia nafsi yake, binti zake, rafiki zake, na jamii kwa ujumla. Anatumai kuwa vitabu vyake, simulizi zake na mashairi yake vitachochea utamaduni wa amani na kuheshimu tofauti za kibinadamu nchini mwake na kwingineko.

Licha ya miiba ambayo alilazimika kupita juu yake, Happy alihitimu Chuo Kikuu cha Greenwhich, London na kuhitimu shahada ya umahiri katika menejimenti. Ukiachilia mbali jitihada zake katika uandishi, vilevile anafanya kazi kwenye shirika la kimataifa kama mtaalamu wa Rasilimali Watu.

Happy ameolewa, na ni mama wa binti wawili wazuri anaowaita malaika wadogo. Pamoja na uandishi, pia anavutiwa vilivyo na uimbaji na ushairi.

www.ingramcontent.com/pod-product-compliance
Lightning Source LLC
Chambersburg PA
CBHW051600100726
47898CB00001B/172